कॅट ओ'नाईन टेल्स

जेफ्री आर्चर

अनुवाद

लीना सोहोनी

मेहता पब्लिशिंग हाऊस

Cat O' Nine Tales by Jeffrey Archer

Published by arrangement with
MacMillan Publishers Ltd., London
Translated in Marathi Language by Leena Sohoni

कॅट ओ'नाईन टेल्स / अनुवादित कथासंग्रह

अनुवाद : लीना सोहोनी
बिल्डिंग नं. २, जी-१ धनश्री पॅराडाईज, ताराबाई पार्क,
कोल्हापूर - ४१६ ०१२.

मराठी अनुवाद व प्रकाशनाचे हक्क मेहता पब्लिशिंग हाऊस, पुणे ३०.

प्रकाशक : सुनील अनिल मेहता, मेहता पब्लिशिंग हाऊस,
१९४१, सदाशिव पेठ, माडीवाले कॉलनी, पुणे - ४११ ०३०.

अक्षरजुळणी : इफेक्ट्स, २१/६ब, आयडिअल कॉलनी, कोथरूड, पुणे - ३८

मुद्रक : स्पेक्ट्रम ऑफसेट
डी-२/४, सत्यम इस्टेट,सीडीएसएसच्या मागे,
एरंडवणे, पुणे - ४११ ००४.

मुखपृष्ठ : फाल्गुन ग्राफिक्स

प्रथमावृत्ती : सप्टेंबर, २००९ / पुनर्मुद्रण : मार्च, २०११

किंमत : ₹ २००/-

ISBN 978-81-8498-065-3

एलिझाबेथला –

सुविचार : रागाला जिंकण्याचा एकमेव उपाय – मौन.

प्रस्तावना

माझ्या दोन वर्षांच्या तुरुंगातील वास्तव्यात मला एकूण पाच वेगवेगळ्या तुरुंगांमधे राहावं लागलं. त्या काळात अनेक कथांचे धागे माझ्या हाती गवसले. पण त्यातील काही कथांची रोजच्या दैनंदिनीत नोंद करणं मला योग्य वाटलं नाही. अशा कथांना अनुक्रमणिकेत मी * अशी खूण केलेली आहे. अशा नऊ तारांकित कथांचा या संग्रहात मी समावेश केला आहे.

या सर्व कथांना भाषेच्या सौंदर्याचा साज जरी मी चढवला असला, यातील पात्रं आणि मथळे माझ्या कल्पनेतून साकारले असले, तरीसुद्धा त्यातील प्रत्येक कथा वास्तवात घडलेलीच आहे. त्याचा गाभा सत्यावर आधारित आहे. त्या कथांपैकी एक कथा वगळता, बाकी प्रत्येक कथेतील कैद्याने स्वत:चे नाव गुप्त राखण्यात यावे, अशी विनंती केलेली आहे.

या कथा संग्रहात मी आणखी तीन कथांचा अंतर्भाव केलेला आहे. परंतु त्या कथा मात्र मला तुरुंगातून सुटून बाहेर आल्यानंतर ऐकायला मिळाल्या. त्या पैकी 'अ ग्रीक ट्रॅजेडी' ही कथा अथेन्समधे, 'द विज्डम ऑफ सॉलोमन' ही लंडनमधे तर 'इन द आय ऑफ द बिहोल्डर' ही कथा मला रोममधे ऐकायला मिळाली.

अनुक्रम

द मॅन हू रॉब्ड हिज ओन पोस्ट ऑफिस

प्रारंभ

न्यायमूर्ती ग्रे यांनी आरोपीच्या पिंजऱ्यात उभ्या असलेल्या दोन आरोपींकडे रोखून पाहिलं. ख्रिस आणि स्यू हास्किन्स या दोघांनीही आपल्यावर ठेवण्यात आलेले आरोप मान्य केले होते. दोन लाख पन्नास हजार पौंडांची चोरी आणि चार बनावट पासपोर्ट बनवणे, असे ते आरोप होते. या पैकी दोन लाख पन्नास हजार पौंडांची रक्कम पोस्ट ऑफिसच्या मालकीची होती.

मिस्टर आणि मिसेस हास्किन्स साधारण एकाच वयाचे होते. सुमारे चाळीस वर्षांपूर्वी ते एकाच शाळेत, एकाच वर्गात शिकत होते. दोघेही रंगरूपाने अगदीच सामान्य होते. इतके, की आपल्याला जर रस्त्यात भेटले तर आपण मान वळवून पाहणारसुद्धा नाही, असे. ख्रिस पाच फूट नऊ इंच उंच होता. त्याचे दाट कुरळे केस आता हळूहळू पांढरे होत चालले होते. तो जरा जाडसर बांध्याचा होता. तो आरोपीच्या पिंजऱ्यात ताठ मानेनं उभा होता. त्याच्या अंगातील सूट जुनाट होता. शर्ट मात्र स्वच्छ होता. त्याने पट्टेरी टाय घातला होता, त्यावरून तो कुठल्याशा क्लबचा सदस्य असावा. त्याचे बूट काळेशार, पॉलिश केलेले, चांगले चकचकीत होते. त्याच्या शेजारी त्याची बायको स्यू उभी होती. तिने अंगात फुलाफुलांचा ड्रेस घातला होता. पायात बूट होते. ती एकंदर खूप टापटिपीची आणि नीटनेटकी असावी, असं तिच्या पेहरावाकडे पाहून लक्षात येत होतं. दोघांच्या अंगातले कपडे पाहून असं वाटत होतं,

की हेच कपडे दोघं दर रविवारी चर्चला जाताना घालत असतील. कायद्याचं स्थान त्या दोघांच्याही मनात देवाइतकंच महत्त्वाचं होतं.

आता न्यायमूर्ती ग्रे यांनी आपली नजर मिस्टर आणि मिसेस हास्किन्सच्या वकिलाकडे वळवली. तो वयाने तरुण आणि अननुभवी दिसत होता. त्याची फी नक्की अगदी बेताची असणार. बहुदा त्यामुळेच मिस्टर आणि मिसेस हास्किन्स यांनी त्याला आपला वकील म्हणून नेमलं असेल.

''तुम्हाला असं सुचवायचंय का मि. रॉजर्स, की या खटल्यातील परिस्थिती लक्षात घेता गुन्हा घडणं अपरिहार्य होतं?'' न्यायमूर्ती वकिलाला मुद्दामच जरा मदत करण्याच्या दृष्टीने म्हणाले.

''येस मिलॉर्ड,'' असं म्हणत तो नवशिका तरुण वकील आपल्या जागी उठून उभा राहिला. ही आपली केवळ दुसरीच केस आहे, हे न्यायमूर्तींना सांगता आलं असतं, तर किती बरं झालं असतं... असं त्याच्या मनात आलं.

आता न्यायमूर्ती ग्रे आपल्या खुर्चीत जरा रेलून बसले आणि खटल्याची पार्श्वभूमी लक्षपूर्वक ऐकू लागले... आरोपी मि. हास्किन्स आपल्या सावत्र वडिलांचा छळ सहन करत लहानाचे मोठे झाले होते, रोज रात्री वडिलांचा मार खाणं त्यांच्या नशिबी आलं होतं, मिसेस हास्किन्सवर लहानपणी एका जवळच्या नातलगाने बलात्कार केला होता, वगैरे आपल्याला ऐकायला मिळणार अशी न्यायमूर्तींची अपेक्षा होती. पण तसं काहीच नव्हतं. वकिलाच्या म्हणण्याप्रमाणे मिस्टर अँड मिसेस हास्किन्स हे दोघंही एका उच्चशिक्षित, खानदानी घराण्यातील होते. ते दोघं एकाच शाळेत होते. त्यांची एकुलती एक मुलगी ट्रेसी ही ब्रिस्टॉल युनिव्हर्सिटीतून पदवीधर झाली होती. थोडक्यात हे एक आदर्श कुटुंब होतं.

वकील मि. रॉजर्स याने आपल्या हातातील टिपणांवर एकवार नजर टाकली. आज मिस्टर अँड मिसेस हास्किन्स आरोपीच्या पिंजऱ्यात कसे काय येऊन दाखल झाले, त्या मागची पार्श्वभूमी काय... हे तो सांगू लागला. त्याच्या तोंडून ती कहाणी ऐकत असताना न्यायमूर्ती ग्रे अक्षरशः थक्क होऊन ऐकत होते. अखेर वकील आपला युक्तिवाद संपवून खाली बसला, तेव्हा न्यायमूर्ती चांगलेच विचारात पडले होते. या दोघा आरोपींना काय शिक्षा द्यावी, हा विचार त्यांच्या मनात घोळत होता. त्यासाठी त्यांना विचाराला पुरेसा वेळ हवा होता. येत्या सोमवारी सकाळी दहा वाजता दोघा आरोपींनी कोर्टात हजर व्हावे व त्याच वेळी त्यांच्यावरील खटल्याचा निकाल जाहीर करण्यात येईल, असे त्यांनी सांगितले.

आता वकील मि. रॉजर्स परत आपल्या जागी उठून उभा राहिला.

''मि. रॉजर्स, मी तुमच्या आरोपींचा जामीन मंजूर करावा अशीच तुमची मागणी आहे ना?'' न्यायमूर्ती ग्रे यांना एक भुवई उंचावून विचारले. आरोपींचा वकील इतका

गोंधळून गेला होता, की त्याला काही बोलायला सुचेना. तेवढ्यात न्यायमूर्ती हातोडा आपटून म्हणाले, ''मंजूर.'' आणि निघून गेले.

न्यायमूर्ती जॅस्पर ग्रे यांनी रविवारी दुपारी जेवताना आरोपी मिस्टर आणि मिसेस हास्किन्स यांची साद्यंत हकिकत आपल्या पत्नीला सांगितली. ती कहाणी चांगलीच हृदयस्पर्शी होती. त्यांची पत्नी वेनेसा ग्रे हिनेही त्यावर आपलं मत व्यक्त केलं.

''मी खरं सांगू, त्या दोघांना एक तासभर समाजसेवा करायला सांग आणि पोस्ट ऑफिसमधे स्वत:चं जे काही भांडवल सुरुवातीला घातलं होतं, ते त्यांना पोस्टाकडून परत मिळालं म्हणजे झालं!'' तिने स्वत:पुरता खटल्याचा निवाडा करूनही टाकला. तिच्या बोलण्यातून व्यवहारज्ञान व्यक्त होत असतं. सर्वसाधारणपणे पुरुष जातीकडे एवढं व्यवहारज्ञान आढळत नाही! (असं तिचं मत होतं.) तिचं म्हणणं न्यायमूर्ती ग्रे यांना पटलं होतं. ''अग, पण तुझं म्हणणं कितीही योग्य असलं, तरी मला असं करता नाही येणार.'' ते म्हणाले.

''पण का नाही?'' तिने विचारलं.

''कारण त्यांनी त्या चार बनावट पासपोर्ट्सची गडबड केली आहे ना.''

●●●

सोमवारी सकाळी दहा वाजता ठरल्याप्रमाणे मिस्टर आणि मिसेस हास्किन्स आज्ञाधारकपणे न्यायमूर्ती ग्रे यांच्यासमोर हजर झाले. अर्थात ते पाहून न्यायमूर्तींना आश्चर्य मुळीच वाटलं नाही. त्यांनी हीच अपेक्षा केली होती. नाही तरी ते दोघंही निर्ढावलेले गुन्हेगार नव्हतेच.

न्यायमूर्तींनी मान वर केली, एकवार त्या दोघांकडे रोखून पाहिलं आणि गंभीर चेहऱ्याने म्हणाले, ''तुमच्यावर पोस्टातून रोख रक्कम चोरल्याचा, तसेच पासपोर्टमध्ये खाडाखोड केल्याचा आरोप ठेवण्यात आला आहे. तुम्ही तुमचा गुन्हा मान्य केलेला आहे.'' त्यांनी गुन्हा या शब्दाआधी कोणतंही विशेषण लावलं नाही. त्यांना तसं करणं आत्ता तरी योग्य वाटलं नाही. ते पुढे म्हणाले, ''...तर तुम्ही तुमचा गुन्हा कबूल केलेला असल्यामुळे तुमची दोघांची रवानगी तुरुंगात करण्यावाचून माझ्यापुढे दुसरा काहीही पर्याय शिल्लक उरलेला नाही.'' त्यानंतर ते ख्रिस हास्किन्सकडे वळून म्हणाले, ''मि. हास्किन्स तुम्ही या गुन्ह्यामागचे खरे सूत्रधार होतात हे तर उघडच आहे. ही गोष्ट लक्षात घेऊन मी तुम्हाला तीन वर्षांच्या तुरुंगवासाची शिक्षा देत आहे.'' त्यांचे ते शब्द एकताच ख्रिस हास्किन्स यांचा आपल्या कानांवर विश्वास बसेना. त्यांना आपल्या चेहऱ्यावर उमटलेलं आश्चर्य लपवणं कठीण गेलं. त्यांना किमान पाच

वर्षांची तरी शिक्षा होऊ शकते, असं त्यांच्या वकिलाचं म्हणणं होतं. ख्रिस हास्किन्स यांना म्हणावंसं वाटत होतं, 'थँक्यू, थँक्यू माय लॉर्ड!' पण त्यांनी स्वत:ला सावरलं.

त्यानंतर न्यायमूर्ती मिसेस हास्किन्सकडे वळून म्हणाले, "या गुन्ह्यात तुमचा सहभाग एवढंच दाखवतो, की तुम्ही अत्यंत आज्ञाधारक असून, आपल्या पतीचं सर्व म्हणणं नेकीने ऐकता. पण तरीही काय चांगलं आणि काय वाईट याची पारख तुम्हाला नक्कीच आहे. तेव्हा मी तुम्हाला एक वर्षाच्या तुरुंगवासाची शिक्षा सुनावत आहे."

"माय लॉर्ड," ख्रिस हास्किन्स जोरात विरोध करत म्हणाले.

आता मात्र प्रथमच न्यायमूर्ती ग्रे यांच्या कपाळावर आठ्या पडल्या. ते शिक्षा सुनावत असताना त्यात कोणीही व्यत्यय आणलेला त्यांना खपत नसे. ते जरा जोरातच म्हणाले, "मि. हास्किन्स, मी दिलेल्या निकालाविरुद्ध जर तुमची अपील करण्याची इच्छा असली तर..."

"अजिबात नाही माय लॉर्ड," ख्रिस हास्किन्स घाईघाईने म्हणाले परत एकदा त्यांनी न्यायमूर्तींच्या बोलण्यात व्यत्यय आणला होता. "मला फक्त इतकंच विचारायचं होतं, माझ्या पत्नीच्या वाट्याची शिक्षा मला भोगायची आहे, तशी परवानगी आपण मला द्यावी ही नम्र विनंती."

त्यांची ही मुलखावेगळी विनंती ऐकून न्यायमूर्ती ग्रे थक्क झाले. क्षणभर त्यांना काय बोलावं तेच सुचेना. आजपर्यंत अशी विनंती त्यांना कोणीच केली नव्हती. त्यांनी आपल्या हातातली हातोडी आपटली आणि ते उठून कोर्टातून निघून गेले.

ख्रिस आणि स्यू यांची प्रथम भेट झाली ती त्यांच्या प्राथमिक शाळेच्या खेळाच्या मैदानावर. इंग्लंडच्या पूर्व किनाऱ्यावर असलेल्या क्लीथोर्प्स या एका लहानशा गावात ते राहात होते. त्याकाळी सरकारी नियमाप्रमाणे सोळा वर्षांखालील सर्व मुलांना शाळेत मोफत दूध प्यायला मिळत असे. त्या रांगेत आपला नंबर कधी येतो, याची वाट बघत ख्रिस उभा होता. स्यूकडे मॉनिटर म्हणून दूधवाटपात शिक्षकांना मदत करण्याचं काम होतं. प्रत्येक विद्यार्थी-विद्यार्थिनीला योग्य वाटा मिळतो की नाही, हे पाहणं तिचं काम होतं. ख्रिसचा नंबर आल्यावर तिने त्याच्याकडे नीट न बघताच त्याच्या हातात दुधाची बाटली दिली. स्यू खरंतर ख्रिसपेक्षा एक वर्ष पुढे होती. त्यामुळे दिवसभरात एकमेकांना भेटण्याचा प्रसंग येतच नसे. फक्त दुधाच्या रांगेत गाठ होई, तेवढीच. त्या वर्षाच्या शेवटी स्यू अकरावी इयत्ता उत्तीर्ण झाली आणि गावातच असलेल्या वरच्या शाळेत तिने प्रवेश घेतला. आता दूध देण्याच्या वेळी मॉनिटर म्हणून ख्रिसची नेमणूक झाली. पुढच्या सप्टेंबर महिन्यात ख्रिससुद्धा अकरावी उत्तीर्ण होऊन स्यूच्या शाळेत येऊन दाखल झाला.

शाळेत असताना त्या दोघांचा एकमेकांशी कधीच परिचय झाला नाही. पण एक दिवस शाळेची हेड गर्ल म्हणून स्यूची नेमणूक झाली. ती रोज सकाळी स्कूल असेम्ब्लीच्या वेळी सर्व विद्यार्थ्यांच्या समोर उभी राहून त्या दिवशीच्या नोटिसा वाचून दाखवत असे. ती फार 'बॉसी', फार दादागिरी करणारी आहे, असं शाळेतील बऱ्याच मुलांचं मत होतं. (कधीही एखाद्या उच्च अधिकाराच्या जागी एखाद्या स्त्रीची नेमणूक झाली, तर तिला लगेच 'बॉसी' अशी उपाधी मिळते. पण त्याच पदावर जर एखादा पुरुष विराजमान झाला, तर मात्र असं घडताना दिसत नाही!)

ते वर्ष संपलं आणि स्यू शाळा सोडून गेली. ख्रिस तिला विसरूनसुद्धा गेला. आता या खेपेला मात्र तो स्यूच्या नंतर हेड बॉय म्हणून निवडून आला नाही. वर्षभर त्याने उत्तम यश मिळवलं, एवढं मात्र नक्की. पण त्यावर्षी खास स्मरणात राहावं, असं काहीही घडलं नाही. शाळेच्या क्रिकेट टीमबरोबर त्याला मॅचमध्ये खेळण्याची संधी मिळाली. आंतरशालेय क्रॉस कंट्री स्पर्धेत त्याने पाचवा क्रमांक पटकावला आणि शालांत परीक्षेतही बऱ्यापैकी यश मिळवलं.

शाळा सोडून बाहेर पडल्यानंतर काही दिवसांतच देशाच्या संरक्षण खात्याकडून त्याला एक पत्र आलं. अठरा वर्षांवरील प्रत्येक मुलाला दोन वर्षं सैन्यात भरती होणं सक्तीचं होतं. यामधे आर्मी, रॉयल नेव्ही, की रॉयल एअर फोर्स यापैकी स्वत:ला पाहिजे तो पर्याय निवडण्याचं स्वातंत्र्य तेवढं ख्रिसला होतं.

ख्रिसने रॉयल एअर फोर्समधे भरती व्हायचं ठरवलं. आपण जेट विमानाचे पायलट झालो तर... अशी एक रोमांचकारी कल्पना क्षणभर त्याच्या मनात चमकून गेली. ख्रिसची स्थानिक भरती केंद्रातर्फे वैद्यकीय तपासणी करण्यात आली. त्यानंतर आवश्यक त्या कागदपत्रांची पूर्तता झाल्यावर एका सार्जंटने त्याच्या हातात एक रेल्वेचं तिकीट ठेवलं. त्यावर गावाचं नाव होतं– मेबल थोर्प. एक तारखेला त्याला त्या गावी जाऊन ठाण्यावर हजर व्हायचं होतं.

त्यानंतरचे बारा आठवडे ख्रिसला प्रशिक्षण मिळालं. त्याच्याबरोबर त्याच्यासारखीच नव्याने भरती झालेली आणखी एकशेवीस मुलं होती. एकंदर एक हजार मुलांपैकी केवळ एकालाच पायलट होण्याची संधी मिळते, हे त्याला लवकरच कळून चुकलं. ख्रिसला ती संधी अर्थातच मिळाली नाही. बारा आठवड्यांच्या प्रशिक्षणानंतर त्याच्यापुढे तीन पर्याय ठेवण्यात आले. एकतर कँटीनमधे काम, किंवा स्टोअर्समधे काम, नाहीतर फ्लाईट ऑपरेशन्सच्या विभागात काम. त्याला स्टोअर्समधे काम मिळालं.

पुढच्या सोमवारी ठरल्याप्रमाणे तो कामावर हजर झाला. या ठिकाणी परत एकदा त्याची स्यूशी गाठ पडली. अगदी अचूक शब्दांत सांगायचं, तर कॉर्पोरल स्यू स्मार्ट यांच्याशी गाठ पडली. ती अर्थातच सर्वांच्या समोर मध्यभागी उभी राहून त्यांना कामाचं स्वरूप समजावून सांगत होती. ख्रिसने तिला पाहताक्षणी ओळखलं मात्र

नाही. तिच्या अंगात अत्यंत स्मार्ट निळा गणवेष होता, केसांचा घट्ट बुचडा डोक्यावरील टोपीखाली जवळ जवळ झाकला गेला होता. त्याची नजर स्कर्टमधून बाहेर आलेल्या तिच्या घाटदार पायांवर खिळली होती. एवढ्यात ती म्हणाली, "हास्किन्स, क्वार्टरमास्टर्स स्टोअर्समधे जा." ख्रिसने वर पाहिलं. हा आवाज ओळखीचा होता.

"स्यू?" त्याने जरा घाबरतच विचारलं. कॉर्पोरल स्यू स्मार्टने हातातील पॅडवर लिहिणं थांबवून नवलाने वर पाहिलं. आपल्याला नावाने हाक मारण्याची याची हिंमत कशी झाली, असा भाव तिच्या चेहऱ्यावर उमटला होता.

"ख्रिस हास्किन्स," ख्रिस जरा धिटाईने म्हणाला.

"ओ, येस, हास्किन्स," ती म्हणाली, मला क्षणभर थांबून पुढे म्हणाली, "स्टोअर्समधे सार्जंट ट्रॅव्हिस आहेत. त्यांना जाऊन भेटा. ते तुम्हाला तुमची कामं समजावून सांगतील."

"येस, कॉर्पोरल," ख्रिस म्हणाला आणि झपाट्याने स्टोअर्सच्या दिशेने निघून गेला. त्याच्याकडे स्यूने एकवार निरखून पाहिलं. अर्थात हे त्याला मात्र समजलं नाही.

त्याला जेव्हा पहिल्यांदा सुट्टी घेण्याची वेळ आली, तेव्हा पुन्हा एकदा त्याची आणि कॉर्पोरल स्मार्टची भेट झाली. तो दोन दिवसांची रजा घेऊन रेल्वेने आपल्या गावी निघालेला असताना, रेल्वेच्या डब्यात विरुद्ध टोकाला स्यू बसली होती. तिच्या जवळ जाऊन, बसून गप्पा मारणं तर दूरच; आपण तिला पाहिलंच नाही, अशी बतावणी त्याने केली. पण मधूनच तो तिच्याकडे, तिच्या सडपातळ बांध्याकडे चोरून कटाक्ष टाकत राहिला. ती किती सुंदर आहे, हे त्याच्या आत्ता लक्षात येऊ लागलं होतं.

गाडी अखेर त्याच्या गावाला येऊन पोचली. स्टेशनवर त्याची आई आली होती. त्याने दुरून पाहिलं, तर ती दुसऱ्या एका स्त्रीशी बोलताना त्याला दिसली. ती स्त्री कोण असावी याचा तर्क करणं कठीण नव्हतं. तसेच तांबूस केस, तसाच सडपातळ बांधा, सगळं तसंच...

"हॅलो ख्रिस," मिसेस स्मार्ट त्याच्या आईबरोबर लगबगीने पुढे येत म्हणाल्या, "स्यू पण याच गाडीत होती ना?"

"काही लक्षात नाही आलं," ख्रिस म्हणाला, इतक्यात स्यू गाडीतून उतरून तिथे आली.

"आता तुमची दोघांची बदली एकाच बेस कॅम्पला झाली आहे, तेव्हा तुमची सारखी गाठ पडत असेल, नाही?" ख्रिसची आई म्हणाली.

"एवढी काही होत नाही," आपला आवाज शक्य तितका निर्विकार ठेवण्याचा प्रयत्न करत स्यू म्हणाली.

"चला, आम्हाला निघायला हवं," मिसेस हास्किन्स म्हणाल्या, "ख्रिस आणि

त्याचे डॅडी फुटबॉलची मॅच बघायला जाणार आहेत, त्याआधी त्यांची जेवणं उरकली पाहिजेत मला.''

ख्रिस आणि त्याची आई प्लॅटफॉर्मच्या बाहेर पडत असताना मिसेस स्मार्ट आपल्या मुलीला म्हणाल्या, ''तुला आवडतो का?''

''कोण? तो शिष्ट हास्किन्स?'' स्यू अडखळत म्हणाली, ''मला नाही वाटत असं!''

''अच्छा! तुला तो एवढा आवडलाय वाटतं?'' स्यूची आई गालातल्या गालात हसत म्हणाली.

रविवारी रात्री ख्रिस जेव्हा रेल्वेच्या डब्यात चढला तेव्हा स्यू आपल्या ठरावीक जागी पार दुसऱ्या टोकाला बसलेलीच होती. तिच्याकडे संपूर्ण दुर्लक्ष करून आपल्या जागेवर जाऊन बसण्याचा ख्रिसचा बेत होता. तेवढ्यात ती म्हणाली, ''हाय ख्रिस. वीकएंड कसा काय गेला?''

''नॉट बॅड, कॉर्प.'' ख्रिस म्हणाला. त्याने चालताना थबकून एकवार तिला निरखून पाहिलं.

''ग्रिम्सबीने लिंकन टीमला तीनास एकने हरवलं. शिवाय इकडे, आपल्या इथे फिश अँड चिप्स त्या बेस कॅम्पच्या मानाने फारच सुंदर मिळतात बुवा, मी तर त्याची चव विसरूनच गेलो होतो.''

स्यू हसली. तिने आपल्या जवळची जागा दाखवून तिथे बसण्याची त्याला विनंती केली. ''तू इथेच का नाही बसत? आणि हो... आपण जेव्हा बरॅक्समधे नसू, तेव्हा मला स्यूच म्हणत जा हं.''

मेबल थोर्पला परत जात असताना सगळा वेळ स्यूच बोलत होती. त्याचं एक कारण म्हणजे तिच्या सौंदर्याने ख्रिस पुरता घायाळ होऊन गेला होता. हीच का ती मुलगी? काळी, हडकुळी, अशक्त? शाळेत दूधवाटपाचं काम करणारी?– दुसरं म्हणजे हा सर्व मैत्रीचा बुडबुडा कॅम्पवर जाऊन पोचल्यावर फुटणारच आहे, याची त्याला पूर्ण कल्पना होती. वरिष्ठ अधिकारी नव्याने भरती झालेल्या सोजिरांशी मुळीच मैत्री करत नाहीत.

कॅम्पच्या मुख्य प्रवेश द्वारापाशी आल्यावर दोघांनी एकमेकांचा निरोप घेतला आणि आपापल्या जागी गेले. ख्रिस आपल्या बराकीकडे आणि स्यू ऑफिसर्स क्वार्टर्सकडे. तो आपल्या निसेन हटमधे (लाल रंगाची पत्र्याची नळकांडीवजा झोपडी) शिरून आपल्या बिछान्यात शिरला व त्याने डोळे मिटले. त्याचा एक सहकारी एका वरिष्ठ अधिकारी तरुणीबरोबरच्या आपल्या लफड्याविषयी बढाया मारत होता. तो त्याचं प्रकरण अगदी रंगवून सांगत होता. ख्रिसच्या मनात मात्र स्यूचेच विचार चालले

होते. ती आता आपल्याला परत कधी भेटेल बरं?...

पण त्यासाठी त्याला फार काळ वाट पाहावी लागली नाही. दुसऱ्याच दिवशी दुपारच्या जेवणाला तो कँटीनमधे गेला असताना त्याला कोपऱ्यात बसलेली स्यू दिसली. ऑपरेशन्स विभागातील आणखी काही तरुणींच्या समवेत ती बसली होती. आपण खरं तर तिच्याकडे जावं आणि सिनेमातला हीरो डेव्हिड निवेनच्या थाटात तिला विचारावं– 'माझ्याबरोबर डेटला येशील का?...' असं त्याच्या मनात आलं, पण त्याने तो विचार मनातून दूर ढकलला. ती तिथे तिच्या मैत्रिणींबरोबर बसलेली, इथे आपल्या सगळ्या साथीदारांचा घोळका बसलेला– त्या सर्वांसमोर हे असलं भलतं साहस? नकोच ते. त्यापेक्षा जिवंत सुरुंगावरून चालत जाणंसुद्धा पत्करलं.

ख्रिसने मुकाट्याने हातात थाळी घेतली आणि काऊंटरपाशी जाऊन आपल्याला हवे ते पदार्थ त्यात वाढून घेतले.. भाज्यांचं सॅलड, सॉसेज आणि चिप्स, कस्टर्ड पाय मग तो डायनिंग हॉलच्या दुसऱ्या टोकाला जाऊन आपल्या मित्रांबरोबर बसला. जेवण आटपून त्याने कस्टर्ड पायचा चमचा तोंडात घातला. एकीकडे ग्रिम्सबी टीमला ब्लॅकपूलच्या टीमसमोर काही चान्स आहे का नाही, अशी सर्वांची तावातावाने चर्चा चालली होती. इतक्यात त्याच्या दंडाला कुणीतरी हलका स्पर्श केल्याचं त्याला जाणवलं. त्याने मागे वळून पाहिलं, तर स्यू हसत उभी होती. सगळे बोलताना थांबले होते. ख्रिसचा चेहरा लालभडक झाला.

''येत्या शनिवारी रात्री काही बेत ठरलाय का?'' तिने विचारताच त्याचा चेहरा अधिकच लाल होऊन जांभळ्या रंगाकडे झुकला. त्याने डोके हलवून नाही म्हणून सांगितले. ''मी 'कलॅमिटी जेन' सिनेमा बघायला जायचा विचार करते आहे. येणार का?'' तिने विचारले. ख्रिसने नुसती मान हलवून होकार दिला. ''मग आपण सहा वाजता कॅम्पच्या गेटपाशी भेटायचं?'' परत एकदा ख्रिसने होकार भरला. स्यू हसून म्हणाली, ''सी यू देन.'' ख्रिस परत आपल्या मित्रांकडे वळला. सर्वांच्या चेहऱ्यावर आदरभाव स्पष्ट दिसत होता.

त्या सिनेमात काय चाललं होतं याकडे ख्रिसचं फारसं लक्ष नव्हतं. सर्व वेळ स्यूच्या खांद्यावर अलगद हात टाकण्याचं धैर्य गोळा करत तो अंधारात बसून होता. सिनेमात हीरोने हिरॉईनचं चुंबन घेतलं, तरीसुद्धा ख्रिसला मात्र स्यूच्या खांद्यावर हात टाकणंही जमलं नव्हतं. सिनेमा संपल्यावर दोघं बसस्टँडपर्यंत चालत निघाले. आता मात्र स्यूनेच ख्रिसचा हात हातात घेतला.

''एकदा नॅशनल सर्व्हिस संपली, की तू पुढे काय करायचं ठरवलंयस?'' स्यूने विचारले.

''मला वाटतं वडिलांप्रमाणे बसमधे नोकरी धरणार.'' ख्रिस म्हणाला, ''आणि तुझं काय?''

''एकदा तीन वर्षं इथली सर्व्हिस करून झाली, की मग बघू. माझी तर रॉयल एअर फोर्समधेच करियर करायची इच्छा आहे.'' स्यू म्हणाली.

''तू परत यावंस आणि क्लीथोर्प्समधेच एखादा जॉब घ्यावास अशी मी मनातून देवाची प्रार्थना करीन.'' ख्रिस उगाच काहीतरी बोलायचं म्हणून बोलला.

बरोबर एक वर्षानंतर ख्रिस आणि स्यू यांचं सेंट एडन्स पॅरिश चर्चमधे लग्न झालं.

लग्नानंतर नवविवाहित जोडपं भाड्याची कार घेऊन न्यूहेवनकडे रवाना झालं. पोर्तुगालच्या दक्षिण किनाऱ्यावर हनिमूनसाठी जाण्याचा त्यांचा बेत होता. अलग्रेव्ह गावात काही दिवस घालवल्यावर त्यांच्याजवळचे पैसे संपून गेले. त्यामुळे त्यांना ठरवलेला बेत अर्धाच सोडून क्लीथोर्प्सला परत यावं लागलं. पण जवळ पुरेसे पैसे जमले, की लवकरात लवकर अल्बुफेराला राहिलेला हनिमून साजरा करायला जायचं त्यांनी ठरवलं.

ज्युबिली रोडवर एका घरातील तीन खोल्या भाड्याने घेऊन ख्रिस आणि स्यूने आपला संसार थाटला. ते दोघं एकमेकांच्या प्रेमात किती आकंठ बुडून गेले आहेत, हे बघणाऱ्याच्या लगेच लक्षात येत असे.

ख्रिसने ठरल्याप्रमाणे ग्रीन लाईन म्युनिसिपल कोच कंपनीत बस कंडक्टरची नोकरी धरली. स्यूला एका स्थानिक इन्शुअरन्स कंपनीत ट्रेनी म्हणून नोकरी लागली. एका वर्षानंतर ट्रेसीचा जन्म झाला आणि स्यूला नोकरी सोडावी लागली. ती घरी राहून बालसंगोपन मोठ्या आनंदाने करू लागली. आता ख्रिसने आणखी मेहनतीने काम करण्यास सुरुवात केली. स्यूचाही पाठिंबा होताच. वरच्या श्रेणीसाठी परीक्षा द्यावी लागणार होती. ख्रिस कसून अभ्यासाला लागला. अखेर चार वर्षांनंतर ख्रिसची इन्स्पेक्टर म्हणून नेमणूक झाली. हास्किन्स यांचं घर सुखासमाधानानं भरलेलं, 'नांदतं' घर होतं.

एका ख्रिसमसला ट्रेसी घोड्याचं छोटं पिल्लू हवं, असा हट्ट धरून बसली. ''अग, पण त्याला बांधणार कुठे? आपल्या घराला तर बागसुद्धा नाही!'' ख्रिसने तिची समजूत काढायचा प्रयत्न केला. तिची समजूत पटेना. अखेर कसाबसा त्यांचा समझोता झाला. ट्रेसीच्या सातव्या वाढदिवसाला ख्रिसने तिला एक छोटं लॅब्रेडोर जातीचं कुत्र्याचं पिलू भेट म्हणून आणलं. त्याचं नाव त्यांनी कॉर्प ठेवलं. हास्किन्स कुटुंबीय सुखात राहू लागले. खरं तर ही कहाणी इथेच संपून गेली असती. पण तसं व्हायचं नव्हतं. अचानक ख्रिसची नोकरी गेली.

त्याचं असं झालं– ग्रीन लाईन म्युनिसिपल कोच कंपनी आता हलकॅरिएज बस कंपनीने विकत घेतली होती. दोन्ही कंपन्यांचं एकीकरण होताच काही कर्मचाऱ्यांच्या

नोकऱ्या जाणार हे तर अपरिहार्यच होतं. ख्रिसला मोठी रक्कम देऊन जायला सांगण्यात आलं. त्याऐवजी आणखी एक पर्याय त्यांनी ख्रिसपुढे ठेवला होता. त्याने परत आपल्या जुन्या कंडक्टरच्या पदी रुजू व्हावं, हा तो पर्याय होता. ख्रिसने अर्थातच ते नाकारलं. आपल्याला लवकरच दुसरी चांगली नोकरी मिळेल, असा विश्वास त्याला होता. त्यामुळे कंपनीने देऊ केलेली रोख रक्कम स्वीकारून तो घरी आला.

पण मिळालेल्या रकमेला केव्हाच पाय फुटले. क्लीथॉर्प्समधे नवीन नोकरी मिळणं अजिबात सोपं नाही, ही गोष्ट एव्हाना ख्रिसला कळून चुकली होती. स्यूने मात्र तोंडातून तक्रारीचा सूर कधीच काढला नाही. ट्रेसी पण आता शाळेत जाऊ लागली होती, त्यामुळे स्यूने एका जवळच्या फिश अँड चिप्स विकणाऱ्या दुकानात अर्धवेळची नोकरी पत्करली. त्यामुळे दर आठवड्याला बऱ्यापैकी पगार मिळू लागला. एखाद्या गिऱ्हाइकाकडून कधी तरी टीपसुद्धा मिळे. शिवाय रोज दुपारी ताजं, रुचकर जेवणही दुकानातर्फे स्यूला मिळू लागलं.

ख्रिसची नोकरीसाठी वणवण चालूच होती. रोज सकाळी उठून तो एम्प्लॉयमेंट एक्सचेंजमधे चौकशीला जायचा. त्याला दर शुक्रवारी त्याच ऑफिसात बेकार भत्ता घेण्यासाठी भल्यामोठ्या रांगेतही उभं राहावं लागे. असे तब्बल बारा महिने लोटले. अनेक इंटरव्ह्यू झाले. सगळीकडे नन्नाचा पाढा. 'तुमच्यासाठी योग्य काम आमच्याकडे नाही!' हे एकच उत्तर. अखेर निराश होऊन परत एकदा जुनी बस कंडक्टरची नोकरी पत्करण्याचे विचार ख्रिसच्या मनात घोळू लागले. स्यूने परत एकदा त्याला प्रोत्साहन दिलं. 'तुला थोड्याच दिवसांत बढती मिळून इन्स्पेक्टरची जागा मिळेल.' असाही आशावाद तिने व्यक्त केला.

इकडे स्यूला नोकरीच्या जागी बढती मिळून, तिला आता असिस्टंट मॅनेजर करण्यात आलं. हास्किन्स कुटुंब परत एकदा सुखासमाधानाने राहू लागलं. परत कहाणी इथे संपत नाही. या खेपेला स्यूला नोटिस मिळाली.

रात्रीच्या जेवणाच्या वेळी स्यूने ही दुष्ट बातमी ख्रिसच्या कानावर घातली. दुकानाचे मालक मिस्टर आणि मिसेस पार्सन्स वृद्ध झाले होते. दुकानाचा व्याप सांभाळणं त्यांना दिवसेंदिवस जड जात होतं. त्याऐवजी दुकान विकून निवृत्त होण्याचा विचार त्यांच्या मनात घोळत होता.

''त्यांना साधारण किती पैशांची अपेक्षा आहे?'' ख्रिसने विचारले.

''मिस्टर पार्सन्स कोणाला तरी सांगत असताना मी ऐकलं, त्याप्रमाणे त्यांची किमान पाच हजार पौंडांची तरी अपेक्षा आहे.'' स्यू म्हणाली.

''ठीक आहे. तर मग नवीन जे कोणी दुकान विकत घेतील त्यांना चांगलं काम करणाऱ्या माणसांची कदर असेल, अशी आपण आशा करू या,'' ख्रिस म्हणाला.

''दुकानाचे नवे मालक आपले स्वतःचे नोकर घेऊन येतील. मागे तुझ्या बस

कंपनीच्या वेळी काय झालं ते आठवतंय ना?''

ख्रिसला पण तीच आठवण झाली.

दुसऱ्या दिवशी सकाळी साडेआठला स्यू ट्रेसीला शाळेत सोडायला बाहेर पडली. त्यानंतरच ती ऑफिसला जाणार होती. ख्रिस रोजच्यासारखाच कुत्र्याला फिरवायला बाहेर पडला. रोज ते दोघं समुद्रकिनारी फिरायला जात. तिथे कॉर्पला वाळूत मनमुराद खेळायला मिळे. आज मात्र ख्रिसने त्याच्या बरोबर विरुद्ध दिशेला आपला मोहरा वळवला आणि तो गावात जायला निघाला. कॉर्प इमानेइतबारे आपल्या धन्यापाठीमागे चालू लागला. चालता चालता ते हायस्ट्रीटवरील मिडलँड बँकेपाशी आले. बँकेबाहेरच्या कठड्याला कॉर्पला साखळीने बांधून ठेवून ख्रिस आत शिरला.

मि. हास्किन्स यांनी बँक मॅनेजरची अपॉईंटमेंट मागितली असून, त्यांना एका मोठ्या बिझनेसविषयी चर्चा करायची आहे, असं जेव्हा बँकेच्या मॅनेजरसाहेबांच्या कानावर घालण्यात आलं, तेव्हा ते चांगलेच आश्चर्यचकित झाले. ख्रिसची भेट घेण्याआधी बँक मॅनेजरने त्याचं खातं तपासून पाहिलं. मिस्टर आणि मिसेस हास्किन्स यांच्या अकाऊंटमधे सतरा पौंड बारा शिलिंग शिल्लक होते. मि. हास्किन्स हे गेले वर्षभर बेकार होते. समाधानाची बाब एकच होती, की त्यांनी बँकेतून ओव्हरड्राफ्ट कधीच काढलेला नव्हता.

मॅनेजरने ख्रिसचं म्हणणं शांतपणे ऐकून घेतलं. पण ख्रिसने काळजीपूर्वक तयार केलेलं भाषण संपण्यापूर्वीच मॅनेजरने नकारार्थी मान हलवली.

''बँक इतका मोठा धोका पत्करू शकणार नाही,'' त्याने ख्रिसला समजावण्यास सुरुवात केली. ''तुमच्याकडे निदान तारण ठेवण्याजोगं काही आहे का? घर किंवा मालमत्ता, जमीनजुमला? मला वाटतं, तुमचं राहतं घरही तुमच्या मालकीचं नाही.'' बँक मॅनेजर चेहऱ्यावर कळकळ दाखवत म्हणाला. ख्रिसने त्याचे आभार मानले व तो बाहेर पडला. एक मात्र खरं– तो निराश झाला नव्हता.

त्याने हायस्ट्रीट ओलांडला आणि कॉर्पला घेऊन पलीकडच्या मार्टिन्स बँकेकडे निघाला. बँकेत शिरण्यापूर्वी परत त्याने कॉर्पला बाहेरच्या कठड्याला बांधून ठेवलं. या बँकेच्या मॅनेजरची भेट घेण्यापूर्वी ख्रिसला बाहेर जरा वेळ प्रतीक्षा करावी लागली. इथेही संभाषण साधारण आधीच्या बँकेसारखंच झालं. पण जाता जाता या बँकेच्या मॅनेजरने ब्रिटानिया फायनान्सचं नाव सुचवलं. ही कंपनी तशी नव्यानेच सुरू झाली होती. कोणाला लहान प्रमाणावरील उद्योगधंदा चालू करायचा असेल, तर अशांना ही कंपनी कर्ज देत असे. ख्रिसने त्यांचे आभार मानले व बाहेर पडला. कॉर्पला घेऊन जॉगिंग करत तो ज्युबिली रोडवरील आपल्या घरी परतला. थोड्या वेळाने स्यू परत आली. ती येताना फिश आणि चिप्स असा जेवणाचा डबा घेऊन आली होती.

जेवणानंतर ख्रिस बाहेर पडला आणि घराजवळील टेलिफोन बूथकडे गेला. त्याने

टेलिफोनच्या खाचेत चार पेनी सरकवल्या आणि बटण दाबून बोलण्यास सुरुवात केली. त्याचं बोलणं पुरतं एक मिनिटही चाललं नव्हतं. त्यानंतर तो घरी परत आला. दुसऱ्या दिवशी आपण कोणाला भेटायला जाणार आहोत, हे काही त्याने स्यूला सांगितलं नाही.

दुसऱ्या दिवशी सकाळी स्यू ट्रेसीला घेऊन शाळेत पोचवायला निघेपर्यंत ख्रिसने काही हालचाल केली नाही. नंतर मात्र तो भराभर तयार झाला. त्याने अंगातील जीन्स व टीशर्ट काढून आपल्या लग्नातील सूट चढवला. आपल्या सासू-सासऱ्यांनी नाताळची भेट म्हणून दिलेला टाय पण घातला. त्यानंतर बूट चांगले चमकू लागेपर्यंत त्यांना पॉलिश केलं. आता त्याने एकवार आरशातील स्वत:च्या प्रतिबिंबाकडे नजर टाकली. एका नव्या बिझनेसचा मॅनेजर दिसलं तर पाहिजे ना! आज मात्र त्याने कुत्र्याला घराच्या अंगणात सोडलं व एकटाच निघाला.

मि. ट्रेमेन यांच्याशी त्याची अपॉईंटमेंट होती. तो ठरलेल्या वेळेच्या पंधरा मिनिटं आधीच त्या जागी जाऊन पोचला. मि. ट्रेमेन हे ब्रिटानिया फायनान्स कंपनीचे लोन्स मॅनेजर होते. ख्रिसला बसायला सांगण्यात आलं. समोरच्या टेबलावर पडलेली 'फायनान्शिअल टाईम्स'ची प्रत ख्रिसने आयुष्यात पहिल्यांदा हातात घेऊन चाळण्यास सुरुवात केली. त्यात त्याचा आवडता क्रीडा विभाग कुठेच नव्हता. बरोबर पंधराव्या मिनिटाला मिस्टर ट्रेमेन यांची सेक्रेटरी त्याला आत घेऊन गेली.

ख्रिसने सादर केलेला अहवाल खूपच महत्त्वाकांक्षी होता. मि. ट्रेमेन यांनी त्याचं म्हणणं व्यवस्थित ऐकून घेतलं. त्यानंतर आधीच्या दोघा बँक मॅनेजर्सनी विचारलेला प्रश्न परत विचारला, "तुमच्याकडे तारण म्हणून ठेवण्याजोगं काही आहे का?"

"काही नाही," ख्रिस म्हणाला, "पण मी आणि माझी पत्नी अहोरात्र मेहनत करू. माझी पत्नी या क्षेत्रातील चांगलीच जाणकार आहे."

ब्रिटानिया फायनान्स कंपनी हे कर्ज का मंजूर करू शकत नाही याचं स्पष्टीकरण मि. ट्रेमेन यांच्या तोंडून ऐकण्याच्या अपेक्षेने ख्रिस बसून राहिला. पण तसं घडलं नाही. त्या ऐवजी मि. ट्रेमेन म्हणाले, "आम्ही या धंद्यात जर पैसा घातला, तर त्याची अर्धी जबाबदारी तुमच्या पत्नीवरही येऊन पडेल. मग तिचं या सर्व कल्पनेबद्दल काय मत आहे?"

"मी अजून याविषयी तिच्याशी बोललेलो नाही," ख्रिस चुकून बोलून गेला.

"मग मला वाटतं हे सर्व तुम्ही लवकरात लवकर त्यांच्या कानावर घाला. कारण आम्ही तुमच्या धंद्यात पैसा लावावा असं वाटत असेल, तर तुमच्या म्हणण्याएवढी पात्रता मिसेस हास्किन्स यांच्या अंगी खरोखरच आहे की नाही, याची खातरजमा आम्हाला करावी लागेल."

रात्रीच्या जेवणाच्या वेळी ही बातमी ख्रिसने स्यूच्या कानावर घातली. ती हे सर्व

ऐकून अवाक झाली. आजपर्यंत कधीही हे आश्चर्य घडलेलं नव्हतं.

एकदा मि. ट्रेमेन यांनी मिसेस हास्किन्स यांची प्रत्यक्ष भेट घेतल्यावर मात्र काही थोडे उपचार, कागदपत्रं पूर्ण करणे, अर्ज भरणे वगैरे पार पाडून झाल्याक्षणीच ब्रिटानिया फायनान्सकडून दोघांना पाच हजार पौंडांचा चेक मिळाला. एक महिन्यानंतर आपलं ज्युबिली रोडवरील तीन खोल्यांचं घर सोडून हास्किन्स यांचं कुटुंब बीच स्ट्रीट वरील फिश अँड चिप्स दुकानाच्या वर राहायला गेलं.

●●●

मध्य

ख्रिस आणि स्यू यांनी त्यानंतरच्या पहिल्या रविवारी सर्वांत आधी काय केलं असेल, तर दुकानाच्या पाटीवरील 'पार्सन्स' ही अक्षरं पुसून टाकून त्याजागी 'हास्किन्स' अशी पाटी रंगवून घेतली. त्या पुढे 'नवीन व्यवस्थापनासह' असंही लिहिलं. स्यूने ताबडतोब ख्रिसला कामाचं शास्त्रशुद्ध प्रशिक्षण देण्यास सुरुवात केली. हे काम सोपं निश्चितच नव्हतं, नाहीतर एका दुकानासमोर लोकांची रांग... आणि त्याच गल्लीतील दुसऱ्या प्रतिस्पर्ध्याचं दुकान मात्र ओसाड... अशी परिस्थिती कधी ओढवलीच नसती, ही गोष्ट वारंवार स्यू ख्रिसच्या मनावर बिंबवत असे. असे काही दिवस लोटले. आता ख्रिसला पोटॅटो चिप्स सोनेरी, कुरकुरीत बनवण्याची कला उत्तम साधली होती. ख्रिस आता मॅनेजर म्हणून दैनंदिन कामकाज सांभाळू लागला. गिऱ्हाइकांना माल बांधून देऊ लागला; तर हिशोबाचं काम स्यूने स्वत:कडे घेतलं. सायंकाळी स्यू मानेवर खडा ठेऊन सर्व हिशोब लिहित असे. एवढंच नव्हे, तर दुकान बंद करून वरच्या मजल्यावर असलेल्या आपल्या छोट्याशा घरी परत जाण्याआधी, ती संपूर्ण दुकानाची स्वत: साफसफाई करून, सर्व गोष्टी जिथल्या तिथे ठेवून मगच जात असे.

रात्री झोपायला स्यूला खूप उशीर होई. पण भल्या पहाटे लवकर उठण्याची जबाबदारी मात्र ख्रिसची असे. तो पहाटे चारलाच उठून अंगात ट्रॅकसूट चढवून आपला कुत्रा कॉर्प याला फिरवायला घेऊन जात असे. परत येताना समुद्रकाठी बंदरात जाऊन उत्तम प्रतीचे ताजे मासे खरेदी करून आणत असे.

गावात फिश अँड चिप्सची दुकानं काही कमी नव्हती. पण तरीसुद्धा लवकरच हास्किन्सच्या या नव्या दुकानासमोर लोकांच्या रांगा लागू लागल्या. कधीकधी तर

स्यूने दुकानाची दारं उघडण्यापूर्वीच लोकांची रांग लागलेली असायची. सकाळी अकरा वाजल्यापासून दुपारी तीन वाजेपर्यंत आणि सायंकाळी पाच वाजल्यापासून नऊ वाजेपर्यंत या रांगेत जराही खंड पडत नसे. अगदी शेवटचं गिऱ्हाईक खरेदी करून परतल्याखेरीज स्यू दुकानाचं दार बंद करत नसे.

असे दिवस जात होते. पहिल्या वर्षाच्या शेवटी हास्किन्सना नऊशे पौंडांच्या वर नफा झाला. दुकानासमोरच्या रांगा जशा वाढत होत्या, तसतसं ब्रिटानिया फायनान्सचं कर्ज कमी कमी होत चाललं होतं. कर्जाची मुदत खरं तर पाच वर्षांची होती, पण मुदत भरण्याच्या आठ महिने आधीच त्यांनी ते कर्ज व्याजासहित फेडूनसुद्धा टाकलं.

त्यानंतरच्या पुढील दहा वर्षांत हास्किन्सची कीर्ती सर्वत्र पसरली. क्लीथोर्प्स मधील रोटरी क्लबकडून ख्रिस हास्किन्सला सदस्य होण्याचं निमंत्रण आलं, तर स्यूची मदर्स युनियन क्लबची उपाध्यक्ष म्हणून नियुक्ती झाली.

आपल्या लग्नाच्या विसाव्या वाढदिवसाला स्यू आणि ख्रिस आपल्या दुसऱ्या हनिमूनला पोर्तुगालला गेले. ते दोन आठवडे एका आलिशान हॉटेलात राहिले. या खेपेस मात्र पैशांअभावी लवकर परत येण्याची वेळ त्यांच्यावर नाही आली. त्यानंतरची दहा वर्षं नित्यनेमाने दर उन्हाळ्यात ते दोघंही सुटीसाठी अल्बुफेराला जात राहिले. हास्किन्स पती-पत्नी सवयीचे गुलाम होते, हे मात्र खरं.

त्यांची मुलगी ट्रेसी हिने क्लीथॉर्प्समधून शालेय शिक्षण पूर्ण करून पुढे उच्चशिक्षणासाठी ब्रिस्टॉल युनिव्हर्सिटीत प्रवेश घेतला. तिने बिझनेस मॅनेजमेंटचा कोर्स निवडला. एव्हाना कॉर्प चौदा वर्षांचा झाला होता. एक दिवस तो वारला. ही एवढीच त्या कुटुंबाच्या जीवनात घडलेली दुःखद घटना म्हणावी लागेल.

एक दिवस काही रोटेरियन मित्रमंडळींसमवेत ख्रिस आरामात ड्रिंक घेत बसला होता. बोलण्याच्या ओघात त्यांच्यातील एक डेव्ह क्वेंटन याने एक बातमी सांगितली. गावातील सर्वांत प्रतिष्ठित मानल्या जाणाऱ्या पोस्ट ऑफिसचा तो मॅनेजर होता. पण लवकरच त्याने हा व्यवसाय बंद करून निवृत्त होऊन लेक डिस्ट्रिक्टमधे जाऊन स्थायिक होण्याचा निर्णय घेतला होता. त्याला आपला हा धंदा विकून त्यातील भांडवल काढून घेण्याची इच्छा होती.

या खेपेला ख्रिसच्या मनात निर्माण झालेल्या योजनेविषयी त्याने आपली पत्नी स्यू हिला विश्वासात घेतलं. दोघांनी तपशीलवार चर्चा केली. स्यू या नव्या योजनेने आधी तर स्तंभितच झाली. पण नंतर मात्र तिने त्याबद्दल खोलवर विचार केला आणि अखेर ब्रिटानिया फायनान्स कंपनीत जाऊन भेटायचं ठरवलं.

लोन्स मॅनेजर मि. ट्रेमेन हे नुकतेच बढती मिळून या पदावर रुजू झाले होते. "मिडलँड बँकेत तुमचं किती डिपॉझिट आहे?" त्यांनी विचारलं.

स्यूने आपल्या हातातील लेजरमधे वाचून बिनचूक आकडा सांगितला. ''सदतीस हजार चारशे आठ पौंड.''

''तुमचं जे 'फिश अँड चिप्स'चं दुकान आहे, ते विकून अंदाजे किती पैसे मिळतील तुम्हाला?'' मॅनेजर म्हणाले.

''साधारणपणे एक लाख पौंडांच्या वर ऑफर्स येतील असा अंदाज आहे,'' स्यू आत्मविश्वासाने म्हणाली.

''आणि त्या पोस्ट ऑफिसची किंमत साधारणपणे काय असेल? ते किती मोक्याच्या जागी आहे, हे नीट विचारात घेऊन मगच काय ते सांगा.''

''मि. क्वेंटन यांना दोन लाख सत्तर हजाराची अपेक्षा आहे, पण तरीसुद्धा, थोडीफार घासाघीस करून ते खाली येतील. अर्थात जर चांगलं गिऱ्हाईक आलं, तरच!''

''थोडक्यात तुम्हाला साधारणपणे एक लाख कमी पडत आहेत, असंच ना?'' आपल्या समोरील लेजरबुकात न बघताच मॅनेजर म्हणाले. त्यानंतर क्षणभर थांबून त्यांनी प्रश्न केला, ''गेल्या वर्षभरात त्या पोस्ट ऑफिसातून एकूण किती रकमेची उलाढाल झाली?''

''दोन लाख तीस हजार पौंडांची,'' स्यू उत्तरली.

''निव्वळ नफा किती?''

आता परत एकदा स्यूने आपल्या हातातील नोंदवही चाळली. ''सव्वीस हजार चारशे. पण त्याबरोबर आणखी एक गोष्ट... राहण्यासाठी प्रशस्त जागा... शिवाय वार्षिक रिटर्नमधे रेंट्स आणि टॅक्सेससुद्धा समाविष्ट आहेत आणि सर्वांत महत्त्वाचं म्हणेज ती प्रॉपर्टी आमच्या मालकीची होईल.''

''तुम्ही सांगितलेला हा सर्व हिशोब आमचे अकाउंटन्ट तपासून पाहातील. ते त्यांना जर पटले आणि तुम्हाला त्याचं फिश अँड चिप्सचं दुकान विकून जर सुमारे एक लाखापर्यंतची रक्कम उभी करता आली, तर तुम्ही सांगितलेला प्रस्ताव मंजूर करण्यास काही हरकत नाही. पण....''

त्यांच्या तोंडचा 'पण' हा शब्द ऐकून हास्किन्स पती-पत्नी जरासे चमकले.

''एखादं कर्ज मंजूर करायचं म्हणजे तत्पूर्वी काही अटी असणारच. त्यातील पहिली अट अशी, की या पोस्ट ऑफिसाचा 'अ' दर्जा कायम तसाच राहिला पाहिजे.''

''हे पाहा, गेली तीस वर्षं त्या पोस्ट ऑफिसचा 'अ' दर्जा कायम राहिलेला आहे. तो आता तरी कसा काय बदलेल?''

''भविष्यात काय घडणार आहे, हे जर मला अचूक सांगता आलं असतं ना मि. हास्किन्स, तर माझी भांडवली गुंतवणूक कधीच चुकली नसती. पण मला तसं

करता येत नसल्यामुळे, कधी तरी धोका पत्करावाच लागतो. आमची ब्रिटानिया कंपनी व्यक्तींमधे गुंतवणूक करते आणि त्याबाबतीत तुम्हा दोघांमधे खोट काढण्यासारखं काहीच नाही.'' त्यानंतर ते हसून म्हणाले, ''आमच्या आधीच्या कर्जाच्या वेळी होतं, तसंच याही वेळी वर्षातून चार हप्त्यांमधे तुम्हाला या कर्जाची परतफेड करावी लागेल. एकूण पाच वर्षांची मुदत तुम्हाला देण्यात येईल. शिवाय कर्जाची रक्कम फार मोठी असल्यामुळे तुमच्या प्रॉपर्टीवरही आमचा हक्क राहील.''

''किती टक्के?'' ख्रिसने विचारलं.

''साडेआठ टक्के. शिवाय तुम्ही हप्ते वेळेवर भरू शकला नाहीत तर दंडसुद्धा होईल.''

''तुमच्या या प्रस्तावावर आम्हाला नीट विचार करावा लागेल.'' स्यू म्हणाली, ''पण आम्ही काय तो निर्णय घेतला, की मात्र तुम्हाला लगेच कळवू.''

मि. ट्रेमेन यांना मनोमन हसू आलं. पण त्यांनी चेहऱ्यावरून तसं दाखवलं नाही.

''ते 'अ' दर्जाविषयी काय म्हणत होते?'' ते परत जात असताना स्यू म्हणाली. तिला घाईने दुकान उघडायचं होतं.

'' 'अ' दर्जा याचा अर्थ प्रत्येक विभागात नफा,'' ख्रिस म्हणाला, ''बचतखातं, पेन्शनखातं, पोस्टल ऑर्डर, वाहनकर, प्रीमियम बाँड्स या सर्वच विभागात आपल्याला भरपूर नफा झाला पाहिजे. तो जर होत नसेल, तर मात्र आपल्याला विजेची बिलं, टी.व्ही. लायसन्स, स्टॅम्प्स, यांच्यावर अवलंबून राहावं लागतं. त्यांनी जर बाहेरच्या बाजूला एखादं लहानसं दुकान चालवायची परवानगी दिली, तर आणखी थोडा नफा होऊ शकतो. त्यामुळे 'अ' दर्जा नसेल, तर मग आपलं फिश अँड चिप्सचं दुकान चालवलेलं बरं.''

''पण आपण हे पोस्ट ऑफिस चालवायला घेतल्यावर हा 'अ' दर्जा आपण टिकवू का?'' स्यूने विचारले.

''का नाही?'' ख्रिस म्हणाला, ''एरिया मॅनेजरने मला तशी खात्री दिली आहे. तो रोटरी क्लबचा सदस्य आहे. त्यानेच मला सांगितलं, की त्यांच्या मुख्य कार्यालयात त्या पोस्ट ऑफिसच्या दर्जाविषयी कधीच शंका निघालेली नाही, की त्यावर कधी चर्चासुद्धा झालेली नाही आणि ब्रिटानियाचे लोक आपल्याला एवढं मोठं कर्ज मंजूर करण्याआधी या गोष्टीची नक्की शहानिशा करून घेतील, एवढी तू खात्री बाळग.''

''मग आपण त्यांचा प्रस्ताव मान्य करावा का?''

''आपण त्यांच्या मागण्यांमधे थोड्याफार दुरुस्त्या सुचवू शकतो.'' ख्रिस म्हणाला.

''म्हणजे कशा?''

''एक तर त्यांना आठ टक्क्याला मान्यता द्यायला लावायची. मि. ट्रेमेन तेवढ्या

गोष्टीला नक्की तयार होतील. आता तर हाय स्ट्रीटवरच्या बँकासुद्धा वेगवेगळ्या धंद्यात पैसे घालायला लागलेल्या आहेत ना! शिवाय या खेपेला ते आपल्या प्रॉपर्टीवर हक्क सांगत आहेत, विसरू नको.''

हास्किन्स पतीपत्नींनी आपलं फिश अँड चिप्सचं दुकान एक लाख बारा हजार पौंडांना विकलं, त्यांच्या स्वत:च्या क्रेडिट अकाऊंटमधून त्यांनी आणखी अडतीस हजार पौंड उभे केले. ब्रिटानियाने त्यांना एक लाख पौंड आठ टक्के दराने कर्जाऊ दिले. अशा रीतीने लंडनला असलेल्या पोस्ट ऑफिसच्या हेड क्वार्टरमधे दोन लाख पन्नास हजार पौंडांचा चेक पाठवण्यात आला.

''आपण हे यश साजरं करायला पाहिजे.'' ख्रिस म्हणाला.

''तुझ्या मनात नक्की काय आहे?'' स्यू म्हणाली, ''कारण आपल्याकडे आणखी पैसे नाहीयेत उगाच खर्च करायला.''

''आपण असं करू... गाडी घेऊन अ‍ॅशफोर्डला जाऊ आणि आपल्या लेकीबरोबर दोन दिवस घालवू.'' असं म्हणून ख्रिस क्षणभर थांबून पुढे म्हणाला, ''आणि वाटेत...''

''वाटेत काय?'' स्यू म्हणाली.

''वाटेत बॅटरसी डॉग्ज होमपाशी थांबू.''

त्यानंतर बरोबर एक महिन्याने मिस्टर आणि मिसेस हास्किन्स आणि स्टँप्स– त्यांचा काळा, देखणा, नवा लॅब्रेडोर जातीचा कुत्रा, असे बीच स्ट्रीटवरील आपल्या 'फिश अँड चिप्स' या दुकानातून व्हिक्टोरिया क्रेसेंटमधील 'अ' वर्गाच्या पोस्ट ऑफिसात मुक्कामाला आले.

ख्रिस आणि स्यू लगेच कामाला लागले. फिश अँड चिप्स दुकान सुरू केल्यानंतरच्या सुरुवातीच्या काही दिवसांत त्या दोघांना जशी अहोरात्र मेहनत करावी लागे, तसंच आता चालू झालं होतं. नंतरची पाच वर्षं दोघांनी अत्यंत काटकसरीने राहून काढली. पाच वर्षांत कुठेही सहलीलासुद्धा गेले नाहीत. आपण निदान पोर्तुगालला जाऊन यावं, असा विचार कधी तरी त्यांच्या मनात डोकावून जाई. पण मग ब्रिटानिया कंपनीचा चारमाही हप्ता तोंडावर आलेला असायचा. त्यामुळे ते ही इच्छा मनातच दडपून टाकत.

ख्रिसचं रोटरी क्लबचं काम करणं अजूनही चालूच होतं. स्यू आता मदर्स युनियनच्या त्यांच्या गावच्या शाखेची अध्यक्ष झाली होती. ट्रेसीला बढती मिळून ती साईट्स मॅनेजर झाली होती आणि स्टँप्स मोठा होऊन त्या तिघांहूनही जास्त जेवण फस्त करू लागला होता.

पोस्ट ऑफिस चालवायला घेतल्यापासून केवळ चौथ्या वर्षी हास्किन्स पती

पत्नींनी 'पोस्ट ऑफिस ऑफ द इयर' हा किताब जिंकला होता. त्यानंतर केवळ नऊ महिन्यांत त्यांनी कर्जाचा अखेरचा हप्ताही फेडून टाकला होता.

त्यांचं पोस्ट ऑफिस पूर्णपणे कर्जमुक्त झाल्याबद्दल ब्रिटानिया कंपनीच्या बोर्ड मेंबर्सनी त्यांना मुद्दाम रॉयल हॉटेलात भोजनासाठी बोलावून त्यांचा सत्कारही केला होता.

"अजून आम्हाला पोस्ट ऑफिसात घातलेलं भांडवल परत मिळवायचं आहे." ख्रिस त्यांना म्हणाला, "अर्थात दोन लाख पन्नास हजार पौंडांसारख्या किरकोळ रकमेची तर बाब आहे."

"तुम्ही आत्तापर्यंत जसं काम केलं आहे, तसंच करत राहिलात, तर येत्या पाच वर्षांत तुमचा सगळा भांडवली खर्च भरून निघेल आणि तुमची उलाढाल दहा लाखांच्या वर जाऊ शकेल." ब्रिटानिया कंपनीचे चेअरमन म्हणाले.

"म्हणजे मी आता दशलक्षाधीश झालो, असं म्हणायला हरकत नाही, नाही का?" ख्रिस म्हणाला.

"नाही हं," स्यू त्याला अडवत मधेच म्हणाली, "आपल्या हिशोबाच्या वह्यांवरून आता आपल्या खात्यात दहा हजार पौंड जमा आहेत. याचा अर्थ तू दहाहजाराधीश झाला आहेस."

यावर चेअरमन जोरात हसले. मग ख्रिस आणि स्यू यांच्या यशाबद्दल सर्वांनी हातातील ग्लास उंचावून त्यांचं अभिनंदन केलं.

"माझे गुप्तहेर मला असं सांगतायत," चेअरमन म्हणाले, "की येत्या वर्षात तुम्ही आपल्या रोटरी क्लबचे अध्यक्ष होणार आहात म्हणे!"

"ते प्रत्यक्षात यायला अजून बराच अवकाश आहे," ख्रिस म्हणाला, "पण त्याआधी स्यू मदर्स युनियनच्या विभागीय कमिटीवर नक्की निवडून येईल आणि पुढे एखाद्या दिवशी ती युनियनची राष्ट्रीय पातळीवरची अध्यक्ष झाली, तरीही आश्चर्य वाटायला नको." त्याच्या आवाजातून स्यूविषयीचा अभिमान स्पष्ट जाणवत होता.

"मग... आता पुढे काय करायचं ठरवलंय तुम्ही?" चेअरमन म्हणाले.

"महिन्याची सुट्टी काढून पोर्तुगालला जाणार आहोत," ख्रिस म्हणाला, "गेली पाच वर्षं या गावचा समुद्रकिनारा सोडून कुठे गेलो नाही आम्ही. फिश आणि चिप्स सोडून दुसरं काही खाल्लं नाही. आता एवढी तरी मजा करण्याचा आम्हाला नक्की हक्क आहे."

पण त्यांचा हा बेत सफल व्हायचा नव्हता. का ते त्यांना घरी गेल्यावर कळलं. दोघे घरी पोचले तेव्हा लंडनच्या हेड क्वार्टरकडून पत्र येऊन पडलं होतं.

पोस्ट ऑफिस प्रधान कार्यालय,
148 ओल्ड स्ट्रीट, लंडन ECIV 9 HQ.

माननीय मिस्टर व मिसेस हास्किन्स,

आम्ही आमच्या अखत्यारीत असलेल्या मालमत्तेची पाहणी करण्याचे काम सुरू केले असून, त्यातून हाती आलेल्या निष्कर्षांनुसार सध्या अस्तित्वात असलेल्या पोस्ट ऑफिसेसची नवीन वर्गवारी करण्यात येत आहे.

आम्ही या पत्राद्वारे तुम्हाला असे निवेदन करू इच्छितो, की क्लीथोर्प्स या विभागात 'अ' दर्जाच्या दोन पोस्ट ऑफिसेसची गरज नाही. हायस्ट्रीटवर नव्याने उघडण्यात आलेल्या पोस्ट ऑफिसचा 'अ' दर्जा येथून पुढे कायम ठेवण्याचा निर्णय बोर्डाच्या सदस्यांनी घेतला असून, व्हिक्टोरिया क्रेसेंटवरील पोस्ट ऑफिसला 'ब' दर्जाचे पोस्ट ऑफिस म्हणून घोषित करण्यात येत आहे. त्यानुसार तुम्हाला तुमच्या व्यवस्थापनात काही पर्याप्त बदल करावे लागतील. तुमच्या सुविधेसाठी आम्ही असा निर्णय घेतला आहे, की या पुनर्रचनेची अंमलबजावणी नवीन वर्षात केली जाईल.

येथून पुढे तुमच्याकडून पूर्वीसारख्याच सहकार्याची अपेक्षा आहे.

आपली विश्वासू

फायनान्स डायरेक्टर

"यातून मला जे समजलंय, ते बरोबर आहे का?" स्यूने दोन वेळा पत्र वाचल्यानंतर विचारलं.

"अगदी साध्या शब्दात सांगायचं झालं ना," ख्रिस म्हणाला, "तर आपण सुरुवातीला जी दोन लाख पन्नास हजार पौंडांची भांडवली गुंतवणूक यात केली, ती परत मिळवणं आपल्याला आता कधीच शक्य नाही. अगदी आयुष्यभर इथे कष्ट उपसत राहिलो तरी."

"मग आता आपल्याला हे पोस्ट ऑफिस विकून टाकलं पाहिजे."

"ते खरं, पण आता त्याला एवढी किंमत मोजायला कोण तयार होणार?" ख्रिस म्हणाला, "त्याला आता 'अ' दर्जा उरला नाही, हे लवकरच सर्वांना कळेलच ना."

"एकदा आपण सगळं कर्ज फेडलं की त्या पोस्ट ऑफिसची किंमत दहा लाख पौंड होईल, असं तो ब्रिटानिया कंपनीचा मॅनेजर नव्हता का म्हणाला?"

"अग... पण त्यासाठी त्याची वार्षिक उलाढाल, पाच लाख पौंडांची हवी आणि दरसाल ऐंशी हजार पौंड नफासुद्धा व्हायला हवा." ख्रिस म्हणाला.

"आपण कायदेविषयक सल्ला घेऊ या."

ख्रिस जरा नाराजीनेच त्या गोष्टीला तयार झाला. परंतु आपल्या वकिलाचं त्यावर काय म्हणणं असणार आहे, याची त्याला पूर्ण कल्पना होती. तसंच झालं. 'कायदा तुमच्या बाजूने नसल्यामुळे तुम्ही पोस्ट ऑफिसवर खटला करूनही त्यातून काहीही निष्पन्न होणार नाही.' असाच सल्ला त्यानेही दिला. तो असंही म्हणाला, "कदाचित तुमचा नैतिक विजय होईलही, पण त्याने काही तुमच्या बँक बॅलन्समधे भर पडणार नाही."

ख्रिस आणि स्यू यांनी नंतर आणखी एक निर्णय घेतला. तो म्हणजे, आपल्याला आपलं पोस्ट ऑफिस विकायचं आहे, असं त्यांनी चार लोकांच्या कानावर घातलं. परत एकदा ख्रिसचा अंदाज बरोबर ठरला. अवघ्या तीन लोकांनी त्यांची प्रॉपर्टी कशी आहे, ते बघण्याचे कष्ट घेतले. ते पोस्ट ऑफिस आता 'अ' श्रेणीचं राहिलेलं नाही, हे समजल्यानंतर कोणीही परत आलं नाही.

"एक गोष्ट तर मी पैजेवर सांगायला तयार आहे," स्यू म्हणाली, "आपण पोस्ट ऑफिस खरेदी केलं, की लगेच त्याची 'अ' श्रेणी काढून घ्यायची, असं तिथल्या अधिकाऱ्यांचं आधीपासूनच ठरलेलं होतं. फक्त त्यांनी ते आधी आपल्या कानावर घालायचे कष्ट घेतले नाहीत, इतकंच."

"तुझं म्हणणं खरं असेलही," ख्रिस म्हणाला, "पण एक गोष्ट मात्र नक्की, त्यांनी या गोष्टीचा काहीही लेखी पुरावा ठेवलेला नसणार, त्यामुळे आपल्याला त्यातलं काहीही सिद्ध करता येणार नाही."

"पण आपणही कसलाही लेखी पुरावा ठेवलेला नाही."

"तुला काय सुचवायचंय?" ख्रिसने विचारले.

"त्यांनी आपल्याला किती रकमेला लुबाडलं आहे?" स्यूने प्रश्न केला.

"वेल. आपण सुरुवातीला किती भांडवल घातलं होतं, असंच तू विचारत असशील तर..."

"आपली आयुष्यभराची कमाई... रक्त आटवून, घाम गाळून गेल्या तीस वर्षांत साठवलेली पुंजी, शिवाय आपलं पेन्शन..."

ख्रिस हिशोब करता करता थांबला. त्याने मान उचलून वर पाहिलं. "हे बघ... आपल्याला पुढील वर्षांमधे होणाऱ्या नफ्याचा विचार बाजूला ठेवला आणि केवळ आपल्या भांडवली गुंतवणुकीचा जरी विचार केला, तरी..."

"हो, हो, फक्त त्यांनी आपल्याला ज्या रकमेला लुबाडलं आहे, तेवढ्याचाच विचार करू या." स्यू म्हणाली.

"जर व्याजाचा विचार करायचा नाही असं ठरवलं, तर दोन लाख पन्नास हजारांहून थोडे जास्त..." ख्रिस म्हणाला.

"आणि आपण उरलेलं आयुष्यभर जरी रक्ताचं पाणी केलं, तरीसुद्धा आपण

घातलेलं हे भांडवल वसूल होण्याची काहीच शक्यता नाही ना?''

''असं म्हटलं तरी चालेल.''

''जर तसं असेल, तर एक जानेवारीला निवृत्त होण्याचं माझं पक्कं ठरलं, असं समज.''

''आणि उरलेलं आयुष्य कशावर जगायचं ठरवलं आहेस तू?'' ख्रिसने विचारलं.

''आपण सुरुवातीला केलेल्या भांडवली गुंतवणुकीवर.''

''आणि ते कसं करण्याचा बेत आहे तुझा?''

''आपल्या आजपर्यंतच्या धुतल्या तांदळासारख्या चारित्र्याच्या जोरावर...''

●●●

शेवट

दुसऱ्या दिवशी सकाळी ख्रिस आणि स्यू दोघंही लवकर उठले. एक जानेवारी रोजी निवृत्त व्हायचा बेत सफल होण्यासाठी येत्या तीन महिन्यांत पुरेसं भांडवल जमा करणं गरजेचं होतं. स्यूने एक योजना आखली होती. ती यशस्वी होण्यासाठी अत्यंत काटेकोरपणे सर्व तयारी करणं आवश्यक होतं. स्यूने ख्रिसला याची नीट कल्पना देऊन ठेवली होती. त्याची या गोष्टीला काही हरकत नव्हती. नोव्हेंबर महिन्यातील दुसरा शुक्रवार उजाडण्याचीच आता वाट होती. त्या दिवशी त्यांच्या पुढ्यात एक 'सहा आठवड्यांची सुवर्णसंधी' चालून येणार होती. (हे ख्रिसच्या तोंडचे शब्द होते) लंडनमधे बसलेल्या अधिकाऱ्यांना नक्की काय घडलंय, हे कळायला सहा आठवडे लागणार होते. पण तत्पूर्वी काही पूर्वतयारी करण्याची गरज होती. पोस्ट ऑफिसने लुबाडलेले आपले पैसे एकदा परत मिळवल्यानंतर कसं निसटायचं, ते नीट ठरवायला हवं होतं. आपण आता लवकरच जे काही करणार आहोत, ती चोरी आहे, असं ख्रिस आणि स्यू या दोघांनाही वाटत नव्हतं.

स्यूने युरोपचा नकाशा उघडून समोर पसरला. त्यानंतरचे कित्येक दिवस ते विविध मार्गांविषयी चर्चा करत होते. अखेर दोघांचं एकमत झालं. पोर्तुगालला जाऊन स्थायिक व्हायचं आणि उर्वरित आयुष्य तिथेच घालवायचं, हे तर पक्कं झालं. त्यांनी आत्तापर्यंत अलग्रेव्हला इतके वेळा भेटी दिल्या, प्रत्येक वेळी परत येताना अल्बुफेराला एक भेट द्यायला ते विसरले नाहीत. पुरेशा पैशांअभावी जिथून आपला हनिमून अर्ध्यात सोडून त्यांना परत यावं लागलं होतं, तेच हे ठिकाण. त्यानंतर किमान वीस-पंचवीस

वेळा तरी त्यांनी या गावाला भेट दिली होती. इतकंच नव्हे, तर आपल्याला आयुष्यात कधी लॉटरी लागलीच, तर निवृत्त होऊन इथेच येऊन राहायचं, असं त्यांचं स्वप्न होतं.

दुसऱ्या दिवशी सकाळी स्यूने बाजारात जाऊन एक कॅसेट विकत घेतली– 'पोर्तुगीज शिका.' रोज सकाळी नाश्त्याच्या वेळी आणि संध्याकाळी परत एकदा तासभर दोघंही ती कॅसेट ऐकत. बोलण्याचा सराव करत. गेल्या काही वर्षांमधे ही भाषा दोघांनीही बऱ्यापैकी आत्मसात केलेली होती. ते अगदी सराईतपणे बोलू शकत नसले, तरी फारसं न अडखळता बोलू लागले होते. थोड्याच दिवसांत त्यांनी कॅसेटचा पुढचा भाग विकत आणला.

एक दिवस सकाळी दाढी करता करता ख्रिस आपल्या पत्नीला म्हणाला, "अग, आपल्याला आपले स्वत:चे पासपोर्ट वापरता येणार नाहीत! आपल्याला आपली नावं बदलून दुसरी नावं धारण करावी लागतील. नाहीतर अधिकाऱ्यांना आपला संशय येईल."

"मी त्याविषयी आधीच विचार करून ठेवलाय." स्यू म्हणाली, "त्यासाठी आपण या पोस्ट ऑफिसात काम करतोय, ह्या गोष्टीचा फायदा करून घ्यावा लागेल आपल्याला."

ख्रिस दाढी करता करता थांबला. त्याने आपल्या पत्नीचं म्हणणं लक्षपूर्वक ऐकलं.

"एक गोष्ट विसरू नको ख्रिस. आपल्या गिऱ्हाइकांना जेव्हा नवे पासपोर्ट बनवायचे असतात, तेव्हा त्यांना लागणारे सगळे फॉर्म्स आपणच तर पुरवतो."

त्यानंतर ख्रिसनं स्यूचं सगळं बोलणं अगदी नीट ऐकलं. खोटी नावं धारण करून हा देश सोडून जाण्याची तिने बनवलेली योजना तिने त्याला समजावून सांगितली.

ख्रिस खूष झाला. हातातील रेझर खाली ठेवत तो म्हणाला, "तर मग मला आता दाढी वाढवली पाहिजे."

गेल्या काही वर्षांत नियमितपणे पोस्ट ऑफिसात येणाऱ्या अनेक गिऱ्हाइकांशी ख्रिस आणि स्यू यांची मैत्री झाली होती. मग त्या दोघांनी दोन कागद घेतले आणि आपल्याला आठवतील त्या सर्व ओळखीच्या लोकांची नावं लिहून काढली. त्यांच्या कामासाठी स्यूला काही विशिष्ट लोकांची गरज होती. तशा वर्णनाला साजेसे त्यांना एकूण तेरा उमेदवार सापडले. सगळे पुरुष होते. त्याशिवाय अकरा बायकाही सापडल्या. त्यानंतर त्या सर्व व्यक्तींपैकी कोणीही कधीही पोस्ट ऑफिसमधे कामासाठी आले की ख्रिस किंवा स्यू मुद्दामच त्यांच्याशी गप्पा मारत. गप्पा मारत असताना आपल्याला हवी असलेली माहिती मिळवणं, हा एकमेव उद्देश असे.

"काय मग मिसेस ब्युअर, ख्रिसमसच्या सुट्टीत कुठे जाणार की नाही?"

"नाही, मिसेस हास्किन्स, या वर्षी मुलगा आणि सून ख्रिसमस ईव्हला आमच्याकडे येणार आहेत, नवी नात झाली आहे ना आम्हाला!"

"अरे वा! छानच मिसेस ब्युअर. आम्ही दोघांनी यावर्षी ख्रिसमसला स्टेट्सला जायचं ठरवलंय."

"काय सांगताय? अमेरिकेला? मी तर अजून एकदाही परदेशात गेलेली नाही. अमेरिका तर लांबच!"

मिसेस ब्युअरबरोबर या खेपेला हे एवढंच संभाषण होतं. आता पुढचे प्रश्न ती परत पोस्टात काही कामासाठी आली की मगच.

सप्टेंबर महिन्याच्या अखेरीला स्यूकडे मिसेस ब्युअरसारखी आणखी सात नावं जमा झाली होती. एकूण चार बायका आणि तीन पुरुष. सर्वजण एक्कावन ते सत्तावन अशा वयोगटातील होते. त्या सर्वच्या सर्व व्यक्तींमधे एक गोष्ट सारखी होती– त्यांच्यापैकी कोणीही एकदाही परदेश प्रवास केलेला नव्हता.

हास्किन्स पती-पत्नींपुढची आणखी एक समस्या म्हणजे जन्माचा दाखला मिळवण्यासाठी भरावा लागणारा तपशील माहीत असण्याची गरज होती. म्हणजे पुन्हा त्या लोकांना आणखी प्रश्न विचारायला हवे. त्यांनी परत त्या लोकांशी गप्पा मारण्याचं सत्र सुरू केलं. एखाद्या व्यक्तीला पुसटसा जरी संशय येतोय असं वाटलं, तरी ख्रिस आणि स्यू तात्काळ विषय बदलत. ऑक्टोबर महिना उजाडला, आता त्यांच्याकडे चार नावं जमा होती. या चारही लोकांनी भोळेपणाने आपली जन्मतारीख, जन्मस्थळ, वडिलांचं नाव आणि आईचं माहेरचं नाव अशी सर्व माहिती त्यांना पुरवली होती.

यानंतर हास्किन्स पती-पत्नी सेंट पीटर्स अॅव्हेन्यूवर असलेल्या बूट्स या केमिस्टच्या दुकानात गेले. तेथे असलेल्या छोट्याशा ऑटोमॅटिक फोटो बूथमधून त्यांनी दोघांनी स्वत:चे पुष्कळ फोटो काढून घेतले. परत आल्यावर स्यू त्या चारही माणसांच्या नावे पासपोर्ट काढण्यासाठी फॉर्म्स भरायला बसली. त्या बिचाऱ्या माणसांना याची काहीही कल्पना नव्हती. तिने सर्व बारीकसारीक तपशील नीट भरले आणि फोटोच्या जागी स्वत:चे आणि ख्रिसचे फोटो चिकटवले. त्यानंतर तिने बेचाळीस पौंडांची एक पोस्टल ऑर्डरसुद्धा बनवली व पोस्टमास्तरांकडे, म्हणजेच ख्रिसकडे सही-शिक्क्यासाठी दिली. ख्रिसने आनंदाने त्यावर पोस्टमास्तर म्हणून स्वत:ची खरीखुरी सही केली आणि शिक्कासुद्धा खराखुरा उठवला.

ऑक्टोबर महिन्याच्या शेवटच्या आठवड्यात सोमवार, गुरुवार, शुक्रवार आणि शनिवार रोजी लंडनच्या पासपोर्ट ऑफिसच्या पत्त्यावर चार पासपोर्ट अॅप्लिकेशन फॉर्म्स रवाना झाले.

बुधवार, अकरा नोव्हेंबर रोजी व्हिक्टोरिया क्रेसेंटच्या पोस्ट ऑफिसात मि. रेग

ॲपयार्ड या नावाने पहिला पासपोर्ट आला. त्यानंतर दोनच दिवसांत दुसरा पासपोर्ट आला मिसेस ऑड्री रॅम्सबॉटम यांच्या नावे. त्याच्या दुसऱ्या दिवशी मिसेस बेटी ब्युअर यांच्या नावचा पासपोर्ट येऊन दाखल झाला व त्यानंतर एक आठवड्याने मि. स्टॅन गेरार्ड यांच्या नावचा पासपोर्ट आला.

स्यूने तिच्या मनातील योजना ख्रिसला समजावून सांगितली होती. त्यांच्यापाशी आता बनावट पासपोर्टचे दोन संच झाले होते. त्यापैकी पहिला संच घेऊन देशाबाहेर पडायचं व मजल दरमजल करत अल्बुफेराला जाऊन स्थायिक व्हायचं. त्यानंतर मात्र तो संच नाहीसा करायचा आणि नवीन संच वापरायला काढायचा. त्या संचातील नावं धारण करून राहायचं.

ख्रिस आणि स्यू फावला वेळ मिळताच एकमेकांशी आता पोर्तुगीजमधेच बोलू लागले होते. कोणी ओळखीचं गिऱ्हाईक येताच आपण नाताळच्या सुट्टीत अमेरिकेला जाणार असल्याचं ते आवर्जून सांगत असत. त्यांच्यापैकी कुणी जास्त चौकशी केलीच, तर आपण एक आठवडा सॅन फ्रान्सिस्कोमधे घालवणार असून नंतर सिॲटलला जाणार असल्याचं ते सांगत.

नोव्हेंबरचा दुसरा आठवडा उजाडला. आता त्यांच्या 'ऑपरेशन मनीबॅक गॅरेंटीड'साठी लागणारी सर्व पूर्वतयारी झाली होती.

शुक्रवारी सकाळी नऊ वाजता स्यूने दर आठवड्याप्रमाणे लंडनच्या मुख्य कार्यालयाला फोन लावला. त्यांच्या फायनान्स डिपार्टमेंटशी बोलण्याआधी स्यूला तिचा स्वत:चा गुप्त कोडनंबर डायल करण्यास सांगण्यात आलं. हीपण गोष्ट खरं तर नित्याचीच होती. पण आज मात्र स्यूला स्वत:च्या हृदयाची धडधड ऐकू येत होती. आता क्रेडिट ऑफिसर तिच्याशी बोलला. त्याने आधी तिला परत तो गुप्त कोडनंबर विचारला. पुढील आठवड्यासाठी आपल्याला मुख्य कार्यालयाकडून किती रोख रक्कम लागणार आहे, ते तिने त्याला सांगितलं. पोस्टाच्या सेव्हिंग्ज अकाउंटमधून लोकांनी पैसे काढायचे ठरवले, पेन्शनरांनी आपलं पेन्शन घेतलं किंवा कुणी आपल्या जवळच्या पोस्टल ऑर्डर्स वटवल्या तर त्या सर्व गोष्टींना पुरेशी होईल, एवढी ती रक्कम होती. प्रत्येक महिन्याच्या शेवटी मुख्य कार्यालयातील अकाउंटंट जातीने प्रत्येक पोस्ट ऑफिसचे हिशेब काटेकोरपणे तपासत असे. हे जरी खरं असलं, तरी ख्रिसमसच्या सुमाराला एकंदरच सगळा कारभार ढिला असे. ख्रिसमस संपल्यानंतरचं ऑडिट एकदम जानेवारीतच होऊन सारे हिशोब व्यवस्थित करण्यात येत असत. पण ख्रिस किंवा स्यू जानेवारीत कुठे इथे असणार होते? गेल्या सहा वर्षांमधे स्यूच्या हिशोबात एकदाही गडबड झालेली नव्हती... तिचा ताळेबंद नेहमीच अगदी चोख जुळत असे. खरं तर तिच्या हिशेबाच्या वह्या म्हणजे व्यवस्थितपणाचा, काटेकोरपणाचा

उत्कृष्ट नमुनाच मानण्यात येत असे.

स्यूने गेल्या वर्षीच्या हिशेबाच्या वह्या उघडल्या. गेल्या वर्षी साधारण याच सुमाराला आपण मुख्य कार्यालयाकडून किती उचल केली होती, ते तिने पाहिलं. चाळीस हजार पौंडांची उचल तिने केली होती. म्हणजे स्यूला आत्ता जेवढ्या रकमेची गरज होती, त्याहून आठशे पौंड जास्तच! या वर्षी मात्र स्यूने साठ हजार पौंडांची मागणी केली. क्रेडिट ऑफिसर त्यावर काय बोलतो, ते ती कान देऊन ऐकू लागली. पण त्याचा आवाज आश्चर्यचकित झाल्यासारखाही येत नव्हता आणि काळजीत पडल्यासारखाही. त्यानंतरच्या सोमवारी एक व्हॅन बंदोबस्तात येऊन ते पैसे स्यूच्या हवाली करून गेली.

नंतरच्या आठवड्यात ख्रिस आणि स्यूने त्यांच्या सर्व जबाबदाऱ्या अगदी व्यवस्थित पार पाडल्या, पोस्टात आलेल्या ग्राहकांची कामं वेळच्या वेळी आटपली. आपल्या नियमित ग्राहकांचं काहीही नुकसान करण्याची त्यांची अजिबात इच्छा नव्हती. पण तरीही पहिल्या आठवड्याच्या शेवटी त्यांच्याकडे एकवीस हजार पौंड शिलकीत पडले होते. ती सर्व रक्कम वापरलेल्या जुन्या नोटांच्या स्वरूपात तशीच्या तशी त्यांनी व्यवस्थितपणे तिजोरीत ठेवून दिली. न जाणो, एखाद्या कडक तपासनिसाने अचानक येऊन तपासणी केली तर!

संध्याकाळचे सहा वाजले की पोस्ट बंद करण्याची वेळ होई. मग सगळी दारं-खिडक्या नीट बंद केल्यानंतर ख्रिस आणि स्यू एकमेकांशी पोर्तुगीजमधेच संभाषण करीत. उरलेली संध्याकाळ ते दोघं पोस्टल ऑर्डर्सचे फॉर्म्स भरणं, वेगवेगळी स्क्रॅच कार्ड्स खोडणं आणि लॉटरीचे नंबर्स नोंदवून ठेवणं अशी कामं करत. कधी कधी अतिश्रमाने दोघांना तिथेच झोप लागून जाई.

ख्रिस रोज पहाटे लवकर उठून आपल्या जुन्यापुराण्या गाडीत बसून स्टॅंप्सला बरोबर घेऊन बाहेर पडे, तो उत्तर, दक्षिण, पूर्व, पश्चिम अशा वेगवेगळ्या दिशांना वेगवेगळ्या ठिकाणांना भेटी द्यायला जाई. सोमवारी लिंकोलन तर मंगळवारी ल्यूथ, बुधवारी स्केग्नेस तर गुरुवारी हल आणि शुक्रवारी इमिंग हॅम. या ठिकाणी जाऊन तो पोस्टल ऑर्डर्स वटवून रोख पैसे मिळवत असे. तसंच वेळोवेळी विकत घेतलेल्या स्क्रॅच कार्डांमधून आणि लॉटरीच्या तिकिटांमधून जी काही कमाई होई, तीही खिशात घालत असे. त्या दोघांनी जी पुंजी साठवण्यास सुरुवात केली होती, त्यात शंभर दीडशे पौंडांची तेवढीच भर पडत असे.

नोव्हेंबर महिन्याच्या शेवटच्या शुक्रवारी स्यूने हेड पोस्ट ऑफिसकडे सत्तर हजार पौंडांची मागणी केली, त्यामुळे नंतरच्या शनिवारी त्यांच्या गंगाजळीत बत्तीस हजार पौंड रोख रकमेची भर पडली.

डिसेंबर महिन्यातील पहिल्या शुक्रवारी स्यूने ऐंशी हजार पौंडांची मागणी करण्याचं

धाडस केलं. पण नवल असं, की अजूनही हेडऑफिसने त्याबद्दल काहीही चौकशी केली नाही. किती झालं तरी स्यू हास्किन्स गेल्या वर्षीच्या 'मॅनेजर ऑफ द इयर' पुरस्काराची मानकरी नव्हती का? सोमवारी सकाळी सिक्युरिटी व्हॅन रोख रक्कम पोचती करून गेली.

पुढच्याच आठवड्यात स्यूने आपल्या पुंजीत आणखी एकोणचाळीस हजार पौंड जमा केले. डाव रंगत चालला होता. स्यूला तिची पानं उघडी करून दाखवण्यास अजून तरी कोणी सांगितलं नव्हतं. आता त्यांच्याकडे एक लाख पौंडांच्या वर रक्कम जमा झाली होती. तिजोरीत वापरलेल्या जुन्या नोटांचे नीटनेटके गठ्ठे रचून ठेवलेले होते. त्यांच्या खाली तिजोरीच्या चोरकप्प्यात चार बनावट पासपोर्ट दडवून ठेवण्यात आले होते.

ख्रिसने रात्रभर जागून अक्षरश: ढीगभर पोस्टल ऑर्डर्सवर सह्या केल्या होत्या. शेकडो कार्ड्‌स स्क्रॅच केली होती आणि लॉटरी तिकिटाच्या नंबरांची नानाविध कॉंबिनेशन्स भरून पाठविली होती. हे करताना त्याला रात्रभर उसंत नव्हती. हा कार्यक्रम आता नित्याचाच झाला होता. रोज रात्री त्याचे हे उद्योग चालत, तर दिवसा पन्नास मैलांच्या परिघातील प्रत्येक पोस्ट ऑफिस तो पालथं घालत असे. पोस्टल ऑर्डर्स वटवून पैसे गंगाजळीत टाकत असे. ही इतकी अविश्रांत मेहनत करूनसुद्धा हास्किन्स पतीपत्नींनी केलेल्या मूळ भांडवली गुंतवणुकीच्या, म्हणजे दोन लाख पन्नास हजार पौंडाच्या निम्मी रक्कमही अजून जमा जमा झालेली नव्हती.

ख्रिसमस ईव्हच्या आत उरलेली रक्कम जमा करायची झाली, तर त्यांना आत्तापेक्षाही बराच मोठा धोका पत्करावा लागणार होता. स्यूने ख्रिसला तशी कल्पना देऊन ठेवलीच होती.

डिसेंबर महिन्याच्या दुसऱ्या शुक्रवारी स्यूने प्रधान कार्यालयातील मॅनेजरला फोन करून एक लाख पन्नास हजार पौंडांची मागणी केली.

"काय... ख्रिसमसची गडबड दिसते आहे तुमची!" फोनवरून आवाज आला. आत्ता पहिल्यांदा याच्या आवाजातून जरासा संशय डोकावतोय. स्यूच्या मनात आलं. पण असं काही घडलंच, तर काय बोलायचं, याचं उत्तर तिच्या मनात घोकून तयारच होतं.

"होय ना... अहो अनेक लोक ब्रिटनमधल्या इतर कोणत्यही गावापेक्षा निवृत्त झाल्यावर आमच्या क्लीथोर्प्सलाच येऊन राहणं पसंत करतात."

"रोज काही ना काहीतरी नवं शिकायला मिळतं," फोनवरील आवाज म्हणाला, "पण काळजी करू नका. सोमवारी तुमच्या हातात रक्कम पडेल. असंच चांगलं काम चालू ठेवा."

"नक्की ठेवीन," स्यू म्हणाली, या संभाषणानंतर तिची धिटाई चांगलीच वाढली

होती. ख्रिसमसपूर्वीच्या आठवड्यात तिने परत एक लाख चाळीस हजार पौंडांची मागणी केली. तिला एक गोष्ट माहीत होती– एक लाख पन्नास हजार पौंडांच्या वरच्या रकमेबाबात लंडनच्या मुख्यालयाकडे चौकशी होत असे.

ख्रिसमस ईव्हच्या दिवशी सायंकाळी सहा वाजता स्यूने आपल्या पोस्ट ऑफिसची खिडक्या-दारं लावली, तेव्हा दोघंही अगदी थकून गेले होते.

पण स्यू लगेच सावध झाली. ''हे बघ, आपल्याला एक क्षणही व्यर्थ दवडून चालणार नाही.'' आपल्या पतीशी बोलताबोलता ती दिवसेंदिवस ओसंडून वाहू लागलेल्या तिजोरीकडे चालत गेली. तिने कोड नंबरची बटणं दाबून तिजोरी उघडली आणि त्यातून सगळीच्या सगळी रक्कम बाहेर काढली. तिने नोटांची बंडलं काऊंटरवर व्यवस्थित मांडली– पन्नास, वीस, दहा आणि पाच. आणि मग दोघंही आपली लूट मोजायला बसले.

ख्रिसने ताळेबंद मांडला, एकंदर दोन लाख सदुसष्ट हजार तीनशे पौंड होते. त्यांनी सतरा हजार तीनशे पौंड तिजोरीत परत ठेवले आणि कुलूप लावलं. यातून लबाडी करून नफा कमावण्याचा त्यांचा मुळीच इरादा नव्हता. ती तर शुद्ध चोरी झाली असती. स्यूने प्रत्येक नोटेच्या बंडलाला रबरबँड लावून ती बंडलं ख्रिसच्या जुन्या रॉयल एअरफोर्सच्या बॅगेत भरली. आठच्या सुमाराला तो बाहेरच्या दाराने हळूच बाहेर पडला. त्यांच्या त्या रोव्हर गाडीच्या मागच्या डिकीत त्याने ती बॅग ठेवली. त्या दिवशी सकाळी स्यूने आणखी चार सूटकेसेस व्यवस्थित भरून त्यात आणून ठेवलेल्या होत्या. ख्रिसने गाडी सुरू केली. स्यू त्याच्या शेजारी येऊन बसली.

''आपण एक गोष्ट विसरलोच...'' असं म्हणून ती परत गाडीतून उतरली.

''स्टँप्स,'' दोघंही एकदमच म्हणाले, ख्रिसने गाडीचं इंजिन बंद केलं आणि तोही उतरला. दोघं पोस्ट ऑफिसकडे परत गेले. ख्रिसने कोड नंबरची बटणं दाबून अलार्म बंद केला आणि मागचं दार उघडलं. दोघंही आत शिरून आपला कुत्रा स्टँप्स याचा शोध घेऊ लागले. तो स्वयंपाकघरात आपल्या टोपलीच्या उबेत गाढ झोपून गेला होता. त्याची उठून कारमधे येऊन बसण्याची खरंतर अजिबात इच्छा नव्हती... 'अरे! आज ख्रिसमस ईव्ह आहे. या माणसांना कळत कसं नाही?'

ख्रिसने परत एकदा अलार्म लावला आणि दारं बंद केली.

आठ वाजून एकोणीस मिनिटांनी मिस्टर आणि मिसेस हास्किन्स केंटमधील ॲशफोर्डच्या दिशेने रवाना झाले. आपली अनुपस्थिती कोणाच्याही लक्षात येण्यापूर्वी किमान चार दिवस जावे लागतील, असा स्यूचा अंदाज होता. ख्रिसमसचा दिवस, बॉक्सिंग डे, रविवार आणि सोमवार (बँक हॉलीडे!) म्हणजेच तिच्या हिशोबानुसार मंगळवारी सकाळी ते जेव्हा अल ग्रेव्हमधे घरांची पाहणी करत असणार होते, तेव्हा

इकडे त्यांची अनुपस्थिती लोकांच्या नजरेस येणार होती.

केंटपर्यंतचा प्रवास तसा लांबलचक होता. संपूर्ण प्रवासात दोघंही एकमेकांशी काहीही बोलले नाहीत. अगदी पोर्तुगीजमधेसुद्धा नाही. आपण खरोखर सगळं ठरवल्याप्रमाणे पार पाडलं, यावर स्यूचा स्वत:चाच विश्वास बसत नव्हता. आपल्याला सगळी बनवाबनवी खरोखर जमली, याचंच ख्रिसला आश्चर्य वाटत होतं.

"अजून सगळं काही पार पडलेलं नाही हं," स्यू म्हणाली, "आपण अल्बुफेराला पोचेपर्यंत नाही. आणि मि. ॲपलयार्ड, आपली नावं आता बदललेली आहेत, हे लक्षात असू दे."

"इतक्या वर्षांनंतर आपण दोघांनी अनैतिकपणे एकत्र राहायचं मिसेस ब्युअर?"

...मध्यरात्र उलटून गेली होती. ख्रिसने आपल्या मुलीच्या घराबाहेर गाडी उभी केली. ट्रेसीने बाहेरचा दरवाजा उघडून आपल्या आईचं स्वागत केलं. ख्रिसने गाडीची डिकी उघडून त्यातील एक सूटकेस आणि नोटांची थैली बाहेर काढून घेतली. आपले आईवडील किती थकलेले दिसतायत. ट्रेसीच्या मनात आलं... आपण गेल्या उन्हाळ्यात दोघांना भेटलो होतो. तेव्हापेक्षा किती म्हातारे दिसायला लागले आहेत दोघंही... कदाचित इतक्या दूरचा प्रवास करून आल्यामुळे असेल! ट्रेसी त्यांना घेऊन स्वयंपाकघरात आली. दोघांना तिथे बसवून तिने चहा केला. दोघंही फारसे बोलले नाहीत. अखेर ट्रेसी त्यांना हाताला धरून गेस्ट बेडरूमकडे घेऊन गेली. तिच्या वडिलांनी मात्र हातात गच्च पकडून धरलेल्या जुनाट थैलीला हातही लावू दिला नाही तिला.

स्यूला झोप लागत नव्हती. बाहेर रस्त्यावरून एखादी कार गेल्याचा आवाज आला, की ती दचकून जागी होई. ती पोलिसांची गाडी आहे की काय... असा विचार तिच्या मनात चमकून जाई. अचानक दाराची घंटी वाजेल... कुणीतरी धाडधाड जिना चढून येईल.. आणि आपल्याला अटक करून जवळच्या पोलीस चौकीत घेऊन जाईल... अशी भीती ख्रिसच्या मनात घोळत होती.

रात्र अशीच झोपेविना तळमळत गेली. दोघंही सकाळी उठून ट्रेसीबरोबर नाश्ता करण्यासाठी स्वयंपाकघरात हजर झाले.

"हॅपी ख्रिसमस." ट्रेसी म्हणाली. तिने आपल्या आईवडिलांच्या गालांचं चुंबन घेतलं, पण दोघंही एक अक्षरही बोलले नाहीत... आज ख्रिसमस आहे हे विसरले की काय दोघंही?... ट्रेसीने सुरेख रंगीत वेष्टनात गुंडाळलेले दोन बॉक्स टेबलावर ठेवले. दोघांचे चेहरे बघण्यासारखे झाले. त्यांनी आपल्या मुलीसाठी काहीच आणलं नव्हतं. त्यांनी झटकन पैसे काढून तिच्या हातावर ठेवले. गेल्या कित्येक वर्षांत असं कधीच घडलं नव्हतं. ख्रिसमसच्या आधीची प्रचंड धावपळ आणि सुट्टीसाठी अमेरिकेला जाण्याची हुरहूर, उत्सुकता... या सर्वांचा एकत्रित परिणाम म्हणूनच हे घडलं असावं,

अशी ट्रेसीनं मनाची समजूत घातली.

बॉक्सिंग डे त्यामानाने बरा गेला. स्यू आणि ख्रिस आता आधीइतके अवघडलेले वाटत नव्हते. मजेत होते. पण दोघंही काही न बोलता बसून राहात. दुपारचं जेवण आटपलं. ''तुम्ही दोघं स्टॅम्प्सला मोकळ्या हवेत फिरवून का नाही आणत?'' ट्रेसीने सुचवलं. दोघं त्याप्रमाणे निघाले. पण वाटेतसुद्धा दोघांपैकी एकजण एखादा शब्द बोले... दुसरा त्यावर मोजकंच उत्तर देई... आणि मग परत शांतता.

रविवारी सकाळी उठल्यावर आपले आईवडील बरेच तरतरीत झाले आहेत, असं ट्रेसीला वाटलं. दोघं उत्साहाने अमेरिकेबद्दल बोलत होते. पण दोन गोष्टींनी मात्र तिला बुचकळ्यात टाकलं होतं. आज सकाळी हातात ती जुनीपुराणी बॅग घट्ट पकडून, स्टॅम्प्सला बरोबर घेऊन दोघं जिना उतरून जेव्हा खाली येत होते, तेव्हा ते एकमेकांशी पोर्तुगीजमधे बोलत होते. शिवाय स्टॅम्प्सला अमेरिकेला घेऊन जाण्याचं कारणच काय होतं? तिनं स्टॅम्प्सला सांभाळण्याची खरं तर आपणहून तयारी दाखवली होती.

आणखी एक आश्चर्यजनक गोष्ट घडली. सकाळच्या नाश्त्यानंतर दोघंही कारमधे बसून हीथ्रो विमानतळाकडे जाण्यासाठी निघाले. निघण्यापूर्वी त्यांनी आपली सूटकेस कारच्या डिकीत ठेवण्यासाठी जेव्हा डिकी उघडली, तेव्हा डिकीत अतिशय मोठ्या आकाराच्या तीन बॅग्ज आधीपासूनच दाटीवाटीने ठेवण्यात आल्या आहेत, असं ट्रेसीच्या लक्षात आलं. केवळ दोन आठवड्यांच्या प्रवासासाठी एवढं थोरलं सामान?

ट्रेसी फुटपाथवर उभी राहून बराच वेळ हात हलवून त्यांचा निरोप घेत राहिली. बघता बघता त्यांची कार दिसेनाशी झाली. परत काहीतरी घोटाळा होता. रस्त्याच्या टोकाला पोचल्यावर कार डावीकडे वळण्याऐवजी उजवीकडे वळताना ट्रेसीने आपल्या डोळ्यांनी पाहिली– म्हणजे हिथ्रो विमानतळाच्या अगदी विरुद्ध दिशेला; पण लवकरच त्यांच्या ही चूक लक्षात येईल आणि ते उलटे फिरून योग्य रस्त्याला लागतील, अशी ट्रेसीनं स्वत:च्या मनाची समजूत घातली.

ख्रिस आणि स्यू जेव्हा मुख्य रस्त्याला मोटरवेला लागले, तेव्हा ते डोव्हरच्या दिशेने निघाले. दोघंही क्षणाक्षणाला अधिकाधिक अस्वस्थ होत होते. आता परतीचे सगळे मार्ग बंद झाले होते. एकटा स्टॅम्प्स तेवढा खुशीत होता. मागच्या खिडकीतून बाहेर बघून शेपूट जोरजोरात हालवून आपला आनंद व्यक्त करत होता.

परत एकदा मि. ॲपलयार्ड आणि मिसेस ब्युअर यांनी आपल्या बेताची उजळणी केली. एकदा गाडी डॉकयार्डला पोचली की स्यूने ताबडतोब जहाजापाशी रांग लावून उभ्या असलेल्या प्रवाशांच्या गर्दीत जाऊन रांगेत उभं राहायचं. तेवढ्यात ख्रिसने जहाजाच्या मागील भागात आपली गाडी नेऊन लावायची. त्यानंतर कॅलेच्या बंदराला जहाज लागेपर्यंत दोघांनी एकमेकांना भेटायचंसुद्धा नाही. जहाजातून ख्रिसने गाडी बाहेर काढून जमिनीवर आणल्यावरच दोघांनी एकमेकांना भेटायचं.

स्यू ठरल्याप्रमाणे रांगेत उभी राहिली. काहीशी अस्वस्थपणे. कस्टम ऑफिसरने ख्रिसचा पासपोर्ट दुसऱ्यांदा बघण्यासाठी मागितलेला तिने पाहिला आणि तिच्या हृदयाची धडधड वाढली. त्या ऑफिसरने ख्रिसला गाडीच्या बाहेर उतरून एका बाजूला उभे राहण्यास सांगितले. आपण पळतच तिथे जावं आणि काय प्रकार आहे ते जाणून घ्यावं, अशी तिला अनावर ऊर्मी झाली. पण आता तो धोका पत्करणं शक्य नव्हतं. ते आता पती-पत्नी नव्हते ना.

''गुड मॉर्निंग, मि. ॲपलयार्ड,'' कस्टम अधिकारी म्हणाला. त्याची नजर कारच्या मागच्या सीटवर बसलेल्या स्टँप्सवर खिळली होती. ''या कुत्र्याला परदेशी वगैरे नेण्याचा विचार होता की काय तुमचा?''

''हो,'' ख्रिस म्हणाला, ''आम्ही त्याला घेतल्याशिवाय कधीच कुठे जात नाही.''

आता त्या कस्टम अधिकाऱ्याने ख्रिसचा पासपोर्ट अधिकच निरखून पाहिला. ''पण कुत्र्याला बरोबर घेऊन जाण्यासाठी आवश्यक असलेली कागदपत्रं तुमच्याकडे नाहीत.''

ख्रिस घामाने निथळला. स्टँप्सचे कागदपत्र मि. हास्किन्स यांच्या पासपोर्टसोबत होते व तो पासपोर्ट क्लीथोर्प्सच्या तिजोरीत मोठ्या बंदोबस्तात होता.

''अरे बापरे! मी कागदपत्रं घरीच विसरलो वाटतं!'' ख्रिस म्हणला.

''बॅड लक, सर, पण घर फार लांब नाहीये ना तुमचं? कारण उद्या सकाळपर्यंत इथून दुसरी फेरीबोट नाहीये!''

ख्रिसने असहायपणे दूरवर उभ्या असलेल्या आपल्या पत्नीकडे कटाक्ष टाकला, आणि तो परत गाडीत चढला. गाडीच्या मागच्या सीटवर स्टँप्स गाढ झोपला होता. आपल्यामुळे हे लोक केवढ्या मोठ्या अडचणीत सापडले आहेत याची त्याला सुतराम कल्पना नव्हती. ख्रिसने कार मागे फिरवली आणि सचिंत मुद्रेने उभ्या असलेल्या स्यूपाशी तो आला. ख्रिसला जहाजात का चढू देण्यात आलेलं नाही, या विचाराने ती त्रस्त झाली होती. ख्रिसने घडलेलं सर्वकाही तिला सांगितलं. त्यावर ती म्हणाली, ''आपण क्लीथोर्प्सला पोचण्याचा धोका तर पत्करूच शकत नाही.''

''मलाही असंच वाटतं,'' ख्रिस म्हणाला, ''आपण ॲशफोर्डला परत जाऊ. एखाद्या व्हेटरनरी डॉक्टरचा दवाखाना उघडा आहे का, ते पाहू. आज बँक हॉलीडे आहे ना?''

''पण आपण हे असं काही ठरवलेलं नव्हतं,'' स्यू म्हणाली.

''खरं आहे ग,'' ख्रिस म्हणाला, ''पण स्टँप्सला मागे सोडून जायची माझी काही तयारी नाही.'' त्यावर स्यूने होकारार्थी मान हलवली.

ख्रिसने गाडी परत सुरू करून मेन रोडवर आणली व त्यांचा ॲशफोर्डच्या दिशेने प्रवास सुरू झाली. मि. आणि मिसेस हास्किन्स दुपारच्या जेवणाला आपली मुलगी

ट्रेसी हिच्या घरी दाखल झाले. आपल्या आईवडिलांचा अजून काही काळ सहवास मिळणार हे कळल्यावर ट्रेसीला आनंद झाला. पण स्टँप्सला बरोबर घेऊन जाण्याचा हा त्यांचा हट्ट का बरं होता?... आपल्याकडे का नाही ठेवून जात त्याला? अखेर दोन आठवड्यांचा तर प्रश्न होता... ते काय कायमचे थोडेच चालले होते?

स्यू आणि ख्रिसने अजून एक दिवस आणि एक अख्खी रात्र तळमळत, अबोलपणे ॲशफोर्डमधे काढली. दोन लाख पन्नास हजार पौंड दडवलेली थैली उशाला घेऊन ख्रिस झोपला.

सोमवारी सकाळी ॲशफोर्डमधील एका व्हेटरनरी डॉक्टरने स्टँप्सला आवश्यक ती सर्व इंजेक्शनं, लशी वगैरे टोचण्याची तयारी दाखवली. ते सोपस्कार झाल्यावर त्याने तसं सर्टिफिकेट मि. ॲपलयार्ड यांच्या पासपोर्टला जोडलं. पण एव्हाना सकाळच्या फेरीबोटीची वेळ निघून गेली होती.

सोमवारी रात्री हास्किन्स पती पत्नींच्या डोळ्याला डोळा लागला नाही. पहाट झाली. रस्त्यावरचे दिवे विझले. आपण ठरवलेला बेत आता काही पार पाडता येणार नाही ही गोष्ट एव्हाना त्या दोघांच्याही लक्षात येऊन चुकली होती. रात्रभर जागून त्यांनी एक नवीन योजना बनवली होती– इंग्रजीत!

दुसऱ्या दिवशी सकाळच्या नाश्त्यानंतर ख्रिस आणि स्यू आपल्या मुलीचा निरोप घेऊन निघाले. या खेपेला ट्रेसीच्या घरातून निघाल्यावर सरळ जाऊन उजवीकडे न वळता ते डावीकडे वळले आणि सरळ क्लीथोर्प्सच्या रस्त्याला लागले. थोड्याच वेळात हीथ्रो विमानतळाकडे जाणारा मार्ग त्यांनी मागे टाकला. आता त्यांच्या मनात एक नवीन योजना तयार होती.

आपण घरी पोचलो, की लगेच आपल्या जवळचे सगळे पैसे परत तिजोरीत ठेवायचे.'' स्यू म्हणाली.

''पण पुढच्या महिन्यात पोस्ट ऑफिसचं वार्षिक ऑडिट जेव्हा होईल, तेव्हा आपण इतक्या मोठ्या रोख रकमेचं स्पष्टीकरण काय द्यायचं?'' ख्रिसने शंका काढली.

''आता आपण आणखी रकमेची मागणी करायचीच नाही आणि नेहमीसारखे गिऱ्हाइकांशी रोखीचे व्यवहार सुरूच ठेवायचे. ऑडीट करणारी माणसं अखेर जेव्हा तिजोरीतील रक्कम मोजायला बाहेर काढतील, तेव्हा त्यात फार मोठी रक्कम शिल्लकच नसेल.''

''पण आपण कित्येक पोस्टल ऑर्डर्स आधीच वटवल्या आहेत. त्याचं काय?''

''त्यासाठी पुरेशी रोकड आपल्या तिजोरीत राहील. काळजी नको करू,'' स्यू म्हणाली.

''पण ती स्क्रॅच कार्ड्स आणि लॉटरीची तिकिटं? त्यांचं काय?''

''हिशोबात जी काही तफावत निघेल, ती आपण आपल्या स्वतःच्या पैशांमधून

भरून काढू. त्यांच्या काही लक्षातसुद्धा येणार नाही.''

''बरोबर आहे तुझं.'' ख्रिस म्हणाला. त्याने सुटकेचा निःश्वास सोडला. गेल्या कितीतरी दिवसांत प्रथमच! इतक्यात त्याला पासपोर्ट्सची आठवण झाली.

''ते आपण नष्ट करून टाकू,'' स्यू म्हणाली, ''घरी पोचल्या पोचल्या लगेच!''

हास्किन्स पती-पत्नी एव्हाना लिंकनशायरची हद्द ओलांडून पुढे आले होते. त्यांच्या पोस्ट ऑफिसचा दर्जा कमी करण्यात आला होता. तरीपण आपण ते तसंच चालवायचं, अशा निर्णयाला ते आता येऊन पोचले होते. आपण नेहमीच्या इतर गोष्टींसोबत आणखी कोणकोणत्या वस्तू विक्रीसाठी ठेवायच्या, याचा विचार स्यूच्या मनात घोळत होता. कसंही करून हा धंदा पुन्हा उभा करायचा, असा ठाम निर्धार तिने केला होता.

ख्रिसने अखेर गाडी व्हिक्टोरिया क्रेसेंटकडे वळवली आणि स्यूच्या ओठांवर हसू फुटलं, पण त्याच क्षणी चमकत त्यांच्या दिशेने जोरात येणाऱ्या, उघडझाप करणाऱ्या निळ्या दिव्यांकडे तिचं लक्ष गेलं आणि ते हसू मावळलं. ख्रिसने आपली जुनाट रोव्हर गाडी जोराचा ब्रेक दाबून थांबवताच, डझनभर पोलिसांनी त्यांना वेढा घातला.

स्यूने जोरात शिवी हासडली. मदर्स युनियनच्या चेअरपर्सनच्या तोंडात असली भाषा शोभत नाही, असा विचार त्याही परिस्थितीत ख्रिसच्या मनात चमकून गेला. पण त्याच्या मनातल्या भावनाही अगदी तिच्यासारख्याच होत्या.

एकोणतीस डिसेंबरच्या सायंकाळी हास्किन्स पती-पत्नींना अटक झाली. त्यांना पोलिसांच्या गाडीतून क्लीथोर्प्सच्या मुख्य पोलीस चौकीत नेण्यात आलं. दोघांना वेगवेगळ्या कोठड्यांमध्ये डांबण्यात आलं. पोलिसांना दोघांकडूनही गुन्ह्याचा कबुलीजबाब मिळवण्यात काहीच अडचण आली नाही. दोघांनी गुन्हा लगेच कबूल केला. त्यांनी वेगवेगळ्या कोठड्यांमधे रात्र काढली. त्यांच्यावर दोन लाख पन्नास हजार पौंडांची चोरी व चार बनावट पासपोर्ट बनवणे असे दोन गुन्हे दाखल करण्यात आले.

दोघांनीही दोन्ही गुन्हे मान्य केले.

त्यानंतर चार महिने शिक्षा भोगून झाल्यावर स्यू हास्किन्स हिची मोरेटन हॉल येथील कारागृहातून सुटका झाली. अवघ्या एक वर्षानंतर ख्रिसपण सुटला.

तुरुंगात असताना ख्रिसने आणखी एक नवा धंदा सुरू करण्याची योजना बनवली. पण आता मात्र ब्रिटानिया फायनान्स कंपनीने त्यांना कर्ज देण्यात नकार दिला. मि. ट्रेमेन निवृत्त झाले होते.

हास्किन्स पती-पत्नींनी व्हिक्टोरिया क्रेसेंटवरील आपली मालमत्ता विकून टाकली. त्याचे त्यांना एक लाख पौंड मिळाले. त्यानंतर एका आठवड्याने ते आपल्या जुन्यापुराण्या रोव्हर गाडीत बसले आणि डोव्हरला रवाना झाले. अल्बुफेराच्या

समुद्रकिनाऱ्यावर चांगली जागा शोधून त्यांनी आपलं 'फिश अँड चिप्स'चं दुकान उघडलं. लवकरच येणाऱ्या प्रवाशांमधे त्याचं ते दुकान लोकप्रिय झालं व धंदा जोरात चालू लागला.

त्यांच्या या नवीन धंद्यात थोडं भांडवल गुंतवण्याचा धोका मीसुद्धा पत्करला आणि मी गुंतवलेल्या प्रत्येक पैशाचं चीज झालं. आता हे सर्व आठवलं, की मोठी गंमत वाटते. पण आपल्या निकालपत्रात जस्टिस ग्रे यांनी म्हटलंच होतं– 'हे दोघंही गुन्हेगार प्रवृत्तीचे नाहीत!'

एकच सांगायचं राहिलं– ख्रिस आणि स्यू तुरुंगवासाची शिक्षा भोगत असताना स्टॅंप्सचा मृत्यू झाला.

मेस्ट्रो

इटालियन लोकांची एक खासियत आहे. ते जरी आपल्याला हॉटेलात अदबीने जेवायला वाढत असले, तरी त्यांच्या चेहऱ्यावर लाचारीचा भाव कधी आढळणार नाही आणि फ्रेंच लोक आपल्याला जेवण वाढत असताना खुशाल आपल्या आवडत्या नेकटायवर सॉस सांडून ठेवतील. वर पुन्हा चेहऱ्यावर दिलगिरीची झलकसुद्धा दिसणार नाही त्यांच्या. एकीकडे तोंडाने आपल्या मातृभाषेतून चार शिव्या हासडून मोकळे होतील. चिनी लोक आपल्याशी एक अक्षरही बोलणार नाहीत. आणि ग्रीक...? ते तर आपल्याला चांगले तासभर तिष्ठत ठेवतील आणि मगच मेन्यूकार्ड समोर आणून ठेवतील. अमेरिकन लोकांची वेगळीच तऱ्हा. आपण मुळी खरेखुरे वेटर नसून, नाटकात काम करणारे नट असल्याचं आधी आपल्या कानावर घालतील. त्यानंतर मेन्यू अशा काही थाटात वाचून दाखवतील, जणू एखाद्या नाटकाचा डायलॉगच म्हणत आहेत. इंग्लिश लोक आधी आपल्याशी पुष्कळ सलगीने गप्पा मारतील. अशा अविर्भावात, की जसं काही आत्ता तुम्ही खरं म्हणजे दुसऱ्या तिसऱ्या कोणाबरोबर जेवायला न बसता, त्यांच्या बरोबरच जेवणाचा आस्वाद घ्यायला पाहिजे आहे... आणि जर्मन? वेल... एवढ्यात कधी एखाद्या जर्मन रेस्टॉरंटमधे जेवायला गेल्याचं आठवतंय का तरी तुम्हाला?

त्यामुळेच खरं तर हॉटेलात गिऱ्हाइकांना सर्व्ह करण्याचं काम करावं तर

इटालियन लोकांनीच. आयरिश लोकांचं आदरातिथ्य, फ्रेंच लोकांचं पाककौशल्य आणि स्विस लोकांचा नीटनेटकेपणा याचं एक विलक्षण मिश्रण त्यांच्या ठायी आढळतं. म्हणूनच जेवणानंतर हे इटालियन लोक जेव्हा बिल सादर करतात, तेव्हा त्याचा ताळमेळ कधीच जुळत नाही; हे कितीही खरं असलं, तरीसुद्धा आपण आनंदाने त्यांच्याच हॉटेलात जेवायला जातो आणि त्यांच्याकडून व्यवस्थित खिसा कापून घेतो.

मारिओ गाम्बोटी हा असाच एक इटालियन.

त्याचं खानदान पिढ्यान्‌पिढ्या फ्लोरेन्स शहरी वास्तव्य करून असलं, तरी त्यांच्यापैकी कोणालाही गायन, चित्रकला अथवा फुटबॉलचा गंधही नव्हता. त्यामुळे आपल्यासारख्या इतर अनेक इटालियन बांधवांप्रमाणे तो नशीब काढण्यासाठी लंडनला आला आणि तेथे रेस्टॉरंटच्या धंद्यात उमेदवारी करू लागला.

मी अधूनमधून फुलहॅममधे असलेल्या त्याच्या रेस्टॉरंटमधे जात असतो. मी कधीही तिथे मिनेस्ट्रोन सूप, स्पॅघेटी बोलोनीज आणि शियँटी क्लासिको अशी ऑर्डर दिली, की त्याच्या कपाळावर नाराजीची एक आठी उमटते. पण ती तो शिताफीने लपवतो.

''वा, काय एक्सलंट चॉईस, मेस्ट्रो!'' तो अदबीने उद्‌गारतो. त्याच्या हातात एक छोटी टिपणवही असते. पण त्यात माझी ऑर्डर लिहून घेण्याचे कष्ट तो अजिबात घेत नाही. एक लक्षात घ्या... तो मला अदबीने 'मेस्ट्रो' अशी हाक मारतो, बरं का! 'माय लॉर्ड' म्हणत नाही. कारण ते उगीच चापलुसी करत असल्यासारखं दिसेल. तो मला 'सर'सुद्धा म्हणत नाही. कारण आमची एवढ्या दिवसांची मैत्री आहे, की आता त्याने मला 'सर' म्हणणं फारच विचित्र दिसेल. पण त्याने वापरलेली 'मेस्ट्रो' ही उपाधी कळत नकळत मला सुखावून जाते. त्या पठ्ठ्याने आजवर माझं एकही पुस्तक वाचलेलं नाही, हे मला खात्रीपूर्वक माहीत आहे. (त्याच्या पत्नीनेच मला ते सांगितलं आहे.) तरीपण मेस्ट्रो – श्रेष्ठ दर्जाचा कलाकार – असं त्याने ठेवलेलं ते टोपणनाव मला आवडतं.

मी जेव्हा नॉर्थ सी कँप कारागृहात होतो, तेव्हा मारिओने राज्यपालांना खास पत्र लिहिलं होतं. एखाद्या शुक्रवारी कारागृहात येऊन माझ्यासाठी खास भोजन बनवण्याची त्याने त्यात परवानगी मागितली होती. राज्यपालांची ते पत्र वाचून चांगलीच करमणूक झाली असणार. त्यांनी त्याला जातीने उत्तर पाठवलं होतं... तुमची ही मुलखावेगळी मागणी मी जर मान्य केली, तर त्यामुळे तुरुंगात अनिष्ट प्रथा तर पडेलच, पण प्रसारमाध्यमांना चांगलंच खाद्य पुरवल्यासारखं होईल. असं लिहून त्यांनी दिलगिरी व्यक्त केली होती. आपल्या या उत्तराची एक प्रत राज्यपालांनी जपून ठेवली होती, ती त्यांनी नंतर मला दाखवली. गमतीची गोष्ट अशी, की त्या पत्राखाली त्यांनी 'तुमचा

मायकेल' असं लिहिलं होतं. ''तुम्हीपण या मारिओचे नियमित ग्राहक आहात वाटतं?'' मी राज्यपालांना हसून विचारलं. त्यावर ते म्हणाले, ''नाही, पण तो मात्र माझा गिऱ्हाईक आहे.''

लंडनच्या चेलसी भागातील फुलहॅम रोडवर मारिओचं 'मारिओज्' नावाचं रेस्टॉरंट आहे. ते चांगलंच लोकप्रिय आहे. अर्थात त्याचं बरचसं श्रेय मारिओची पत्नी टेरेसा हिला जातं. कारण स्वयंपाकघर तीच सांभाळते. मारिओ नेहमी हॉटेलच्या पुढच्या भागात असतो. मी दर शुक्रवारी दुपारचं जेवण त्याच्याच हॉटेलात घेतो. बरेच वेळा माझ्या सोबत माझे दोन्ही मुलगे व त्यांच्या नव्या गर्लफ्रेंड्सही असतात. या गर्लफ्रेंड्स सतत बदलत्या असतात.

मी गेली बरीच वर्षं इथे येत असल्यामुळे आता एक गोष्ट मला कळून चुकली आहे. माझ्याप्रमाणेच नेमाने इथे येणारी बरीच गिऱ्हाइकं आहेत. जणू काही आम्हा सर्व नियमित येणाऱ्या लोकांचा खास असा क्लबच झाला आहे. एखाद्या खास क्लबचे तुम्ही सदस्य असल्याखेरीज जसं तुम्हाला टेबल मिळू शकत नाही, तशीच काहीशी स्थिती या हॉटेलचीपण आहे. पण मारिओच्या या रेस्टॉरंटची लोकप्रियता सिद्ध करणारी आणखी एक महत्त्वाची गोष्ट म्हणजे येथे क्रेडिट कार्डाने बिल चुकते करण्याची सुविधा नाही. चेक, कॅश, अकाऊंट पेईंग अशा इतर सर्व प्रकारच्या गिऱ्हाइकांचं येथे स्वागत होतं. परंतु 'नो क्रेडिट कार्ड्स' असं मात्र प्रत्येक मेन्यू कार्डावर अत्यंत ठळक अक्षरात छापलेलं असतं.

दरवर्षी ऑगस्ट महिन्यात मारिओचं हे हॉटेल बंद असतं. गाम्बोटी कुटुंबीय या वेळी आपल्या मायदेशी, इटलीमधे फ्लॉरेन्सला जातात आणि संपूर्ण गाम्बोटी परिवाराचा एक मोठा मेळावाच तिथे असतो.

मारिओ हा अगदी खराखुरा हाडीमाशी इटालियन आहे. रेस्टॉरंटच्या बाहेर त्याची लाल रंगाची फेरारी गाडी उभी असते. माझा मुलगा जेम्स याच्या मते मॉंटेकार्लोमधे कुठेतरी नक्कीच त्याच्या स्वत:च्या मालकीची आलिशान क्रीडानौका असणार. त्याची मुलं– टोनी, मारिया आणि रॉबेर्टो चेल्टनहॅम आणि समरफील्ड येथे शिकायला असतात. येथे सगळी श्रीमंतांची मुलं शिक्षण घेतात. पुढे-मागे याच थोरामोठ्यांचा खिसा मारिओची मुलं आपल्या हॉटेलच्या धंद्यातून हलका करणार आहेत, त्यामुळे तशा उच्चभ्रू लोकांच्यात आत्तापासूनच उठबस असलेली बरी... असाच त्यापाठीमागचा उद्देश असावा. कधी तरी ऑपेरा बघायला गेलो असताना मला मारिओचे कुटुंबीय भेटतात. अर्थात हा ऑपेरा नेहमी व्हेर्डी किंवा पुसीनी अशा इटालियन कलाकारांचाच असतो हं! बागनर, वेबर यांच्या वाटेला ही मंडळी कधीच जात नाहीत... तर अशा ऑपेरा थिएटरमधेसुद्धा मारिओचे कुटुंबीय आपल्या आरक्षित स्वतंत्र बूथमधे बसलेले

दिसतात. जनसामान्यांसारखे पुढच्या रांगेत कधीही नसतात.

तुमच्या मनात एक प्रश्न नक्की उमटला असणार. हा असा मारिओ इतका धूर्त, बुद्धिवान माणूस... लंडनमधे हर मॅजेस्टीच्या राज्यात कारावासाची शिक्षा भोगायला कधी आणि कशामुळे गेला असावा? कोणत्या लफड्यात अडकला असेल हा? की आपल्या त्या फेरारीतून जाताना कधी वेगमर्यादा मोडण्याचा गुन्हा केला असेल याने? की करबुडवेपणाच्या आरोपाखाली गुन्हा केला गेला होता? खरं तर यातलं काहीच झालेलं नव्हतं. त्याने एका लहानशा इंग्लिश कायद्याचा भंग केला होता. त्याच्या स्वत:च्या देशात त्या गोष्टीचं कुणाला विशेष काहीच वाटलं नसतं.

येथे या नाट्यातील आणखी एका पात्राचा प्रवेश होतो. हे पात्र म्हणजे मि. कार्टराईट.

कार्टराईट हा इनलँड रेव्हेन्यू इन्स्पेक्टर होता. तो सहसा कधी बाहेर जेवायला जातच नसे आणि समजा कधी गेलाच तर 'मारिओज्'सारख्या महागड्या हॉटेलात तर नाहीच. त्याला आणि त्याच्या बायकोला कधी इटालियन खावंसं वाटलंच, तर दोघं सरळ पिझ्झा एक्सप्रेसमधे जात. पण या कार्टराईटला अलीकडे मि. गाम्बोटी यांच्या केसमधे जरा जास्तच कुतूहल वाटू लागलं होतं. टॅक्स ऑफिसकडे या बेट्या गाम्बोटीने आपलं वार्षिक उत्पन्न जाहीर केलं होतं. ते इतकं बेताचं होतं, की त्या पैशात इतकं ऐषारामी राहणीमान त्याला कसं काय परवडत असावं, हे एक कोडंच होतं. त्याने कागदोपत्री आपल्या रेस्टॉरंटचा टर्नओव्हर वीस लाख पौंड दाखवला होता व आपला वैयक्तिक नफा एक लाख बहात्तर हजार पौंड दाखवला होता. त्या उत्पन्नावर पडणारा टॅक्स वजा जाता बिचारा गाम्बोटी कसेबसे लाखभर पौंड घरखर्चासाठी नेत होता. आता या उत्पन्नातून तो चेलसीसारख्या श्रीमंत वस्तीतील घर, तीन मुलांचं खाजगी महागड्या निवासी शाळांमधील शिक्षण, मॉंटेकार्लोमधील क्रीडा नौका या सर्व गोष्टी कशा काय जमवत होता? शिवाय फ्लॉरेन्समधे आणखी किती मालमत्ता त्याने जोडून ठेवली होती, कोणास ठाऊक! या सगळ्या लफड्याचा छडा लावायचाच, असा कार्टराईटने चंग बांधला.

हाडाचा टॅक्स इन्स्पेक्टर असलेल्या कार्टराईटने मारिओच्या सगळ्या हिशोबाच्या वह्या बारकाईने तपासल्या. पण सगळा ताळेबंद अगदी तंतोतंत जुळत होता. पण तरीही तो भरपूर रोकड सरकारपासून चोरून खिशात घालत असणार... टॅक्स चुकवत असणार... अशी कार्टराईटला शंका नव्हे, खात्रीच होती म्हणा ना. कुठेतरी गडबड आहे. फक्त नक्की कुठे बरं? ते काही आपल्या लक्षात येत नाहीये... आणि मग एकदा मध्यरात्री अचानक कार्टराईटच्या डोक्यात प्रकाश पडला. तो बेडवर उठून बसला आणि मोठ्यांदा उद्गारला 'नो क्रेडिट कार्ड्स!' त्या आवाजाने त्याची बायको दचकून जागी झाली.

दुसऱ्या दिवशी सकाळी कार्टराईटने गाम्बोटीच्या हिशोबाच्या वह्या परत बारकाईने तपासल्या. त्याचा अंदाज बरोबर होता. क्रेडिट कार्डाने गिऱ्हाइकांनी बिल चुकतं केल्याची नोंद कुठेच नव्हती. काही लोकांनी चेकने पैसे भरल्याच्या नोंदी तेवढ्या होत्या. पण त्या सगळ्या व्यवस्थित होत्या. कुठेही संशयाला जागा नव्हती. पण रोखीने जमा असलेली जी रक्कम दाखवण्यात आली होती, ती इतकी कमी होती, की कुठेतरी पाणी मुरत होतं, हे नक्की.

मि. गाम्बोटीच्या काळ्या व्यवहाराची शहानिशा करण्याचा उदात्त हेतू मनात बाळगून त्याच्या महागड्या हॉटेलात सरकारी खर्चाने जेवायला जाण्याची परवानगी कार्टराईटला आपल्या वरिष्ठांकडून मिळण्याची फारशी शक्यता नव्हतीच. तरीपण जराशा मनधरणीनंतर वरिष्ठ मि. बुखानन यांनी कार्टराईटला दोनशे पौंडांचा अॅडव्हान्स मंजूर केला. जर का कार्टराईटला या तपासात यश मिळालंच, तर गाम्बोटीचे हे सगळे काळे व्यवहार उजेडात येतील आणि त्याला सरकारी तिजोरीत भरभक्कम टॅक्स व दंडाची रक्कम भरावी लागेल, हे त्यांना पटलं होतं.

पण 'मारिओज्'मधे जेवणासाठी टेबलचं रिझर्वेशन मिळायला कार्टराईटला तब्बल एक महिना वाट बघावी लागली. स्वतःच्या घरच्या फोनवरून कितीतरी वेळा फोन केल्यावर अखेर एकदाचं रिझर्वेशन मिळालं. त्याने आपली बायको डोरिस हिला बरोबर घेऊन जेवायला जायचं ठरवलं. जर आपण एकटे तिथे जाऊन आपल्या टिपणवहीत टिपणं काढत बसलो, तर उगीच कोणाला तरी संशय यायचा... असा त्याने विचार केला. त्याच्या वरिष्ठांनी ह्या बेताला मान्यता दिली खरी, पण त्यांची एक अट होती. डेनिस कार्टराईटला स्वतःच्या पत्नीच्या जेवणाचा खर्च स्वतःच्या खिशातून करावा लागणार होता.

''पण नाहीतरी तिचा खर्च मीच करणार होतो.'' डेनिस वरिष्ठांना म्हणाला.

टस्कन बीन सूप आणि ग्नोची अशा रुचकर जेवणाचा आस्वाद घेत असताना डेनिसची नजर हॉटेल मालक गाम्बोटीवर होती. गाम्बोटी आपल्या ग्राहकांशी हास्यविनोद करत होता. या टेबलाकडून त्या टेबलाकडे जाऊन हॉटेलात जेवायला आलेल्या प्रत्येकाची जातीने विचारपूस करत होता. प्रत्येकाच्या अगदी बारीकसारीक मागण्यासुद्धा स्वतः लक्ष घालून पुऱ्या करत होता. आपल्या पतीचं आज जेवणात लक्ष नाही, ही गोष्ट डेनिसच्या पत्नीला एव्हाना कळून चुकली होती. पण ती त्यावर काहीच बोलली नाही. आज कधी नव्हे ते त्याने तिला हॉटेलात जेवायला आणलं होतं, या गोष्टीची केवढीतरी अपूर्वाई तिला वाटत होती. नाहीतर एरवी केवळ तिच्या वाढदिवसाला फक्त ही अशी संधी यायची.

डेनिस कार्टराईटने मनातल्या मनात हिशोब मांडण्यास सुरुवात केली. पूर्ण रेस्टॉरंटमधे मिळून एकंदर एकोणचाळीस जेवणाची टेबलं मांडण्यात आली होती.

त्याने चांगलं दोन वेळा मोजून पाहिलं. रेस्टॉरंटमधे अंदाजे एकशेवीस टेबलक्लॉथ असावेत. अनेक टेबलांवर लागोपाठ गिऱ्हाइकांना बसवण्यात येत होतं. एखादं टेबल रिकामं होताच एकदम तीन वेटर्स अवतीर्ण होत आणि क्षणार्धात खराब झालेला टेबलक्लॉथ उचलून त्या जागी नवीन टेबलक्लॉथ अंथरणं, नवे, स्वच्छ काटे-चमचे व प्लेट्सची मांडामांड करणं या गोष्टी ते इतक्या चपळाईने करत, की थोड्याच वेळापूर्वी या ठिकाणी कोणी बसून जेवून गेलं असावं, अशी शंकाही कुणास येऊ नये.

डेनिस कार्टराईट व त्याच्या पत्नीचं जेवण होताच मारिओ गाम्बोटीने जेवणाचं बिल सादर केलं. डेनिसने ते रोखीने भरलं, फक्त पावतीचा आग्रह धरला. नंतर कार्टराईट पतीपत्नी बाहेर पडले. घरी जाताना डेनिसची पत्नी डोरिस गाडी चालवित होती. तेवढ्या वेळात डेनिसने घाईघाईने आपली टिपणवही काढून आपल्या डोक्यातले आकडे ताजे असतानाच त्यांची नोंद करून ठेवली.

''काय मस्त जेवण होतं,'' डेनिसची पत्नी खूष होऊन म्हणाली, ''परत परत यायला हवं इथे!''

''येऊ हं, नक्की येऊ.'' डेनिस म्हणाला, ''असं करू, पुढच्याच आठवड्यात येऊ. फक्त टेबलचं बुकिंग मिळलं पाहिजे.''

कार्टराईट पती-पत्नी तीन आठवड्यांनंतर परत एकदा त्याच हॉटेलात जेवायला आले. आता डिनरसाठी. अजून सायंकाळचीच वेळ होती. मारिओने त्यांना तात्काळ नावानिशी ओळखलं, इतकंच नव्हे तर त्यांना त्यांच्या पूर्वीच्याच टेबलापाशी अदबीने बसवलं. या गोष्टीची डेनिसवर चांगलीच छाप पडली. या खेपेस कार्टराईटने खालील गोष्टींची मनातल्या मनात नोंद करून ठेवली. नाटकाच्या खेळाच्या आधीची वेळ होती, तेव्हा रेस्टॉरंटमधील प्रत्येक टेबल भरलेलं होतं. त्याचप्रमाणे बाहेरच्या प्रांगणातही आणखी बरीच टेबलं मांडण्यात आली होती. तीही भरलेली होती. कार्टराईट पती-पत्नींनी पूर्ण संध्याकाळ तिथेच घालवली. नाटकाचा खेळ सुटल्यानंतर हॉटेलात परत गर्दी झाली. आता या वेळी अर्धी टेबलं रिकामी राहिली होती. शेवटची काही गिऱ्हाइकं रात्री अकरा वाजता जेवणासाठी आली.

डेनिस कार्टराईटच्या हिशोबाप्रमाणे केवळ त्या एका संध्याकाळी किमान साडेतीनशे लोक त्या हॉटेलात जेवून गेले होते. शिवाय दुपारच्या जेवणासाठी जमलेल्या लोकांची संख्या त्यात मिळवली, तर किमान पाचशे लोक रोज या हॉटेलात जेवत होते. कार्टराईटच्या मते किमान पन्नास टक्के लोक तरी रोखीनेच बिल चुकतं करत होते. पण ही गोष्ट सिद्ध कशी काय करणार?

थोड्या वेळाने डेनिसचं बिल आलं. पंचाहत्तर पौंड! डेनिसला गंमत वाटली. मागच्या वेळी हेच सर्व पदार्थ त्याने दुपारच्या जेवणासाठी मागवले होते, तेव्हा इतकं

जास्त बिल झालं नव्हतं. म्हणजे ही हॉटेलातील मंडळी त्याच मेन्यूसाठी दुपारच्या वेळी व रात्रीच्या वेळी वेगवेगळं बिल लावत होती तर! कार्टराईटच्या अंदाजाप्रमाणे प्रत्येक गिऱ्हाइकाकडून सुमारे पंचवीस ते चाळीस पौंड मारिओच्या खिशात पडत होते. (कार्टराईटने हिशोब करताना मुद्दाम थोडे कमीच पैसे मनात धरले होते!) याचा अर्थ असा, की दर आठवड्याला मारिओ किमान तीन हजार लोकांना जेवू घालत होता व दर आठवड्याला नव्वद हजार पौंड त्यांच्याकडून वसूल करत होता. म्हणजे त्याचं अंदाजे वार्षिक उत्पन्न चाळीस लाख पौंडांच्या घरात होतं, अगदी ऑगस्ट हा सुट्टीचा महिना वजा केला, तरीही.

डेनिस कार्टराईटने दुसऱ्या दिवशी सकाळी ऑफिसात गेल्यावर लगेच मारिओ गाम्बोटीच्या हिशोबाच्या वह्या उघडल्या. गाम्बोटीने एकवीस लाख वीस हजार पौंडांची वार्षिक उलाढाल आपल्या रेस्टॉरंटमधे होत असल्याचा हिशोब दाखवला होता. त्यातून व्यवस्थापनाचा खर्च वजा जाता एक लाख बहात्तर हजार पौंडांचाच नफा आपल्याला होत असल्याचं म्हटलं होतं. मग उरलेले वीस लाख पौंड गेले कुठे?

हा गोंधळ काही डेनिस कार्टराईटला समजेना. त्याने हिशोबाच्या वह्या संध्याकाळी घरी नेल्या आणि रात्री उशिरापर्यंत तो आकडेमोड करत बसला.

मध्यरात्री झोपण्यापूर्वी तो मोठ्यांदा ओरडला 'युरेका!' एका ठिकाणी नक्की घोटाळा होता. दुसऱ्या दिवशी सकाळी ती हिशोबाची वही घेऊन तो वरिष्ठांकडे गेला. आपले वरिष्ठ मि. बुखानन यांना तो म्हणाला, "दर आठवड्याला हा जो विशिष्ट खर्चाचा आकडा इथे दाखवण्यात आलेला आहे ना, त्याबद्दल मला जरा शंका आहे. त्या गोष्टींची जरा खोलात शिरून चौकशी करायची आहे मला. पण एक खबरदारी घ्यायला हवी. मि. गाम्बोटींना त्याविषयी काहीच शंका येता कामा नये." दिवसभरात ऑफिसच्या वेळात कधीही डेनिसने या कामासाठी बाहेर पडलं तरी चालेल, अशी परवानगी बुखानन यांनी त्याला दिली. फक्त आता मारिओच्या हॉटेलात सरकारी खर्चाने जेवायची मात्र परवानगी नव्हती. पण त्याची आता काही गरजही नव्हती.

डेनिस कार्टराईटने आपली शिस्तबद्ध योजना आखण्यात संपूर्ण शनिवार व रविवार घालवला. आपण नक्की काय करणार आहोत याचा नुसता सुगावा जरी त्या बेट्या गाम्बोटीला लागला, तरी मग आपल्या या बेताचं काही खरं नाही, याची डेनिसला पूर्ण कल्पना होती.

सोमवारी सकाळी डेनिस लवकरच उठला आणि ऑफिसात न जाता थेट फुलहॅम भागातच गेला. त्याने एका लांबच्या गल्लीत आपली गाडी उभी केली. तिथून त्याला मारिओच्या रेस्टॉरंटचं प्रवेशद्वार अगदी स्पष्ट दिसत होतं. त्या दिवशी सकाळपासून जे कोणी धंदेवाले, सप्लायर वगैरे त्या रेस्टॉरंटच्या दारातून आत शिरले, त्या सर्वांची

त्याने नोंद ठेवली.

सगळ्यांत आधी रेस्टॉरंटच्या दारात एक मोठी व्हॅन येऊन थांबली. ती भाजीची गाडी होती. ती ज्या कंपनीची होती, ते चांगले प्रसिद्ध वितरक होते. त्यानंतर एक व्हॅन थांबली, ती एका खाटकाच्या दुकानाची होती. मग पाठोपाठ फॅशनेबल पुष्परचना करणाऱ्या फुलवाल्याची गाडी आली. वाईन विक्रेत्याची गाडी आली. मासे पुरवणारी व्हॅन आली. पण डेनिस कार्टराईटला ज्या गाडीची प्रतीक्षा होती ती जरा उशिरा आली. ती होती लाँड्री व्हॅन. व्हॅनचा ड्रायव्हर खाली उतरला. त्याने गाडी उघडून तीन भल्या मोठ्या पेट्या बाहेर काढल्या व त्या रेस्टॉरंटमधे पोचवल्या व परत येताना तेवढ्याच मोठ्या तीन पेट्या घेऊन तो गाडीकडे आला. ती व्हॅन कोणत्या लाँड्रीची होती ते कळायला वेळ लागला नाही. लाँड्रीचं नाव, पत्ता व फोननंबर इ. सर्व तपशील त्या व्हॅनच्या दोन्ही बाजूंना ठळक अक्षरात छापले होते.

डेनिस दुपारी बाराच्या सुमाराला आपल्या ऑफिसात परतला. त्याने तात्काळ आपल्या वरिष्ठांची गाठ घेतली. व त्या विशिष्ट लाँड्री कंपनीत स्पॉट चेक करण्यासाठी जाण्याची लेखी परवानगी मागितली. मि. बुखानन यांनी त्याची ही पण मागणी मान्य केली. पण त्याचबरोबर त्याला सावधगिरी बाळगण्यास सांगितलं. ''आपण केवळ रूटीन चेक करण्यासाठी आलो आहोत असंच त्यांना पटवून दे. उगीच संशयास्पद वागून त्यांच्या मनात संशयाला जागा निर्माण करू नको.'' असं त्यांनी डेनिसला बजावून सांगितलं. ''मी आजच त्या लाँड्रीच्या कंपनीला लिहून त्यांची वेळ घेऊन ठेवतो. त्यावेळी तू तिथे जा. असं करण्यात जरा जास्त वेळ जाईल खरा, पण सगळं व्यवस्थित, काही गडबड घोटाळा न होता पार पडेल.'' ते म्हणाले.

डेनिसने ते मान्य केलं. पण याचा अर्थ असा होता, की त्या मार्को पोलो लाँड्री कंपनीत तपासणी करायला जायला अजून किमान तीन आठवडे तरी लागलेच असते.

डेनिस जेव्हा मार्को पोलो लाँड्रीत तपासणीसाठी दाखल झाला, तेव्हा आपण नेहमीसारखी रूटीन तपासणी फक्त करणार आहोत, असं त्याने तिथल्या व्यवस्थापकाच्या कानावर घातलं. उगाच तो बिथरून चालणार नव्हतं.

डेनिसने तो संपूर्ण दिवस त्या लाँड्रीच्या ऑफिसात त्यांच्या वह्या तपासण्यात घालवला. प्रत्येक गिऱ्हाइकाची नोंद त्याने काळजीपूर्वक तपासली. प्रत्येक वेळी मारिओच्या हॉटेलची नोंद आढळली, की तो थांबून ती आपल्या टिपणवहीत सविस्तर लिहून ठेवत असे. दुपारच्या जेवणाच्या वेळेपर्यंत त्याच्यापाशी आवश्यक तो सर्व पुरावा जमा झाला होता. पण तरीही तो लाँड्रीच्या ऑफिसात मुद्दामच सायंकाळी पाच वाजेपर्यंत थांबला. कुणालाही संशय येऊ नये, म्हणून ही खबरदारी घेणं गरजेचं होतं. घरी निघण्यापूर्वी डेनिसने व्यवस्थापकाला बोलावून आपली तपासणी संपली असून सर्व हिशोबाचा ताळेबंद अगदी चोख जुळत असल्याचं सांगितलं. आता परत

येण्याची गरज पडणार नाही, असा त्याला दिलासा देऊन डेनिस बाहेर पडला. 'अर्थात, तुमच्या एका मोठ्या गिऱ्हाइकाला मात्र मी लवकरच भेट देणार आहे.' हे वाक्य त्याच्या जिभेवर आलं होतं, पण त्याने ते माठ्यांदा बोलून दाखवलं नाही.

डेनिस कार्टराईट दुसऱ्या दिवशी सकाळी आठ वाजताच ऑफिसात हजर होता. टेबलापाशी बसून तो आपण बनवलेल्या अहवालावर शेवटचा हात फिरवत होता. त्याचे वरिष्ठ अजून आले नव्हते.

अखेर नऊला मि. बुखानन यांनी ऑफिसात प्रवेश करताच डेनिस आपल्या टेबलामागे टुणकन उठून उभा राहिला. तो विजयी मुद्रेने स्मितहास्य करत होता. तो काही बोलणार इतक्यात मि. बुखानन यांनी आपल्या हाताचं बोट ओठावर ठेवून त्याला गप्प राहण्याची खूण केली. डेनिसने आपल्या मागोमाग ऑफिसात यावं असंही त्यांनी खुणेनेच सुचवलं. दोघंही ऑफिसात शिरले. खोलीचं दार अलगद बंद करून डेनिसने आपल्या हातातील अहवाल मि. बुखानन यांच्या टेबलावर ठेवला. तो तपशीलवार अहवाल त्यांनी वाचावा असं त्याने सुचवलं. वरिष्ठांचं वाचन होईपर्यंत तो शांतपणे बसून राहिला. मि. बुखानन अहवाल वाचत होते व एकीकडे त्यातून निघणाऱ्या निष्कर्षांवर विचारही करत होते. अखेर त्यांचं वाचन संपल्यावर त्यांनी वर पाहून डेनिसला बोलण्याची खूण केली.

"यावरून असं दिसतं की," डेनिस म्हणाला, "मि. गाम्बोटी गेले बारा महिने दररोज दोनशे टेबलक्लॉथ आणि पाचशेच्यावर हात पुसण्याचे नॅपकिन्स मार्को पोलो लाँड्रीत धुण्यास पाठवत होते. आता तुम्ही या विशिष्ट नोंदीकडे जर पाहिलं, तर असं लक्षात येईल की," असं म्हणून त्याने एका उघड्या खातेवहीतील नोंदीवर बोट ठेवलं, "गाम्बोटीने दाखवलेल्या हिशोबानुसार त्याच्या हॉटेलात रोज शंभर ते एकशेवीस बुकिंग्ज असतात, म्हणजेच साधारणपणे तीनशे गिऱ्हाइकं जेवून जातात." असं बोलून डेनिस मुद्दामच आपलं पुढील भाषण अधिक परिणामकारक करण्यासाठी नाट्यपूर्ण रीतीने थांबला. "जर असं असेल, तर दरवर्षी त्यांना हे जास्तीचे तीन हजार टेबलक्लॉथ आणि पंचेचाळीस हजार टेबल नॅपकिन्स कशासाठी बरं लागतात? याचा अर्थ तेथे आणखी पंचेचाळीस हजार गिऱ्हाइकं दरसाल जेवून जात असणार!" असं म्हणून डेनिस क्षणभर थांबला व पुढे म्हणाला, "त्याचं कारण उघड आहे... तो पैशाचा अपहार करत आहे."

"वेल डन, डेनिस," वरिष्ठ म्हणाले, "आता याचा व्यवस्थित अहवाल बनव. आपल्या अपहार विभागाकडे मी तो ताबडतोब पाठवून देतो."

मारिओ गाम्बोटीला या जास्तीच्या तीन हजार टेबलक्लॉथचं आणि पंचेचाळीस हजार नॅपकिन्सचं समाधानकारक स्पष्टीकरण देता येईना. त्याचे सल्लागार वकीलमित्र

जेराल्ड हेंडरसन यांनी त्याला आपला गुन्हा कबूल करण्याचा सल्ला दिला. ''बाकीचं मिटवता येत असलं, तर मी बघतो.'' असं ते म्हणाले.

इनलँड रेव्हेन्यू खात्याने वीस लाख पौंडांचा टॅक्स मारिओकडून वसूल तर केलाच, परंतु न्यायाधीशांनी गाम्बोटीला सहा महिन्यांच्या तुरुंगवासाची शिक्षासुद्धा ठोठावली. प्रत्यक्षात मात्र केवळ चार आठवडे शिक्षा भोगून मारिओ बाहेर पडला. चांगल्या वर्तनाबद्दल त्याला उरलेली शिक्षा भोगण्यातून माफी मिळाली. हा त्याचा पहिलाच गुन्हा असल्यामुळे, सुटल्यानंतरचे दोन महिने त्याच्यावर कडी नजर ठेवण्यात आली होती.

मि. हेंडरसन हे निष्णात वकील होते. त्यांनी काहीतरी शक्कल लढवून हा खटला जुलै महिन्याच्या शेवटच्या आठवड्यात सुनावणीसाठी कोर्टात येईल अशी तजवीज केली. तीस जुलै ही तारीख दोन्ही पक्षांना मंजूर होती.

दक्षिण लंडनमधील बेलमार्शच्या उच्च दर्जाची सुरक्षा असलेल्या तुरुंगात एक आठवडा काढल्यावर मारिओची रवानगी नॉर्थ सी कँप या लिंकनशायर येथील खुल्या कारागृहात करण्यात आली. राहिलेली शिक्षा त्याने येथे भोगली. या तुरुंगात आपली जुनी गिऱ्हाइकं मारिओला भेटण्याचा काहीही धोका नव्हता.

या काळात ऑगस्ट महिन्याच्या सुरुवातीला गाम्बोटी परिवाराचे बाकीचे सदस्य नेहमीसारखे सुट्टीवर फ्लॉरेन्सला गेले. या खेपेला मारिओ आजोबा सुट्टीला का आले नाहीत, हे नातवंडांना समजावून सांगताना मात्र वडीलधाऱ्यांची मोठीच तारांबळ उडाली.

सोमवार दि. एक सप्टेंबर रोजी नॉर्थ सी कँपच्या कारागृहातून सकाळी ठीक नऊ वाजता मारिओची सुटका करण्यात आली.

मारिओ तुरुंगाच्या अवाढव्य दरवाज्यातून बाहेर पडला. त्याच्या फेरारी गाडीत त्याचा मुलगा टोनी त्याचीच वाट पाहात बसून होता. बरोबर तीन तासांनंतर मारिओ आपल्या रेस्टॉरंटमधे शिरणाऱ्या पहिल्या गिऱ्हाइकाच्या स्वागतासाठी हजर होता. मारिओचं वजन या सुट्टीत बऱ्यापैकी कमी झालं आहे असं त्याच्या काही गिऱ्हाइकांनी सांगितलं. ''तुम्ही चांगले फिट दिसताय आणि टॅनसुद्धा!'' अशी मल्लीनाथी काहींनी केली.

मारिओच्या सुटकेनंतर बरोबर सहा महिन्यांनी एक नवाच इन्स्पेक्टर स्पॉट चेकिंगसाठी मार्को पोलो लाँड्रीत उगवला. थोड्याच वेळाने न कळवता डेनिस कार्टराईटही तेथे आला. त्याने सराईतपणे हिशोबांच्या वह्यांवर एक नजर फिरवताच त्याच्या लक्षात आलं. आता मारिओ रोज केवळ एकशेवीस टेबलक्लॉथ आणि तीनशे

टेबल नॅपकिन्स त्या लॉंड्रीत धुण्यासाठी पाठवत होता. तरीही त्याचं रेस्टॉरंट मात्र पूर्वीइतक्याच धूमधडक्यात चालू होतं. मग आता या पाठीमागचं गौडबंगाल होतं तरी काय?

दुसऱ्या दिवशी सकाळी परत एकदा डेनिस कार्टराईटने आपली गाडी फुलहॅम रोडवर विरुद्ध दिशेला उभी केली. या ठिकाणाहून मारिओच्या हॉटेलच्या मुख्य दरवाजापाशी होणारी सर्व हालचाल अगदी स्पष्ट दिसत होती. मि. गाम्बोटी आता आणखी दुसऱ्या लॉंड्रीचासुद्धा वापर करत असेल अशी डेनिसची खात्रीच होती. पण त्याच्या पदरी निराशा आली. पूर्ण दिवसात फक्त मार्को पोलो लॉंड्रीची व्हॅनच टेबलक्लॉथ घेऊन जाण्यासाठी आली. तो निराश झाला.

कार्टराईट आपल्या निवासस्थानी रात्री आठ वाजता परतला, तो पूर्णपणे गोंधळलेल्या मन:स्थितीतच. तो आणखी काही तास जर तिथे थांबला असता, तर मध्यरात्रीच्या सुमाराला त्याला एक गमतीदार दृश्य पाहायला मिळालं असतं. मध्यरात्री बरेच वेटर्स हातात चमत्कारिक दिसणाऱ्या बॅग्ज घेऊन बाहेर पडताना त्याला दिसले असते. या स्पोर्ट्स बॅग्जमधून स्क्वॉश खेळ खेळण्याच्या रॅकेट्स डोकावताना दिसल्या असत्या. खेळणाऱ्या इटालियन वेटर्सविषयी कोणी कधी ऐकलंय का?

इकडे मारिओचे वेटर्स मात्र भलतेच खूष होते. त्यांच्या बायकांना घरबसल्या हे नवीन काम मिळालं होतं. टेबलक्लॉथ धुण्याचं. रोज थोडं थोडं काम मिळायचं. शिवाय मि. गाम्बोटींनी प्रत्येकाला एक नवं कोरं वॉशिंग मशीनही घेऊन दिलं होतं.

माझी तुरुंगातून सुटका झाल्यावर मी मारिओच्या हॉटेलात एका शुक्रवारी टेबल बुक केलं. तो पायरीवर माझी वाट पाहतच उभा होता. मी आत शिरताच त्याने माझ्या नेहमीच्या कोपऱ्यातील आवडत्या जागी मला नेऊन बसवलं. जसं काही आपण कुठे गेलोच नव्हतो, असं मला वाटलं.

मारिओनं माझ्यापुढे मेन्यूकार्ड ठेवलंसुद्धा नाही. थोड्याच वेळात मारिओची पत्नी स्पघेटीने भरलेलं भलं मोठं बाऊल घेऊन माझ्या टेबलापाशी आली आणि तिने ते माझ्या पुढ्यात ठेवलं. तिच्या पाठोपाठ तिचा मुलगा टोनी, बोलोनीज सॉसचं वाफाळलेलं बाऊल घेऊन आला आणि त्याच्याबरोबर त्याची बहीण मारिया ही परमेसन चीजचा मोठा ठोकळा आणि किसणी घेऊन तिथे दाखल झाली.

मारिओच्या हातात एक खास इटालियन दुर्मिळ वाईनची बाटली होती. तिचं बूच उघडत तो म्हणाला, ''ही वाईन आमच्या रेस्टॉरंटतर्फे आपल्याला खास भेट.''

''थँक्यू मारिओ,'' असं मी म्हणाले आणि मग इकडे तिकडे बघत हलक्या आवाजात त्याच्या कानात कुजबुजलो, ''बाय द वे, मारिओ, नॉर्थ सी कँपच्या

गव्हर्नरने तुला खास शुभेच्छा पाठवल्या आहेत.''

''बिचारा गव्हर्नर,'' मारिओ म्हणाला, ''जन्मभर त्याला शिजवलेला बेडूक आणि रव्याची खीर खाऊन राहावं लागतं,'' असं म्हणून त्याने माझ्या समोरच्या ग्लासात वाईन ओतली आणि म्हणाला, ''पण मेस्ट्रो, तुम्हाला मात्र तिकडे अगदी घरच्या सारखं वाटलं असेल ना?''

डोन्ट ड्रिंक द वॉटर

"आपल्याला जर कुणाचा खून करायचा असेल, तर तो इंग्लंडमधे कधी करू नये." कार्ल म्हणाला.

"पण का?" मी निरागसपणे विचारलं.

आम्ही दोघे तुरुंगाच्या भल्यामोठ्या प्रांगणात चालत होतो. कैद्यांची व्यायाम करण्याची ही जागा होती. "त्याचं कारण असं, की आपण पकडलं जाण्याचा धोका तिथे अधिक. त्यापेक्षा रशियात खून केला, तर पकडलं जाण्याचा धोका विशेष नाही." कार्ल म्हणाला.

"मी ही गोष्ट लक्षात ठेवीन हं," मी त्याला आश्वासन दिलं.

"तुम्हाला एक सांगू?" कार्ल म्हणाला, "तुमच्याच देशातल्या एकाने तिथे जाऊन चक्क खून केला आणि कुणाला त्याला पत्तासुद्धा लागला नाही. अर्थात त्यासाठी त्याला किंमत मोजावी लागलीच."

ही 'असोसिएशन'ची वेळ होती. असोसिएशन म्हणजे पंचेचाळीस मिनिटांची सुट्टी असायची. कैद्यांना या वेळी कोठडीतून बाहेर सोडलं जाई. आमच्यातले कोणी तळमजल्यावर वेळ घालवायचे. हा तळमजला साधारणपणे बास्केटबॉलच्या मैदानाएवढा होता. कैदी आपापसात गप्पा मारत, टेबलटेनिस खेळत नाहीतर टी.व्ही. पाहत.

काहीजण मोकळ्या हवेत फेरफटका मारायला बाहेर पडत. या प्रांगणाचा आकार फुटबॉलच्या मैदानाएवढा तरी असेल. त्याच्या कडेने वीस फूट उंचीची भक्कम भिंत होती. फेरफटका मारताना वर पाहिलं, की मोकळं आकाश दिसे. या पंचेचाळीस मिनिटांच्या सुट्टीच्या आनंदासाठी मी उरलेला दिवस घालवायचो. या तुरुंगवासातील तेवढेच काही सुखद क्षण होते ते.

मी या आधी बेलमार्शच्या अतिसुरक्षा तुरुंगात होतो. हा तुरुंग लंडनच्या आग्नेय भागात होता. या ठिकाणी असताना मला दिवसाचे चोवीस तास एकांतवासात माझ्या कोठडीत बंद करून ठेवण्यात येत असे. (नुसती कल्पना करून बघा.) केवळ पाच मिनिटांसाठी कँटीनमधे सोडण्यात येई. तिथून आपलं जेवण घेऊन यायचं व नंतर ते कोठडीत बसून एकट्यानंच खायचं. त्याच वेळी दुसऱ्या दिवशीचा नाश्ता एका प्लॅस्टिकच्या थैलीत घालून ते हातात देत. म्हणजे दुसऱ्या दिवशी दुपारच्या जेवणापर्यंत बाहेर जायला निमित्तच नको. याशिवाय हा 'असोसिएशन'चा पंचेचाळीस मिनिटांचा काळ असायचा. पण एखाद्या वेळी तुरुंगात कर्मचाऱ्यांची संख्या काही कारणानं कमी असलीच, तर ही सुट्टीसुद्धा रद्द होत असे. (हे आठवड्यातून किमान दोनदा तरी घडायचं!)

मी त्या पंचेचाळीस मिनिटांच्या सुट्टीत खूप जोरात चालायचो. त्यामागची कारणं दोन होती. घरी असताना आठवड्यातून पाच दिवस जवळच्या जिममधे जाऊन भरपूर व्यायाम करण्याचा माझा शिरस्ता होता. या व्यायामाची माझ्या शरीराला गरज होती. दुसरी गोष्ट अशी, की मी इतका भराभर चालत असे, की इतर कोणताही कैदी माझ्या बरोबर चालायला येण्याच्या भानगडीत पडत नसे. कार्ल मात्र याला अपवाद होता.

कार्ल जन्मानं रशियन होता. सेंट पीटर्सबर्ग हे अतीव सुंदर शहर त्याचं जन्मगाव. तो सुपारी घेऊन खून करायचा. त्याला त्याच्या गावी एका माफिया गँगनं एका त्रासदायक होऊ लागलेल्या माणसाचा काटा काढायची सुपारी दिली होती. पण खुनानंतर कार्लला पोलिसांनी पकडलं आणि त्याला बावीस वर्षं जन्मठेपेची शिक्षा ठोठावण्यात आली. त्या शिक्षेची नुकती कुठे सुरुवात झाली होती. आपण खून केलेल्या व्यक्तीचे छोटे छोटे तुकडे करून ते भट्टीत जाळून टाकायचे, अशी त्याची कार्यपद्धती होती. एका व्यक्तीचा काटा काढण्याची त्याची फी पाच हजार पौंड होती. (तुम्हाला कोणाचा काटा काढायचा असला तर माहीत असलेलं बरं- म्हणून सांगितलं!)

कार्ल एखाद्या अस्वलासारखा महाकाय होता. सहा फूट दोन इंच उंची आणि एखाद्या पहिलवानासारखी बलदंड शरीरयष्टी. त्याच्या अंगभर सगळीकडे गोंदवलेलं असून, त्याच्या तोंडाची टकळी सतत चालूच असे. पण त्याचं ते बोलणं थांबवण्याची माझी कधी हिंमत झाली नाही. तुरुंगातील इतर कैद्यांप्रमाणेच कार्ल स्वत:च्या हातून

घडलेल्या गुन्ह्यांविषयी कधीच बोलत नसे आणि तुरुंगाच्या आतला एक अत्यंत महत्त्वाचा नियम असा, की एखाद्या कैद्याने स्वत:च्या हातून घडलेल्या गुन्ह्याविषयी स्वत:च बोलायला सुरुवात करेपर्यंत इतर कुणीही विषय कधीही काढायचा नसतो. ही गोष्ट मुद्दाम तुमच्या माहितीसाठी सांगत आहे. (तुमच्यापैकी कधी कुणाला तुरुंगात जायची वेळ आलीच, तर माहीत असलेलं बरं!) पण या कार्लने मला सेंट पीटर्सबर्गमधे त्याला भेटलेल्या एक इंग्लिश गृहस्थाचा किस्सा मात्र मोठा रंगवून सांगितला. कार्ल त्यावेळी सरकारदरबारातील एका मंत्र्याचा ड्रायव्हर होता. ही गोष्ट आपण स्वत:च्या डोळ्यांनी पाहिली असल्याचं त्यानं अगदी शपथेवर सांगितलं.

कार्लची आणि माझी कोठडी वेगवेगळ्या इमारतीत होती. पण 'असोसिएशन'च्या वेळेत आम्ही दोघे नियमितपणे भेटत असू. पण माझ्या रोजच्या फेरफटक्याच्या वेळी कार्लकडून ही कथा तपशीलवार काढून घ्यायला मला अनेक दिवस लागले. तर ही रिचर्ड बार्नस्ले याची कथा.

'हे पाणी पिऊ नये' रिचर्ड बार्नस्ले त्या छोट्या प्लॅस्टिकच्या कार्डाकडे जरा वेळ टक लावून बघत राहिला. हे कार्ड त्याच्या बाथरूमच्या वॉशबेसिनवरच ठेवण्यात आलं होतं. खरं तर कोणत्याही पंचतारांकित हॉटेलात अशा तऱ्हेची सूचना लिहिलेली आढळणं विरळाच. पण सेंट पीटर्सबर्ग शहराची गोष्टच वेगळी होती. त्या कार्डच्या शेजारीच 'एव्हियन' कंपनीच्या पाण्याच्या दोन भरलेल्या बाटल्या ठेवण्यात आल्या होत्या. त्यानंतर डिक (रिचर्ड बार्नस्ले) आपल्या झोपण्याच्या खोलीत आला. त्याच्या डबलबेडच्या दोन्ही बाजूला असलेल्या छोट्या टेबलांवर आणखी दोन बाटल्या ठेवण्यात आल्या होत्या. खिडकीजवळच्या टेबलावर आणखी दोन तशाच बाटल्या होत्या. थोडक्यात हॉटेलच्या व्यवस्थापनाला कोणताही धोका पत्करायचा नव्हता.

रशियन लोकांबरोबर एक महत्त्वाचा सौदा करण्यासाठी डिक सेंट पीटर्सबर्गला आला होता. उरल पर्वतरांगांपासून निघून थेट तांबड्या समुद्रापर्यंत जाणारी एक प्रचंड मोठी पाईपलाईन बांधण्याचं काम त्याच्या कंपनीला मिळालं होतं. खूप मोठमोठ्या कंपन्यांमधे हे कंत्राट मिळविण्यासाठी चुरस होती आणि त्यातून त्यांच्या कंपनीने हे मिळवलं होतं. त्याच्या पाठीमागेही तसंच कारण होतं. प्रेसिडेंटचे अत्यंत जवळचे मित्र अनातोल चेन्कोव्ह हे ऊर्जामंत्री होते. त्यांना तहहयात दरवर्षी वीस लाख डॉलर्स पोचवण्याचं आश्वासन त्याने दिलं होतं. रशियात केवळ दोनच चलनं चालतात– एक म्हणजे डॉलर्स आणि दुसरं म्हणजे मृत्यू. हा चेन्कोव्हना डॉलर्सच्या रूपात मिळणारा पैसा एका गुप्त नंबर असलेल्या अकाऊंटमधे जमा करायचा होता.

डिकने स्वत:ची बार्नस्ले कन्स्ट्रक्शन ही कंपनी सुरू करण्यापूर्वी नायजेरियातील बेचल, ब्राझील मधील मॅक् अल्पाईन आणि सौदी अरेबियातील हनोव्हर या विविध

कंपन्यांमधे कामाचा प्रदीर्घ अनुभव घेतला होता. त्यातूनच कोणाच्याही नकळत लाच कशी द्यावी, हे तंत्र त्याने आत्मसात केलं होतं. अनेक आंतरराष्ट्रीय कंपन्यांच्या मते लाच देणं म्हणजे एक प्रकारचा टॅक्स देणं असंच असतं. त्यामुळे एखादं कॉन्ट्रॅक्ट आपल्याला मिळावं यासाठी टेंडर भरत असतानाच, त्यांनी त्यासाठी पुरेशी तजवीज करून ठेवलेली असते. यात महत्त्वाचा मुद्दा एवढाच असतो, की त्या रकमेपैकी जास्तीत जास्त रक्कम खुद्द मंत्र्याला पोचवणं आणि कमीत कमी रक्कम त्याच्या चेल्यांना मिळू देणं.

पुतीनच्या सरकारमधील अनातोल चेन्कोव्ह हा एक महाधूर्त, कावेबाज मुत्सद्दी होता. त्याचं कारण म्हणजे जुन्या राज्यात तो के.जी.बी.चा एक वरिष्ठ मेजर होता. परंतु जेव्हा स्वित्झर्लंडच्या एका बँकेत गुप्त नंबरचा बँक अकाऊंट उघडण्याची वेळ आली, तेव्हा मात्र त्या बाबतीत अनातोल अगदीच नवशिका असल्याचं सत्य उघडकीला आलं. डिकने या गोष्टीचा पुरेपूर फायदा करून घेतला. पॉलिटब्युरोमधे नेमणूक होण्यापूर्वी या अनातोल चेन्कोव्हने रशियाची सरहद्द एकदाही ओलांडली नव्हती. डिक त्याला मुद्दामच वीकएंडला जिनिव्हाला घेऊन गेला. तो लंडनला औपचारिक भेटीसाठी आलेला असतानाच डिकने हे काम पार पाडलं. जिनिव्हामधे पिकेट अँड कंपनी नावाच्या बँकेत त्याने चेन्कोव्हचं खातं उघडून सुरुवातीचे एक लाख डॉलर्स जमा केले. चेन्कोव्हने एवढी रक्कम आपल्या उभ्या आयुष्यात कधी मिळवली नव्हती. कॉन्ट्रॅक्टवर सह्या होण्यास अजून नऊ महिने अवकाश होता. त्या कालावधीत चेन्कोव्हशी निर्माण झालेले ऋणानुबंध मजबूत करण्याच्या दृष्टीने डिकने हे पाऊल उचललं होतं. हे कॉन्ट्रॅक्ट कंपनीच्या ताब्यात आलं, की आपण निवृत्त व्हायचं, असं डिकने केव्हाच मनाशी ठरवून टाकलं होतं आणि निवृत्तीनंतर त्याला दरसाल वीस लाख डॉलर्सपेक्षा कितीतरी अधिक रक्कम मिळणार होती.

•••

अनातोल चेन्कोव्हशी झालेल्या अखेरच्या मीटिंगनंतर डिक आपल्या हॉटेलच्या खोलीत परतला. गेला आठवडाभर रोजच दोघं भेटत होते. कधी खुले आम तर कधी चोरून. चेन्कोव्ह जेव्हा लंडनच्या औपचारिक भेटीसाठी आला होता, तेव्हाही अगदी असंच घडलं होतं. दोघांचाही एकमेकांवर मुळीच विश्वास नव्हता. पण तसं बघायला गेलं तर कोणाही लाचखोर माणसाच्या सहवासात डिकला मनातून स्वस्थता कधीच नसे. अशा माणसांच्या बाबतीत एक धोका नेहमीच असतो. दुसऱ्या कुणाकडून आणखी फायदा होणार असेल, तर ती माणसं त्याच्याकडेही वळू शकतात. परंतु या खेपेला डिकला जरा बरं वाटलं, कारण डिकने जी रिटायरमेंट पॉलिसी उतरवली

होती, तीच नेमकी अनातोल चेन्कोव्हनेसुद्धा घेतली होती.

डिकने आधी मान्य केलेल्या रकमेखेरीज चेन्कोव्हला आणखीही थोड्या आकर्षक गोष्टींची लालूच दाखवण्यास सुरुवात केली. चेन्कोव्हला पण त्यांची लगेच सवय होऊन गेली. चेन्कोव्ह कधीही लंडनला आला की एक रोल्सराईस हीथ्रो विमानतळावर त्याच्या दिमतीला हजर असे. त्यात बसून तो सॅव्हॉय हॉटेलमधे मुक्कामाला जाई. हॉटेलात पोचल्यावर त्याला त्या हॉटेलमधील त्याचा सर्वांत आवडता सूट मिळे. सूटच्या खोलीच्या खिडकीतून नदीकाठचं नितांत रमणीय दृश्य दिसत असे. सकाळ संध्याकाळ ताजी वृत्तपत्रं व एक नवी सुंदर तरुणी त्याच्या मनोरंजनासाठी उपलब्ध असे. वृत्तपत्रं आणि तरुणी या दोन्ही बाबतीत वैविध्याची त्याला आवड होती.

डिक अर्ध्या तासापूर्वी सेंट पीटर्सबर्ग हॉटेल सोडून बाहेर आला, तेव्हा अनातोल चेन्कोव्हची आलिशान बी.एम.डब्ल्यू. गाडी हॉटेलच्या दारात त्याच्यासाठी थांबलेली होती. या गाडीत बसून सीटबेल्ट लावतच होता, इतक्यात त्याच्या लक्षात आलं, चेन्कोव्ह गाडीत आधीपासूनच बसलेला होता. तो डिकची वाट पाहत होता. डिक गोंधळून गेला. केवळ एक तासापूर्वीच मीटिंग संपवून त्यांनी परस्परांचा निरोप घेतलेला होता.

''काही प्रॉब्लेम आहे का, अनातोल?'' त्याने चिंताग्रस्त मुद्रेने विचारलं.

''प्रॉब्लेम? अजिबात नाही.'' चेन्कोव्ह म्हणाला, ''नुकताच मला क्रेमलिनमधून फोन आला होता. पण त्याविषयी तुम्हाला फोनवर सांगणं मला प्रशस्त वाटलं नाही, म्हणून मी मुद्दाम इथे तुमची भेट घेण्यासाठी आलो. सोळा मे रोजी खुद्द प्रेसिडेंट सेंट पीटर्सबर्गच्या दौऱ्यावर येणार आहेत. तुमच्या कंपनीशी करारनामा करण्याच्या समारंभाला अध्यक्ष म्हणून उपस्थित राहण्याची इच्छा त्यांनी प्रदर्शित केली आहे.''

''पण मग माझ्या हातात करारपत्र पूर्ण करण्यासाठी केवळ तीनच आठवडे उरतात.'' डिक म्हणाला.

''आज सकाळच्या मीटिंगमधे तुम्हीच म्हणालात ना, त्या करारपत्रात आता अगदीच किरकोळ दुरुस्त्या करायच्या राहिल्या आहेत म्हणून?'' चेन्कोव्हने डिकला आठवण करून दिली. त्यानंतर चेन्कोव्हने सिगारेट शिलगावली. म्हणाला, ''ही गोष्ट ध्यानात ठेवा. आपण तीन आठवड्यांत परत सेंट पीटर्सबर्गमधे भेटूच.'' चेन्कोव्हचं हे बोलणं वरकरणी अगदी सहज वाटत असलं, तरी प्रत्यक्षात त्या दोघांमधील संभाषण या पातळीवर पोचायला तब्बल तीन वर्षं लागली होती. आता दोघांमधील सौद्यावर शिक्कामोर्तब होण्यास केवळ तीन आठवडे उरले होते.

त्यावर डिक काहीच बोलला नाही. त्याच्या मनात दुसरेच विचार घोळत होते. आपलं विमान एकदा लंडनच्या हीथ्रो विमानतळावर पोचलं, की लगेच आपल्या समोर कुठली कामं उभी आहेत याची चिंता त्याच्या मनात होती.

"करारपत्रावर सह्या होताच सर्वांत प्रथम काय करायचं ठरवलंय तुम्ही?" चेन्कोव्हने विचारलं. त्याच्या या प्रश्नामुळे डिकची विचारधारा भंग पावली.

"या शहराच्या स्वच्छता आणि आरोग्याची देखभाल करण्याचं कंत्राट मिळवण्यासाठी टेंडर भरण्याचा विचार आहे. ते जर एकदा हाती पडलं, तर नुसती चांदीच होईल."

डिकच्या या उत्तरावर चेन्कोव्हने त्याच्याकडे जरा रोखून पाहिलं आणि धारदार आवाजात म्हणाला, "सार्वजनिक ठिकाणी या गोष्टीचा उच्चारही करू नका. ही बाब अत्यंत गंभीर आहे."

त्यावर डिक काहीही न बोलता गप्प राहिला.

"आणि माझा एक सल्ला नीट ध्यानात ठेवा, इथलं पाणी कधीही पिऊ नका. गेल्या वर्षी इथल्या नळाला येणारं पाणी पिऊन मृत्युमुखी पडलेल्या नागरिकांची संख्या..." एवढं बोलून तो घुटमळला. प्रत्येक पाश्चिमात्य राष्ट्रातील वृत्तपत्रात ही बातमी झळकलेलीच होती आणि आपल्या या बोलण्याने त्या वृत्तान्ताला पुष्टीच मिळेल हे त्याच्या लक्षात आलं.

"नेमके किती मृत्युमुखी पडले?" डिकने विचारलं.

"पर्यटन मंत्रालयाने जाहीर केलेल्या आकडेवारीनुसार एकही नाही." चेन्कोव्ह म्हणाला. एव्हाना विमानतळासमोर येऊन थांबली होती. तो पुढे झुकून ड्रायव्हरला म्हणाला, "कार्ल, मि. बार्नस्ले यांच्या बॅगा घेऊन चेक-इन काऊंटरपाशी जा, तोपर्यंत मी गाडीतच थांबतो."

डिकने चेन्कोव्हशी हस्तांदोलन केले आणि म्हणाला, "थँक यू अनातोल, तीन आठवड्यांनी भेट होईलच."

"लाँग लाईफ अँड हॅपीनेस, माय फ्रेंड." चेन्कोव्ह म्हणाला. त्यानंतर डिक गाडीतून उतरला.

लंडनच्या फ्लाईटला अजून तासभर अवकाश होता. डिकने चेक-इन केलं आणि तो फ्लाईटची वाट बघत बसला.

इतक्यात ध्वनिक्षेपकावरून निवेदिकेचा आवाज घुमला. "लंडन हीथ्रोकडे जाणाऱ्या ९०२ क्रमांकाच्या फ्लाईटसाठी हा शेवटचा कॉल आहे."

डिकने घाईने काउंटरपाशी जाऊन विचारलं, "लंडनला आत्ता लगेच फ्लाईट आहे का?"

काउंटरवरचा माणूस म्हणाला, "९०२ नंबरच्या फ्लाईटला उशीर झालाय. पण आता ती लवकरच निघत आहे. एवढ्यात गेट बंद होईलच."

"माझी त्यात सोय करा ना." असं बोलून त्याने एक हजार रूबल्सची नोट अलगद त्या माणसाकडे सरकवली.

त्यानंतर साडेतीन तासांनी डिकचं विमान लंडन हीथ्रो विमानतळावर अलगद

उतरलं. सामानाच्या फिरत्या पट्ट्यावरून आपली बॅग उचलून तो 'नथिंग टू डिक्लेअर' चॅनेल पार करून विमानतळाबाहेर आला. दारात बऱ्याच ड्रायव्हर्सनी गर्दी केली होती. त्यांच्यापैकी अनेक जण हातात नावाच्या पाट्या उंच धरून उभे होते. डिकचा ड्रायव्हर स्टॅन त्याला नेण्यासाठी आला होता. आपल्या साहेबांना पाहताच तो लगबगीने पुढे आला आणि त्याने डिकच्या हातातील बॅग घेतली.

दोघे झपाझप कारपार्ककडे चालत असताना स्टॅन म्हणाला, "घरी जायचं की ऑफिसात?"

डिकने घड्याळावर नजर टाकली. नुकते चार वाजले होते. "घरीच," तो म्हणाला, "मी गाडीत बसल्या बसल्या माझं काम करेन."

आपली आलिशान जग्वार गाडी कारपार्क मधून बाहेर पडून रस्त्याला लागताच डिकने ताबडतोब आपल्या ऑफिसला फोन लावला.

"रिचर्ड बार्नस्लेज ऑफिस." पलीकडून आवाज आला.

"हाय जिल, मीच आहे. मला आधीची फ्लाईट मिळाली. आत्ता मी घरी निघालोय. तिकडे ऑफिसात चिंता करण्यासारखं काही नाही ना?"

"अजिबात नाही. सगळं अगदी सुरळीत चालू आहे." जिल म्हणाली, "सेंट पीटर्सबर्गमधे नक्की काय काम आणि कसं कसं घडलं, ते ऐकायची मात्र आम्हा सर्वांना उत्सुकता लागून राहिली आहे."

"फारच छान काम झालं. मंत्रीसाहेबांनी मला येत्या सोळा तारखेला कॉन्ट्रॅक्टवर सही करायला बोलावलंय."

"पण त्याला तर केवळ तीनच आठवडे उरले आहेत."

"हो ना. त्याचा अर्थ असा, की आपल्याला सगळ्यांनाच आता जोरात कामाला लागलं पाहिजे. तू एक काम कर– पुढच्या आठवड्याच्या सुरुवातीलाच बोर्ड मीटिंग बोलावून घे. शिवाय उद्या सकाळी लवकरच माझी आणि सॅम कोहेनची मीटिंग ठरवून टाक. आता या अखेरच्या क्षणी काहीही गडबड गोंधळ झालेला चालणार नाही मला."

"तुमच्या बरोबर मी येऊ सेंट पीटर्सबर्गला?"

"या खेपेला जमणार नाही जिल, पण हे बघ, एकदा का त्या कॉन्ट्रॅक्टवर सह्या झाल्या, की पुढचे दहा दिवस माझ्या डायरीत कोरे ठेवून दे. सेंट पीटर्सबर्गपेक्षा आणखी चांगल्या, उबदार ठिकाणी मी घेऊन जाणार आहे तुला!"

फोन ठेवल्यावर गाडीत मागच्या सीटवर डिक क्षणभर विचारमग्न अवस्थेत बसून राहिला. सेंट पीटर्सबर्गला परत जाण्यापूर्वी इथे कोणकोणती कामं पार पाडायची आहेत त्याची तो मनातल्या मनात उजळणी करत होता. एव्हाना गाडी डिकच्या

प्रासादतुल्य घरापाशी येऊन पोचली होती. स्टॅन गाडीतील सामान हाऊसकीपरच्या मदतीने बाहेर काढत असताना डिक खाली उतरून घराकडे चालू लागला. आज त्याची पत्नी नेहमीसारखी बंगल्याच्या पायरीवर त्याच्या स्वागताला हजर नव्हती. मग त्याच्या लक्षात आलं... आपण तर ठरल्या वेळेपेक्षा आधीच्या फ्लाईटने घरी येऊन पोचलो आहोत. मॉरीनच्या हिशोबाप्रमाणे आपल्याला घरी पोचायला अजून बराच अवकाश असणार.

डिक घरात शिरल्यावर पळतच जिना चढून वरच्या मजल्यावर असलेल्या आपल्या झोपायच्या खोलीत गेला. त्याने घाईघाईने अंगातील कपडे काढून तसेच जमिनीवर फेकले आणि गरम पाण्याच्या शॉवरखाली उभा राहिला. सेंट पीटर्सबर्ग आणि एरोफ्लोट विमानात शरीरावर साठलेला मळ खसखसून धुऊन काढल्यावर एकदाचं बरं वाटलं त्याला.

स्नानानंतर साधेच सैलसर कपडे अंगावर चढवून तो आरशासमोर उभा राहून आपली प्रतिमा न्याहाळू लागला. तो त्रेपन्न वर्षांचा होता. त्याचे केस तसे अकालीच पांढरे झाले होते. आता त्याने आपलं पोट मुद्दामच आत ओढून धरलं होतं. तरीपण आपल्याला अजून थोडं पोट घटवण्याची गरज आहे, याची त्याला तशी कल्पना होती. पँटचा पट्टा अंमळ घट्टच बसत होता. एकदा या कॉन्ट्रॅक्टवर सह्या झाल्या, की थोडा मोकळा वेळ मिळेल, तेव्हा आपण तो वेळ या अशा गोष्टी करण्यात सत्कारणी लावायचा, असं त्यानं मनाशी ठरवलं.

तो झोपण्याच्या खोलीतून बाहेर येऊन स्वयंपाकघरात शिरला. कुकला आपल्यासाठी सॅलड बनवायला सांगून तो दिवाणखान्यात आला. तिथे आजचा टाईम्स येऊन पडला होता. त्याने तो उचलून ताज्या मथळ्यांवरून एक नजर फिरवली. टोरी पार्टीने आपल्या पार्टीसाठी एका नवीन नेत्याची अध्यक्ष म्हणून निवड केली होती. लिबरल डेमोक्रॅट्सनीसुद्धा तेच केलं होतं आणि आता लेबर पार्टीच्या नेतेपदी गॉर्डन ब्राऊनची निवड करण्यात आली होती. येणाऱ्या निवडणुकांमधे आपल्या जुन्या नेत्यांच्या नेतृत्वाखाली निवडणूक लढवण्याचा कोणत्याच पक्षाचा इरादा दिसत नव्हता.

इतक्यात फोनची घंटी खणखणू लागली. डिकने वर पाहिलं. तो सावकाश चालत आपल्या पत्नीच्या डेस्कपाशी गेला आणि त्याने फोनचा रिसीव्हर उचलून कानाला लावला. फोनमधून जिलचा किनरा आवाज ऐकू आला.

''येत्या शुक्रवारी दहा वाजता बोर्ड मीटिंग ठरवण्यात आलेली आहे. शिवाय उद्या सकाळी आठ वाजता तुम्हाला सॅम कोहेन यांच्या ऑफिसात जाऊन त्यांची भेट घ्यायची आहे.'' डिकने आपल्या ब्लेझरच्या आतील खिशातून पेन काढलं. ''मी सर्वच्या सर्व बोर्ड मेंबर्सना ई-मेल धाडली आहे. ही मीटिंग अत्यंत महत्त्वाची आहे, असंही त्यात लिहिलं आहे.'' ती म्हणाली.

''माझी सॅमबरोबरची मीटिंग किती वाजता आहे?''

“बरोबर आठ वाजता. त्यांच्या ऑफिसात. त्यांना दहा वाजता कोर्टात आपल्या दुसऱ्या एका अशिलाला भेटायला जायचं आहे.”

“फाईन.” डिकने आपल्या पत्नीच्या डेस्कचा ड्रॉवर उघडून हाताला येईल ते कागदाचं चिटोरं बाहेर काढलं आणि त्यात खरडलं– ‘सॅम, ऑफिस, गुरू, ८ वा. बोर्ड मीटिंग १०.’ “वेल डन, जिल.” तो म्हणाला, “आता असं कर, ग्रँड पॅलेस हॉटेलात माझं बुकिंग करून ठेव आणि त्या मंत्र्याला ई-मेल करून माझी पोचण्याची वेळ कळवून ठेव.”

“ती मी आधीच कळवली आहे. बुकिंगही केलंय.” जिल म्हणाली. “शिवाय रविवारी दुपारचं सेंट पीटर्सबर्गच्या फ्लाईटचं तुमचं बुकिंगसुद्धा मी करून ठेवलंय.”

“हे तर फारच छान. मग उद्या तुला दहाच्या सुमाराला भेटतो.” डिकने फोन ठेवला आणि सावकाश चालत तो आपल्या अभ्यासिकेपाशी आला. त्याच्या चेहऱ्यावर हसू होतं. सगळं काही व्यवस्थित ठरवल्याप्रमाणे घडत होतं.

आपल्या स्वत:च्या टेबलापाशी बसल्यावर डिकने आधी हातातील चिठ्ठीवरचा सर्व तपशील आपल्या डायरीत उतरवून काढला. त्या नंतर त्या चिठ्ठीचा चोळामोळा करून तो केराच्या टोपलीत टाकणारच होता, एवढ्यात त्याला काय वाटलं कुणास ठाऊक; त्याने ती चिठ्ठी उघडून जरा बारकाईने वाचण्यास सुरुवात केली. वाचता वाचता त्याच्या कपाळावर एक सूक्ष्मशी आठी पडली. तो जेव्हा चिठ्ठीतल्या शेवटच्या परिच्छेदापर्यंत पोचला, तेव्हा ती आठी आणखीनच गडद झाली होती. त्या पत्रावर ठळक अक्षरात ‘अतिमहत्त्वाचं, गोपनीय’ असं लिहिलेलं होतं. त्याने ते परत एकदा वाचायला घेतलं.

डिअर मिसेस बार्नस्ले,

या पत्राद्वारे तुमची शुक्रवार दि. तीस एप्रिलची आमच्या ऑफिसबरोबरची अपॉईंटमेंट पक्की करत आहोत. गेल्या मंगळवारी माझ्याशी झालेल्या चर्चेत तुम्ही जो मुद्दा उपस्थित केला होतात त्या मुद्यावरच आपण आणखी तपशीलवार बोलू. त्यानंतर तुमचा जो काही निर्णय होईल, त्याचे होणारे परिणाम विचारात घेता यावेळी मी मुद्दामच माझ्या सीनियर पार्टनरला आपल्या चर्चेच्या वेळी उपस्थित राहण्यास सांगितले आहे.

ठरल्याप्रमाणे तीस तारखेला तुमच्या भेटीची वाट पाहीन.

आपला विश्वासू
अँड्र्यू सिमाँड्स

डिकने ताबडतोब डेकवरचा रिसीव्हर उचलून सॅम कोहेनला फोन लावला. 'आता हा सॅम घरी गेलेला नसला, म्हणजे बरं!' तो पुटपुटला. सॅमचा हा नंबर खाजगी होता. केवळ काही खास लोकांपुरताच. त्याने तो उचलताच काहीही प्रस्तावना न करता डिक म्हणाला, ''तुला अँड्र्यू सिमाँड्स नावाचा कुणी वकील माहिती आहे?''

''मी त्याच्याविषयी ऐकून आहे,'' सॅम म्हणाला. ''आमची प्रत्यक्ष ओळख नाही. कारण मी घटस्फोटाचे दावे लढवत नाही ना!''

''घटस्फोट?'' डिक म्हणाला, एवढ्यात त्याला बाहेरून गाडीचा आवाज ऐकू आला. त्याने खिडकीबाहेर नजर टाकली. एक फोक्स वॅगन ऐटबाज वळण घेऊन पुढच्या दारापाशी पोर्चमधे येऊन उभी राहिली. त्याचे दार उघडून डिकची पत्नी उतरली. ''मी उद्या तुला भेटायला येणारच आहे सॅम. आणि हो, आपल्याला उद्या त्या रशियन कॉन्ट्रॅक्टशिवाय इतरही काही गोष्टींवर चर्चा करायची आहे.''

दुसऱ्या दिवशी सकाळी आठ वाजायच्या थोडा वेळ आधीच डिकच्या ड्रायव्हरने त्याला सॅम कोहेनच्या ऑफिसपाशी आणून सोडलं. डिक आत शिरताच सॅम उठून उभा राहिला. तो एक नाणावलेला वकील होता. त्याने आपल्याला महत्त्वाच्या अशिलाचं स्वागत करून त्याला बसण्याची खूण केली.

डिकने बसण्यापूर्वी घाईघाईने आपली ब्रीफकेस उघडली आणि आतून हे पत्र काढून सॅमच्या हातात ठेवलं. सॅमने ते काळजीपूर्वक वाचून डिकला परत दिलं.

''मी रात्रभर या गोष्टीवर बराच विचार केला.'' सॅम म्हणाला, ''आमच्या या फर्ममधे घटस्फोटाच्या सगळ्या केसेस माझी पार्टनर ॲना रेंटॉल हीच हाताळते. मी तिच्याकडेही या अँड्र्यू सिमाँड्स विषयी चौकशी केली. तिने पण हेच सांगितलं. हा अँड्र्यू फक्त घटस्फोट, कौटुंबिक कलह अशा प्रकारच्या केसेसच घेतो. आता ही गोष्ट ध्यानात घेऊन तुला काही अगदी खाजगी प्रश्न विचारावे लागतील मला.''

डिकने काही न बोलता नुसती मान हलवली.

''या विषयावर कधी बोलणं झालंय?''

''नाही, कधीच नाही.'' डिक ठामपणे म्हणाला ''तशी आमची अधूनमधून खडाजंगी होत असते. पण लग्नाला वीस वर्षं झालेल्या कुठल्या जोडप्याची भांडणं होत नाहीत?''

''फक्त इतकंच? त्याहून अधिक गंभीर अशा स्वरूपाचं भांडण कधी झालं होतं?''

''एकदा तिने मला सोडून जाण्याची धमकी दिली होती. पण मला वाटलं होतं, ही गोष्ट एव्हाना भूतकाळात जमा झाली असेल. मला एकाच गोष्टीचं नवल वाटतंय, या विषयावर माझ्याशी एक अक्षरही न बोलता तिनं थेट वकिलाची कशी काय भेट

घेतली असेल?''

"हे तर सगळीकडेच असतं,'' सॅम म्हणाला, "पन्नास टक्के नवऱ्यांच्या हातात घटस्फोटाची नोटिस पडली, की त्यांना धक्काच बसतो. 'हे असं काही आमच्या ध्यानी मनीसुद्धा नव्हतं' असंच सगळे म्हणतात.''

"मग मी पण त्या पन्नास टक्क्यांतच मोडतो,'' डिक म्हणाला, "पण मी आता यावर करू काय?''

"फारसं काही करण्यासारखं नाहीच आहे. लवकरच ती तुला लेखी नोटिस पाठवेल. पण त्यापूर्वी उगीच आपणहून तू याबद्दल काही विषय न काढलेलाच बरा. कारण त्यातून काहीच निष्पन्न होणार नाही. अर्थात तरीही आपण निष्काळजी राहून चालणार नाही. आपण तयारीत राहिलं पाहिजे. आता मला सांगा, घटस्फोटासाठी तिच्याकडे कोणता मुद्दा असू शकेल?''

"मला तरी तसं काही लक्षात येत नाही.''

"तुझं बाहेर काही प्रेमप्रकरण वगैरे चालू आहे का?''

"नाही... अं... खरं तर थोडंफार... म्हणजे माझ्या सेक्रेटरीबरोबर आहे. पण त्याचं पुढे काही होईल असं ही नाही. माझ्या सेक्रेटरीला खूप आशा आहेत. पण मी मात्र हे एकदा पाईपलाईनचं काम हातावेगळं झालं की तिला सोडणार आहे.''

"मग ते पाईपलाईनचं सगळं व्यवस्थित चालू आहे ना?''

"हो. खरं तर तुझी भेट इतक्या तातडीने मला मुख्यत: त्याच कामासाठी तर हवी होती.'' डिक म्हणाला, "मला सोळा मेला सेंट पीटर्सबर्गला परत जावं लागणार आहे. दोन्ही पक्षांकडून त्यावेळी करारपत्रावर स्वाक्षऱ्या होणार आहेत.'' त्यानंतर तो क्षणभर थांबून म्हणाला, "आणि त्या स्वाक्षरी करण्याच्या सोहळ्याला खुद्द प्रेसिडेंट पुतिन उपस्थित राहणार आहेत.''

"अभिनंदन,'' सॅम म्हणाला, "मग या सगळ्यात तुझ्या वाट्याला साधारण किती येईल?''

"हे तू का विचारतो आहेस?''

"तुझं हे पाईपलाईनचं डील यशस्वी व्हावं, अशी इच्छा केवळ तुझीच नव्हे, तर आणखीही कुणाचीतरी असणार आहे, हे उघड आहे.''

डिकने त्यावर जरा चाचरतच आकडा सांगितला, "अंदाजे साठ कोटी– अर्थात हे कंपनीला मिळतील.''

तुमच्या कंपनीचे पन्नास टक्के शेअर्स तुझ्याच मालकीचे आहेत ना?

"हो, पण मी ही गोष्ट चोरून ठेवू शकतो.''

"तसा विचारसुद्धा करू नको,'' सॅम म्हणाला.

"विशेषत: घटस्फोटाचा खटला सिमाँड्ससारखा माणूस लढवत असेल, तर तू

काहीही लपवालपवी करू शकणार नाहीस. तुझ्या खिशातल्या प्रत्येक नाण्याचा त्याला वास येईल. तो सगळं बरोबर हुडकून काढेल. शिवाय तू त्यांना फसवण्याचा प्रयत्न करतोयस, हे जर उघडकीला आलं, तर न्यायमूर्तींची सहानुभूती अर्थातच तुझ्या पत्नीला मिळेल.'' सॅमने आपल्या मित्राकडे परत एकदा रोखून पाहिलं आणि म्हणाला, ''हा विचार मनातून काढून टाक, डिक.''

''मग मी करू तरी काय?''

''तुझ्या कोणत्याही हालचालींचा त्यांना संशय येता कामा नये अशी खबरदारी घे. सगळी कामं रोजच्यासारखी, वेळच्या वेळी करत जा. जसं काही तुला काही माहीतच नाही, असं वाग. दरम्यान मी एका वकिलाशी बोलून ठेवतो. म्हणजे तुझ्या पत्नीची जी कल्पना असेल, त्यापेक्षा जास्त तयारीत आपल्याला राहता येईल.'' त्यानंतर सॅम क्षणभर घुटमळला आणि जरा करड्या आवाजात त्याने आपल्या मित्राला सुनावलं, ''त्याचबरोबर एक गोष्ट सांगून ठेवतो– ह्या सगळ्या प्रकरणाचा सोक्षमोक्ष लागेपर्यंत बाहेर कोणतंही लफडं करायचं नाही. हा माझा हुकूमच समज.''

नंतरचे काही दिवस डिक आपल्या पत्नीच्या प्रत्येक हालचालीवर अगदी बारकाईने लक्ष ठेवून होता. परंतु कुठे काही पाणी मुरत असल्याचा थांगपत्ताही तिने लागू दिला नाही. तिने डिकच्या सेंट पीटर्सबर्गमधे होणाऱ्या मीटिंगविषयी जरा अवाजवी कुतूहल मात्र दाखवलं. गुरुवारी रात्री जेवताना तर तिने 'बोर्डाचा निर्णय झाला का?' असंही विचारलं.

''हो, झाला तर!'' डिक म्हणाला, ''सॅमने त्यांना करारपत्रातील प्रत्येक मुद्दा अगदी बारकाईने समजावून सांगितल्यावर त्यांनी त्यावर शिक्कामोर्तब केलं.'' डिकने जेवणांतर स्वत:साठी कपभर कॉफी ओतून घेतली, इतक्यात त्याच्या पत्नीने अजून एक प्रश्न केला. तो ऐकल्यावर मात्र डिकच्या आश्चर्याला पारावार उरला नाही.

''तू जेव्हा या वेळी सेंट पीटर्सबर्गला जाशील, तेव्हा मी येऊ तुझ्याबरोबर? आपण दोघं शुक्रवारची फ्लाईट घेऊ. वीकएंडला हर्मिटेज आणि समर पॅलेस बघायला जाऊ. कदाचित कॅथरीनचं अँबर कलेक्शन बघायलाही वेळ मिळेल आपल्याला. नाहीतरी बऱ्याच दिवसांपासून मनात आहे माझ्या ते!''

डिकने उत्तर देण्यापूर्वी क्षणभर विचार केला. मॉरीनने कित्येक वर्षांपूर्वी त्याच्याबरोबर बिझनेस ट्रिपला येणं बंद केलं होतं. याचा अर्थ आज आत्ता हा प्रश्न काही तिनं सहज विचारलेला नव्हता. डिकच्या मनात चमकून गेलेला पहिला विचार म्हणजे– 'या बयेच्या मनात नक्की आहे तरी काय?'

''मी विचार करून तुला काय ते सांगतो,'' असं म्हणून त्याने वेळ मारून नेली. एव्हाना कपातली कॉफी थंड होऊन गेली होती.

दुसऱ्या दिवशी ऑफिसात पोचताक्षणी डिकने सर्वांत प्रथम आपला वकील मित्र सॅम कोहेन याला फोन लावला.

"हा नक्की, त्या सिमाँड्सचाच सल्ला असणार. प्रत्यक्ष करारनाम्यावर सह्या होत असताना तिने तिथे उपस्थित राहावं, असं त्यानं सुचवलं असेल." कोहेन म्हणाला.

"पण कशासाठी?

"त्यामुळे मॉरीनला असं शपथेवर सांगता येईल, की गेल्या वीस वर्षांत तुझ्या आयुष्यातील प्रत्येक महत्त्वाच्या क्षणी तिने तुला साथ दिली. तुझी पाठ कधी सोडली नाही."

"कप्पाळ माझं!" डिक वैतागून म्हणाला, "मी पैसे कसे कमावतो याच्याशी तिला काही देणं घेणं नसतं. तिचा संबंध असतो, तो केवळ ते पैसे उडवण्याशी!"

"आणि त्याचमुळे तुझ्या सर्वच्या सर्व मालमत्तेत पन्नास टक्के वाटा तिचा आहे, हेच त्यांना सिद्ध करायचं आहे."

"म्हणजे तिचा तीस कोटी पौंडांवर हक्क?" डिक संतापून म्हणाला.

"सिमाँड्सने पूर्वतयारी तर चांगली जोरदार केली आहे." सॅम म्हणाला.

"तर मग मी तिला सरळच येऊ नको असं सांगतो. तिनं माझ्याबरोबर येणं योग्य दिसणार नाही, असं सांगतो."

"तुझ्या तोंडून हे वाक्य बाहेर पडलं, की सिमाँड्स वेगळाच पवित्रा घेईल. तू कसा कठोर आणि निर्दयी मनुष्य आहेस, असं काळकुट्ट चित्र तो रंगवेल. तुला आयुष्यात यश मिळताच तू त्याच्या अशिलाला, म्हणजे तुझ्या पत्नीला, आपल्या मार्गातून हटवण्याचा कसा प्रयत्न सुरू केलास, आपल्या बिझनेस दौऱ्यांवर तिला नेणं कसं बंद करून टाकलंस, त्या ऐवजी आपल्या सेक्रेटरीला कसा घेऊन जाऊ लागलास..."

"पुरे, पुरे. आलं लक्षात. तेव्हा तुझ्या मते या खेपेला तिला सेंट पीटर्सबर्गला घेऊन जाण्यातच शहाणपणा आहे, असंच तुझं म्हणणं आहे ना?" डिक म्हणाला.

"एकीकडे हे असं आहे. पण त्याचबरोबर दुसरीकडे हेही आहे की..." सॅम म्हणू लागला. इतक्यात डिक त्याचं बोलणं अर्ध्यात तोडत म्हणाला, "तुम्ही वकील मंडळी म्हणजे..."

"एक गंमत कशी आहे पाहा. तुम्ही लोक जेव्हा संकटात सापडता, तेव्हा मात्र तुम्हाला आमची गरज भासते," सॅम हसून टोला देत म्हणाला, "तेव्हा एकच करायचं, तुझ्या पत्नीची पुढची चाल कशी असेल, याचा आधीच अंदाज घ्यायचा."

"आणि कशी असेल ती चाल?"

"एकदा का तुम्ही दोघे सेंट पीटर्सबर्गला पोचलात, की ती तुझ्याकडे सेक्सची मागणी करेल."

"पण हे असलं काही आम्ही गेल्या कित्येक वर्षांत केलेलं नाही." डिक उद्गारला.

त्यावर बायकी आवाज काढून सॅम नाटकीपणे म्हणाला, "मिलॉर्ड, मी सेक्स-विषयी अनुत्सुक कधीच नव्हते."

"ओ, हेल!" डिक म्हणाला, "मी कधीच जिंकू शकणार नाही."

"शकशील, नक्की जिंकू शकशील," सॅम म्हणाला, "पण एक मात्र कर. लेडी लाँगफोर्डचा सल्ला कधी ऐकू नकोस. लेडी लाँगफोर्डला जेव्हा कोर्टात न्यायाधीशांनी विचारलं होतं, 'मॅडम, तुम्ही कधी लॉर्ड लाँगफोर्डपासून घटस्फोट घेण्याचा विचार केला होता का?' त्यावर लेडी लाँगफोर्ड म्हणाली होती– 'कधीच नाही, पण त्यांचा खून करण्याचा विचार मात्र माझ्या मनात अनेकदा येऊन गेला होता.' "

त्यानंतर बरोबर दोन आठवड्यांनी बार्नस्ले पती-पत्नी सेंट पीटर्सबर्गच्या ग्रँड पॅलेस हॉटेलात येऊन उतरले. त्यांची खोली नवव्या मजल्यावर होती. खोली कसली, भला मोठा सूटच होता तो– टॉलस्टॉय सूट. हॉटेलच्या पोर्टरने त्यांच्या बॅगा ट्रॉलीवर ढकलत त्यांच्या मागोमाग आणून ठेवल्या.

सूटमधे शिरताच डिक लगेच आतील भागात असलेल्या बाथरूममधे अदृश्य झाला. त्याची पत्नी मॉरीन आश्चर्याने थक्क होऊन खोलीच्या खिडकीतून बाहेरचं दृश्य पाहू लागली. दूरवर सेंट निकोलस कथीड्रलचा सोनेरी कळस चमकत होता.

डिकने बाथरूममधे शिरून आतून कडी घातली. वॉश बेसिनवर कागद चिकटवलेला होता. त्यावर स्पष्ट सूचना छापलेली होती– 'हे पाणी पिऊ नये.' त्याने तो कागद काढून, अलगद खिशात घातला. शेजारच्या कट्ट्यावर पाणी प्यायच्या दोन बाटल्या होत्या. त्याने दोन्ही बाटल्यांचं सील काढून त्यांची झाकणं उघडली आणि त्यातील पाणी बेसिनमधे ओतलं. त्यानंतर त्याने काळजीपूर्वक बेसिनचं पाणी दोन्ही बाटल्यांमधे भरलं व त्यांची झाकणं लावून, पुसून त्या परत पूर्वीसारख्या कट्ट्यावर ठेवून दिल्या. त्यानंतर बाथरूमचं दार उघडून तो निर्विकार चेहऱ्याने बाहेर पडला.

डिकने आता आपली सूटकेस उघडून त्यातील सामान खोलीतील कपाटात व्यवस्थित ठेवण्यास सुरुवात केली. एवढ्यात मॉरीन बाथरूममधे शिरली. तत्क्षणीच त्याने खिशातील 'हे पाणी पिऊ नये' अशी सूचना लिहिलेला तो कागद काढून सूटकेसच्या तळाशी व्यवस्थित ठेवला. बॅग बंद करून त्याने शोधक नजरेने खोलीत सर्वत्र पाहिलं. खोलीतील भल्यामोठ्या पलंगाच्या बाजूंना एक एक लहानसं टेबल होतं. प्रत्येक टेबलवर मिनरल वॉटरची सीलबंद बाटली होती. आपल्या पत्नीच्या झोपण्याच्या जागेच्या शेजारच्या टेबलवरची बाटली त्याने घाईने उचलली व तो

पळतच सूटमधील छोट्याशा किचनमधे गेला. तेथील सिंकमधे त्याने ते मिनरल वॉटर ओतून दिलं व बाटलीत नळाचं पाणी भरलं. ती बाटली परत त्याने जागच्या जागी ठेवून दिली. खोलीच्या खिडकीजवळच्या टेबलवरही अशाच आणखी दोन सीलबंद बाटल्या होत्या. त्यांच्यातील पाणी फेकून देऊन त्यात नळाचं पाणी भरून ठेवण्याचा सर्व उपद्व्याप त्याने परत एकदा केला.

मॉरीन बाथरूममधून बाहेर आली तेव्हा डिकने आपली सूटकेस रिकामी करून त्यातील सर्व सामान कपाटात व्यवस्थित लावलं होतं. त्यानंतर मॉरीनने आपली बॅग रिकामी करण्यास सुरुवात केली, तेव्हा तो फोनपाशी गेला आणि त्याने सावकाश एक नंबर फिरवला. हा नंबर त्याला तोंडपाठच होता. पलीकडच्या बाजूने फोनची घंटा वाजू लागली. डिकने स्वतःच्या पलंगावर बसून स्वतःच्या टेबलवरील मिनरल वॉटरच्या बाटलीचं सील काढलं आणि त्यातील पाण्याचे दोन घोट घेतले. इतक्यात पलीकडील व्यक्तीने फोन उचलला.

''हाय, अनातोल! मी डिक बार्नस्ले. मी फोन एवढ्यासाठीच केला... की आम्ही आत्ताच इथल्या ग्रँड पॅलेस हॉटेलात येऊन पोचलोय.''

''सेंट पीटर्सबर्गमधे परत एकदा वेलकम!'' पलीकडचा आवाज हसून म्हणाला, ''यावेळी तुमची पत्नी पण खास या कार्यक्रमासाठी आली आहे का?''

''हो. आली आहे ना आणि तिला पण तुम्हाला भेटण्याची खूप उत्सुकता आहे,'' डिक म्हणाला.

''अरे वा. मला पण त्यांना भेटायला आवडेल. आता तुम्ही दोघं वीकएंडला छान आराम करा. सोमवार सकाळचा सगळा कार्यक्रम नीट ठरलेला आहे. प्रेसिडेंट उद्या रात्रीच येऊन पोचतायत, त्यामुळे सोमवारच्या कार्यक्रमाला ते पण उपस्थित असणार आहेत.''

''सकाळी दहा वाजता, विंटर पॅलेसमधे ना?''

''हो, तिथेच. बरोबर दहा वाजता.'' मंत्री चेन्कोव्ह म्हणाला, ''मी सोमवारी सकाळी नऊ वाजता तुम्हाला न्यायला येतो. तसा मोटारीने तीसच मिनिटांचा रस्ता आहे. पण आपण वेळेवर पोचलेलं बरं. उशीर व्हायला नको.''

''मी लॉबीत येऊन थांबेन.'' डिक म्हणाला, ''सी यू देन.'' त्याने फोन खाली ठेवून आपल्या पत्नीकडे पाहिलं. ''डार्लिंग, आपण खालीच डिनरला जाऊ या, चालेल ना? आजचा दिवस खूप धावपळीत गेला. शिवाय उद्याही बरीच दगदग होणार आहे.'' त्यानंतर त्याने आपलं घड्याळ तिथल्या प्रमाणवेळेनुसार लावलं आणि म्हणाला, ''आज आपण लवकरच झोपावं हे बरं!'' त्याने निघताना पाण्याची बाटली हलकेच खिशात टाकली आणि मॉरीनबरोबर जेवायला बाहेर पडला.

खाली डायनिंग हॉलमधे आल्यावर तिथल्या वेटरने त्यांना कोपऱ्यातील शांत टेबलापाशी नेऊन बसवलं. मग अदबीने दोघांच्याही हातात एकेक मेन्यूकार्ड दिलं. मॉरीन मेन्यूकार्ड वाचण्यात गर्क होती. टेबल चांगलं मोठं होतं. मॉरीनचं लक्ष नसताना डिकने रूममधून खिशात घालून आणलेली पाण्याची बाटली काढली आणि ते आपल्या पत्नीच्या ग्लासात गुपचूप ओतलं.

दोघांनी मेन्यूकार्डात बघून काय ऑर्डर करायचं ते ठरवलं. त्यानंतर शनिवार-रविवारमधे काय काय गोष्टी करायच्या, कुठली प्रेक्षणीय स्थळं बघायची, याविषयी मॉरीन उत्साहाने बोलू लागली. ''मला वाटतं, उद्या सकाळी लवकरच आपण हर्मिटेजला भेट देऊ. त्यानंतर दुपारचं जेवण झालं की राहिलेला सगळा दिवस समर पॅलेसमधे घालवू.''

''आणि तुला ते अँबर कलेक्शन बघायचं होतं, त्याचं काय झालं?'' डिकने मॉरीनच्या रिकाम्या झालेल्या ग्लासात परत ते पाणी ओतत विचारलं, ''मला वाटलं, तुला ते कलेक्शन काहीही झालं तरी बघायचंच आहे.''

''हो, बघायचं तर आहेच. मी रविवारचा संपूर्ण दिवस अँबर कलेक्शन आणि रशियन म्यूझियम अशा दोनच गोष्टींसाठी राखून ठेवला आहे.''

''तू सगळी व्यवस्थित आखणी करूनच आलेली दिसतेस!'' डिक म्हणाला, इतक्यात वेटरने मॉरीनच्या समोर सूपचं बाऊल आणून ठेवलं.

राहिलेला सर्व वेळ मॉरीन प्रेक्षणीय स्थळांविषयीच बोलत राहिली. उद्या हर्मिटेजमधे गेल्यावर न विसरता काय काय पाहायचं ते तिने डिकला सांगितलं. जेवणानंतर वेटर बिल घेऊन आला. डिकने त्यावर सही करून खोली क्रमांक लिहिला, तोपर्यंत मॉरीनने ती पाण्याची बाटली रिकामी केली होती.

दोघं उठून वरती जायला निघाल्यावर डिकने गुपचुप ती बाटली परत कोटाच्या खिशात टाकली. खोलीत आल्यावर बाथरूममधे जाऊन डिकने ती बाटली परत नळाच्या पाण्याने भरून परत जागच्या जागी बेसिनच्या जवळ ठेवून दिली.

बाथरूममधून झोपण्याचे कपडे घालून तो बाहेर आला. तो पलंगावर येऊन झोपण्याची तयारी करू लागला, तरी मॉरीन आपलं गाईडबुक घेऊन वाचत बसली होती.

''मी दमलो,'' डिक म्हणाला, ''टाईमझोनमधल्या फरकामुळे कदाचित असा थकवा जाणवत असेल.'' असं म्हणून तो पाठ करून डोळे मिटून पडून राहिला. खरं तर त्यावेळी इंग्लंडमधे रात्रीचे फक्त आठ वाजले होते. म्हणजे तसा दमण्याचा, शरीराला थकवा जाणवण्याचा फारसा संबंधही नव्हता. आपली ही थाप मॉरीनच्या लक्षात आली नाही, या विचाराने त्याला हायसं वाटलं.

दुसऱ्या दिवशी सकाळी डिकला जेव्हा जाग आली तेव्हा त्याला प्रचंड तहान लागली होती. रात्रभरात त्याच्या टेबलावरची पाण्याची बाटली त्याने संपवली होती. तिकडे त्याचं लक्ष गेलं. मग पलंगावरून उतरून तो खोलीच्या कोपऱ्यात असलेल्या फ्रीजपाशी गेला आणि त्याने आतून ऑरेंज ज्यूसची बाटली बाहेर काढली.

"आज सकाळी तू जिममधे जाणार आहेस?" त्याने मॉरीनला विचारलं. ती अजून पुरती जागीसुद्धा झालेली नव्हती.

"पण तेवढा वेळ आहे का?"

"हो, आहे ना. नाहीतरी हर्मिटेज दहा वाजेपर्यंत उघडतच नाही. शिवाय दरवेळी मुद्दाम मी याच हॉटेलात उतरतो, कारण यांचं जिम फारच छान आहे."

"पण मग तुझं काय? तू काय करणार आहेस?"

"मला थोडं काम आहे. थोडे फोन करायचे आहेत." डिक म्हणाला.

मॉरीन बिछान्यातून उठली ती थेट बाथरूममधेच गेली. डिकने ताबडतोब तिच्या टेबलावरील पाण्याची बाटली उघडून तिचा ग्लास भरून ठेवला.

काही मिनिटांत मॉरीन बाहेर आली. तिने आपली जिमची बॅग गळ्यात अडकवली. "मी चाळीस मिनिटांत परत येईन," ती म्हणाली. जाण्यापूर्वी तिने जिममधील ट्रेनरची अपॉईंटमेंट घेऊन ठेवली.

डिकने खिडकीजवळच्या टेबलावरची पाण्याची बाटली उचलली आणि तिच्या हातात ठेवत म्हणाला, "बरोबर आठवणीने हे पाणी घेऊन जा. जिममधे कदाचित पाणी नसेल."

"थँक यू." ती म्हणाली.

तिच्या चेहऱ्यावर बुचकळ्यात पडल्याचे भाव होते. 'आपण नेहमीपेक्षा जरा जास्तच चांगले तर वागत नसू ना...' त्याच्या मनात आलं.

मॉरीन जिमला गेल्यावर डिकने झटपट शॉवर घेतला. तो बाथरूममधून बाहेर आला तेव्हा खिडकीतून लख्ख सोनेरी ऊन आत आलं होतं. डिकला प्रसन्न वाटलं. त्याने ब्लेझर, पँट वगैरे अंगात चढवली. आपण अंघोळीला गेलो असताना हॉटेलच्या कोणी कर्मचाऱ्याने येऊन जुन्या पाण्याच्या बाटल्या उचलून नेऊन त्या जागी नव्या सीलबंद बाटल्या तर ठेवलेल्या नाहीत ना, हे त्याने तपासून पाहिलं. पण तसं काही नव्हतं.

त्यानंतर डिकने फोन करून खोलीतच ब्रेकफास्ट मागवला. इतक्यात मॉरीन जिममधून परत आली. तिच्या हातात पाण्याची बाटली होती. ती अर्धी रिकामी होती.

"काय, कसा झाला व्यायाम?"

"फारसा ठीक नाही झाला. मला खूप गळून गेल्यासारखं वाटतंय." ती तक्रारीच्या सुरात म्हणाली.

"हा सगळा जेट लॅगचा परिणाम असणार," असं म्हणत डिक ब्रेकफास्ट घ्यायच्या टेबलापाशी जाऊन बसला. त्याने स्वत:च्या ग्लासात ऑरेंज ज्यूस भरला, तर मॉरीनच्या ग्लासात पाणी भरून ठेवलं. मॉरीन कपडे बदलत असताना त्याने 'हेरॉल्ड ट्रिब्यून' वाचण्यास सुरुवात केली. आपण प्रेसिडेंटची निवडणूक लढवणार नसल्याचा दावा हिलरी क्लिंटनने केला होता. याचा अर्थ ती नक्कीच उमेदवार म्हणून रिंगणात उतरणार... कारण हे तिचं वक्तव्य तिने आपल्या पतीसमवेत उभं असताना केलं होतं, तसा फोटोच छापून आलेला होता ना... डिकच्या मनात आलं.

मॉरीन बाथरूममधून ड्रेसिंग गाऊन घालून बाहेर आली आणि डिकच्या समोरच्या बाजूला बसली. तिने ग्लासातील पाण्याचे दोन घोट घेतले.

"आपण हर्मिटेजला जाऊ तेव्हा इथली पाण्याची बाटली बरोबर घेऊन जाऊ हं, आठवणीनं..." मॉरीन म्हणाली. डिकने पेपरात खुपसलेली मान वर करून तिच्याकडे पाहिलं. "अरे जिममधली मुलगी म्हणाली, इथे कुठेही बाहेर गेल्यावर नळाचं पाणी मुळीच पिऊ नका. इथलं पाणी दूषित आहे म्हणे."

"हो. मला माहीत आहे. खरं तर मी तुला आधीच कल्पना द्यायला हवी होती." डिक म्हणाला, मॉरीनने टेबलावरची बाटली उचलून पर्समधे टाकली आणि म्हणाली, "आपण काळजी घेतलेली बरी."

दहाला पाच मिनिटं कमी असताना डिक आणि मॉरीन हर्मिटेजच्या प्रवेशद्वारातून आत शिरले. आत भलीमोठी रांग होती. रांग गोगलगाईच्या गतीने पुढे सरकत होती. मॉरीनने पर्समधली पाण्याची बाटली काढली आणि हातातल्या गाईड बुकची पानं चाळता चाळता घोट घोट पाणी पिऊ लागली. ते रांगेतून तिकीट बूथपाशी पोचले तेव्हा दहा वाजून चाळीस मिनिटं झाली होती. "आपण अगदी न विसरता मायकेल अँजेलो, राफाएल आणि लिओनार्डो यांची पेंटिंग्ज बघायचीच हं!"

डिकने हसून मान डोलावली. पण आत्ता जागतिक कीर्तीच्या चित्रकारांविषयी विचार करायला त्याला मुळीच सवड नव्हती.

ते संगमरवरी पायऱ्या चढून आत शिरले. मोठे मोठे पुतळे सर्वत्र उभे करून ठेवलेले होते. 'हे हर्मिटेज म्यूझियम किती प्रचंड आहे,' डिकच्या मनात आलं. आजवर इतके वेळा सेंट पीटर्सबर्गमधे येऊनसुद्धा हे म्यूझियम त्याने आतून पाहिलेलंच नव्हतं.

"या म्यूझियमच्या तीन मजल्यांवरच्या एकूण दोनशेहून अधिक खोल्यांमधे रशियाच्या झारचं संग्रहालय आहे," मॉरीन गाईड बुकातून वाचून डिकला म्हणाली, "चल, आपण या बाजूने सुरुवात करू या!"

साडेअकरा वाजले तरी त्यांचा अजून पहिला मजलासुद्धा पाहून झाला नव्हता.

मॉरीनच्या हातातली पाण्याची बाटली मात्र रिकामी झालेली होती.

"मी जाऊन दुसरी बाटली घेऊन येतो." डिक म्हणला आणि त्याने सहजपणे तिच्या हातातली पाण्याची बाटली घेतली. त्या बाटलीवर 'एव्हियन' कंपनीचं लेबल होतं. डिक मॉरीनला तिथेच सोडून बाहेर पडला तो दहा पंधरा मिनिटांनी जुन्याच बाटलीत नळाचं पाणी भरून घेऊन आला. तो पर्यंत मॉरीन एका तैलचित्राकडे निरखून बघत होती. म्यूझियममधे जागोजागी पाणी आणि सॉफ्टड्रिंक्स विकण्याचे काऊंटर्स होते. मॉरीनने फिरताफिरता एकवार नीट ध्यान देऊन पाहिलं असतं, तरी तिच्या एक गोष्ट नक्कीच लक्षात आली असती– कोणत्याच काऊंटरवर 'एव्हियन' कंपनीचं पाणी विक्रीला नव्हतं. हर्मिटेज म्यूझियमचं 'व्हॉल्व्हिक' नावाच्या कंपनीशी कॉन्ट्रॅक्ट असल्यामुळे तिथे फक्त 'व्हॉल्व्हिक'चंच पाणी विक्रीला ठेवण्यात आलं होतं.

साडेबारा वाजता त्यांच्या सोळा खोल्या व्यवस्थित बघून झाल्या होत्या. आता दुपारचं जेवण घ्यावं असं ठरवून ते म्यूझियमच्या इमारतीबाहेर पडले. बाहेरच्या उन्हात मॉईका नदीच्या काठाने ते चालत निघाले. वाटेत त्यांना नुकतं लग्न झालेलं एक जोडपं दिसलं. मारिन्स्की पॅलेससमोरच्या ब्लू ब्रिजवर ते जोडपं मस्तपैकी फोटोला पोझ देऊन उभं होतं. मॉरीनने त्यांचा फोटो काढला.

"ही इथली प्रथाच आहे बरं का!" मॉरीन गाईडबुकची पानं चाळता चाळता म्हणाली.

तिथून पुढे जरासं चालत गेल्यावर त्यांना पिझ्झा मिळण्याचं ठिकाण लागलं. तो एक लहानसा जॉईंट होता. आत लाल पांढऱ्या चौकटींचे डिझाईन असलेले टेबलक्लॉथ घातलेली टेबलं होती. स्मार्ट कपड्यातले हसतमुख वेटर्स होते. डिक आणि मॉरीन आत शिरले.

"मी बाथरूमला जाऊन येते," मॉरीन म्हणाली, "मला मगाचपासून अस्वस्थ वाटतंय. कदाचित उन्हामुळे असेल. तू माझ्यासाठी फक्त सॅलड आणि पाणी एवढंच ऑर्डर कर."

वेटर आल्यावर डिकने आपल्या पत्नीसाठी सॅलड मागवलं, तर स्वत:साठी पास्ता आणि डाएट कोक. त्याला बऱ्याच वेळापासून तहान लागली होती.

मॉरीन परत आली. सॅलड खाल्ल्यावर ती परत तरतरीत झाली. समर पॅलेसमधे गेल्यावर काय काय बघायचं ते डिकला मोठ्या उत्साहात सांगू लागली.

बाहेर पडल्यावर दोघे टॅक्सीने शहराच्या उत्तरभागी असलेल्या समर पॅलेसकडे निघाले. टॅक्सीत बसल्यावर लगेच मॉरीनने गाईडबुक उघडलं व त्यातून माहिती वाचून डिकला सांगू लागली. " 'पीटर द ग्रेट' जेव्हा व्हर्सायच्या भेटीला आला, त्यानंतर त्याने हा समर पॅलेस बांधला. फ्रान्समधल्या मास्टरपीसची हुबेहूब प्रतिकृती बनवून घेण्यासाठी त्याने जगातील फार मोठ्या नामवंत कलाकारांना, शिल्पकारांना

आणि वास्तुविशारदांना कामाला लावलं. फ्रेंचांविषयी स्वत:ला वाटणारा आदरभाव व्यक्त करण्यासाठीच ही प्रतिकृती बनवण्याचा त्याचा हेतू होता. संपूर्ण युरोपमधे स्टाईलच्या बाबतीत फ्रेंच लोकांचं स्थान फार वरचं होतं.''

टॅक्सी ड्रायव्हर तिचं हे बोलणं ऐकत होता. मधेच त्यानेही संभाषणात भाग घेऊन माहिती पुरवली. ''आपण आत्ता विंटर पॅलेसवरून चाललोय. याचं नुकतंच नूतनीकरण करण्यात आलं आहे. आमचे प्रेसिडेंट पुतिन जेव्हा सेंट पीटर्सबर्गला येतात, तेव्हा ते इथेच मुक्काम करतात.'' ड्रायव्हर क्षणभर थांबून आश्चर्य व्यक्त करत म्हणाला, ''अरे, पॅलेसवरचा राष्ट्रध्वज फडकतोय. याचा अर्थ ते आज आलेले आहेत.''

डिक म्हणाला, ''ते मॉस्कोहून खास माझी भेट घेण्यासाठी आले आहेत.''

यावर ड्रायव्हर तो विनोद समजून मोठ्यांदा हसला.

अर्ध्या तासानंतर त्यांची टॅक्सी समर पॅलेसच्या गेटमधून आत शिरली. तिथल्या कारपार्कपाशी पोचल्यावर डिक आणि मॉरीन खाली उतरले. सर्वत्र प्रवाशांची गर्दी, गजबज होती. पॅलेसच्या हलक्या लहान लहान प्रतिकृती आणि इतर स्मृतिचिन्हं, टी-शर्ट, फोटो इ. विकणाऱ्यांनी आपले स्टॉल्स उभारले होते.

''चल, आत जाऊ आणि खराखुरा राजवाडा पाहू.'' मॉरीन म्हणाली.

''मी इथे कारपार्कमधे तुमची वाट बघत थांबतो. वेटिंगचे जादा पैसे लावणार नाही साहेब, पण साधारण किती वेळ लागेल तुम्हाला?''

''जास्तीत जास्त दोन ते तीन तास. त्याहून अधिक नाही,'' मॉरीन म्हणाली.

''ठीक आहे. तेवढा वेळ थांबेन मी.''

डिक आणि मॉरीन आधी राजवाड्याभोवती असलेल्या प्रशस्त, सुंदर बगीच्यात शिरले. 'ह्या बगीच्याला भेट देण्यास विसरू नका' असं गाईडबुकमधे लिहिलेलं होतं, ते का? याचं उत्तर डिकला आता मिळालं. मॉरीन गाईडबुकमधून माहिती वाचून ती त्याला पुरवत होती. मधूनमधून पीटर्सबर्गमधून ती पाण्याची बाटली उघडून घुटके घेत होती. ''राजवाड्याच्या चारही बाजूंनी पसरलेल्या या उद्यानाने भोवतालची सुमारे शंभर एकर जमीन व्यापलेली आहे. या उद्यानात वीस कारंजी आहेत. मुख्य राजवाड्याशिवाय इतर अकरा इमारती आहेत. ह्या इमारती म्हणजे राजघराण्यातील व्यक्तींसाठी बांधलेली निवासस्थानं होती.'' एव्हाना उन्हाचा ताप कमी झाला असला तरी आकाश अजूनही निरभ्र होतं. मॉरीन घोटघोट पाणी पीत होती. मधूनच ती हातातली बाटली डिकसमोर धरून त्याला एखादा घोट घेण्याचा आग्रह करे. पण प्रत्येक वेळेस तो नकार देई.

अखेर ते राजवाड्याच्या मुख्य इमारतीच्या पायऱ्या चढून प्रवेशद्वारापाशी पोचले,

तेव्हा तिथे एक भली मोठी रांग होती. मॉरीनला थोडासा थकवा जाणवत होता. तिने डिकला तसं सांगितलं.

"अग पण आपण एवढ्या लांबून आलो आहोत, हा राजवाडा आतून न बघताच कसं परत जायचं?" डिक म्हणाला. खरं तर तिथे अजून थांबणं मॉरीनच्या जिवावर आलं होतं. ती फार थकली होती. पण डिकच्या आग्रहाखातर ती तयार झाली.

रांग हळू हळू पुढे सरकत होती. अखेरे ते तिकिटाच्या खिडकीपाशी पोचले. डिकने दोन तिकिटं काढली. तिथे इंग्रजी बोलणाऱ्या गाईडचीपण सुविधा होती. डिकने पैसे भरल्यावर त्यांना गाईड मिळाला.

गाईडच्या मागोमाग दोघं महाराणी कॅथरीनच्या शयनकक्षात शिरले, तेव्हा मॉरीन कुरकुरत म्हणाली, "मला बरं वाटत नाही रे!" राणीच्या महालातील भव्य पलंगाच्या खांबाचा आधार घेत ती कशीबशी उभी राहिली.

"सध्या फार उन्हाळ्याचे दिवस आहेत ना. तुम्ही रोज भरपूर पाणी प्यायला हवं." गाईड म्हणाला. एकेक कक्ष फिरून पाहता पाहता गाईडच्या मागोमाग ते जेव्हा झार निकोलस द फोर्थ याच्या अभ्यासिकेत शिरले, तेव्हा मॉरीनची प्रकृती फारच बिघडली होती. "मला चक्कर येतेय. मी बहुदा खाली पडणार!" मॉरीन घाबरून म्हणाली, मग मात्र डिकने गाईडचा निरोप घेतला आणि मॉरीनला आधार देऊन कसंबसं चालवत कारपार्कपर्यंत आणलं. तिथे टॅक्सी ड्रायव्हर थांबलेला होताच.

"ताबडतोब ग्रँड पॅलेस हॉटेलात घेऊन चला," डिक टॅक्सी ड्रायव्हरला म्हणाला. मॉरीन टॅक्सीच्या मागील सीटवर बसली आणि तिथेच वेडीवाकडी कोसळली. शनिवारी मध्यरात्री पबमधून झिंगून घरी निघालेल्या दारुड्यासारखी तिची अवस्था झाली होती.

ग्रँड पॅलेस हॉटेलपर्यंत पोचायला त्यांना बराच वेळ लागला. मॉरीनला टॅक्सीत अनेकदा उलट्या झाल्या. पण टॅक्सी ड्रायव्हरने चेहऱ्यावर जराही नाराजी दर्शवली नाही. तो एक शब्दही न बोलता टॅक्सी चालवत होता. अखेर चाळीस मिनिटांनी एकदाचे ते ग्रँड पॅलेस हॉटेलात पोचले. डिकने नोटांचा एक भला मोठा जुडगा टॅक्सी ड्रायव्हरच्या हातात देऊन त्याचे पुन्हा पुन्हा आभार मानले.

"मॅडमना लवकरात लवकर बरं वाटू दे!" तो अदबीने म्हणाला.

"हो ना." डिक म्हणाला.

डिकने मॉरीनला टॅक्सीतून उतरवलं आणि लॉबीतून शक्य तितक्या वेगाने लिफ्टपाशी नेलं. आपल्याकडे कुणाचं लक्ष जाऊ नये, अशी त्याची इच्छा होती. लिफ्टने काही क्षणांतच ते वर पोचले. आपल्या सूटमधे शिरताच मॉरीनने बाथरूममधे धाव घेतली. तिने बाथरूमचं दार बंद केलं होतं, तरीही त्या बंद दाराआडून डिकला तिच्या उलट्यांचा आवाज येत होता. डिकने घाईने खोलीचा आढावा घेतला. त्यांच्या

अनुपस्थितीत खोली साफ करण्यात आली होती आणि अर्थातच पाण्याच्या जुन्या बाटल्या जाऊन त्या जागी सीलबंद नव्या बाटल्या आल्या होत्या. आता त्याने फक्त मॉरीनच्या बिछान्याशेजारच्या टेबलावरची बाटली उघडून त्यातील पाणी किचनच्या सिंकमधे ओतलं व त्या जागी नळाचं पाणी भरलं. बाकीच्या बाटल्यांना त्याने हातही लावला नाही.

अखेर मॉरीन बाथरूममधून बाहेर आली आणि बिछान्यात कोसळली. ''शी! काय भयंकर अवस्था झाली आहे माझी!'' ती म्हणाली.

''तू ॲस्पिरीनची गोळी घे आणि झोप बघू.'' डिक म्हणाला.

मॉरीनने मोठ्या कष्टाने मान हलवली. ''बाथरूममधे माझी बॅग आहे. त्यात गोळ्या आहेत. त्या आणून देतोस?'' तिने विचारले.

''ऑफकोर्स माय डार्लिंग,'' डिक म्हणाला. त्याने बाथरूममधे जाऊन तिच्या बॅगेतून गोळ्या आणल्या. येताना बेसिनच्या नळाचं पाणी ग्लासात भरून आणलं. मॉरीनने एव्हाना बाहेरचे कपडे उतरवले होते. तिच्या अंगात एक पातळ स्लिप तेवढी होती. गोळी घेण्यासाठी डिकने तिला हलकेच उशांच्या आधाराने बसतं केलं व तिच्या हातात पाण्याचा ग्लास दिला. तिने ॲस्पिरिनच्या दोन गोळ्या घेतल्या. डिकने पाहिलं, तर मॉरीन घामाने डबडबली होती. तिच्या हातातला ग्लास घेऊन बाजूला ठेवत डिकने तिला अलगद झोपवलं आणि खोलीचे पडदे ओढून अंधार केला. त्यानंतर तो आवाज न करता बेडरूमच्या बाहेर आला व त्याने बेडरूमचं दार लावून घेतले. दाराच्या मुठीला 'डू नॉट डिस्टर्ब' अशी पाटी टांगून ठेवली. स्टाफपैकी कोणी आत घुसून आपल्या पत्नीला अशा आजारी अवस्थेत पाहू नये, यासाठी ही काळजी घेणं त्याच्या दृष्टीने गरजेचं होतं.

मॉरीनला झोप लागल्यावर डिक जेवणासाठी बाहेर पडला. खाली येऊन तो कालच्याच टेबलापाशी बसला. हेड वेटर लगबगीने त्याच्या जवळ येऊन म्हणाला, ''आज मॅडम नाही आल्या? नंतर येणार आहेत का?''

''नाही. आज तिचं डोकं किंचित दुखतंय. आज आम्ही उन्हात फिरलो ना. उद्या सकाळपर्यंत बरं वाटेल तिला,'' डिक म्हणाला.

''नक्कीच बरं वाटेल सर. बरं, तुम्ही आज काय घेणार?'' मेन्यूकार्ड त्याच्या हातात देत वेटरने विचारलं.

डिकने जेवणाची ऑर्डर द्यायला भरपूर वेळ लावला व अखेर वेटरला बोलावून आपल्याला काय हवं आहे, ते सांगितलं.

''एक्सलंट चॉईस, सर!'' वेटर म्हणाला.

टेबलावर पाण्याची नवी सीलबंद बाटली होती. डिकने अधाश्याप्रमाणे दोन ग्लास पाणी पिऊन घेतलं. त्यानंतर तो सावकाश मन लावून जेवला आणि दहा वाजून

गेल्यावर आपल्या सूटमधे परतला. आपली पत्नी गाढ झोपली आहे, हे पाहून त्याला हायसं वाटलं. तिच्या शेजारच्या टेबलावरचा रिकामा ग्लास उचलून तो त्याने नळाच्या पाण्याने भरून ठेवला.

डिकने त्यानंतर सावकाश कपडे उतरवले आणि अंगात नाईट सूट चढवला. मग दिवे मालवून तो आपल्या पत्नीच्या शेजारी झोपून गेला. त्याला रात्री शांत झोप लागली.

दुसऱ्या दिवशी सकाळी त्याला जाग आली, तेव्हा तोसुद्धा घामाने चिंब भिजला होता. त्याचे कपडेच नव्हे, तर पांघरुणसुद्धा भिजलं होतं. त्याने आपल्या पत्नीकडे पहिलं. तिचा चेहरा तर म्लान, विवर्ण दिसत होता.

डिकने बाथरूममधे जाऊन छान शॉवर घेतला. बाथरोब घालून तो बेडरूममधे परतला. त्याने परत एकदा मॉरीनचा रिकामा झालेला ग्लास नळाच्या पाण्याने भरला. ती रात्री नक्कीच उठलेली दिसत होती. पण तिने त्याला उठवलं नव्हतं.

त्याने खोलीचे पडदे उघडून टाकले. स्वच्छ सूर्यप्रकाश आत शिरला. खोलीबाहेर लावलेली 'डू नॉट डिस्टर्ब' ही पाटी त्याने परत तपासून पाहिली. ती व्यवस्थित लटकत होती. मग त्याने पलंगाशेजारच्या खुर्चीत ठाण मांडलं आणि 'हेरॉल्ड ट्रिब्युन' वाचत बसला. वाचता वाचता तो स्पोर्ट्सच्या पानापर्यंत पोचला आणि मॉरीनला जाग आली. ''मला फार विचित्र वाटतंय,'' ती अडखळत म्हणाली. तिच्या तोंडातून शब्द फुटत नव्हता. ''मला... मला वाटतं... तू डॉक्टरला बोलावून घे.''

''अग, कालच डॉक्टर येऊन तुला तपासून गेले. तुला नाही आठवत? काल रात्री तुझी तब्येत बिघडली म्हणून मी त्यांना बोलावून घेतलं होतं. ते म्हणाले, विशेष काही नाही, थोडासा ताप आलाय. एकदा भरपूर घाम येऊन गेला की ताप उतरेल.''

मॉरीन विचारात पडली. ''पण मग डॉक्टरांनी काही औषध नाही दिलं?''

''नाही दिलं डार्लिंग. त्यांनी तुला लंघन करायला सांगितलंय. पाणी मात्र भरपूर प्यायला सांगितलंय.'' असं म्हणून त्याने पाण्याने भरलेला ग्लास तिच्या हातात दिला. तिने मोठ्या कष्टाने दोन घोट पाणी गिळले. ती तोंडातल्या तोंडात 'थँक्यू' असं पुटपुटत परत झोपली.

''डोन्ट वरी डार्लिंग,'' डिक म्हणाला. ''तुला आता लवकरच बरं वाटेल आणि हे बघ, मी इथेच आहे. तुझ्या शेजारी. मी तुला सोडून कुठेही जाणार नाही.'' असं हळुवारपणे म्हणून त्याने तिच्या डोक्यावरून हात फिरवला आणि तिच्या कपाळावर अलगद ओठ टेकले. थोड्याच वेळात तिला गाढ झोप लागली.

नंतर सर्व वेळ तो मॉरीनच्या शेजारीच खुर्चीत बसून होता. थोड्या वेळाने हॉटेलची हाऊसकीपर व स्वच्छता करणारी नोकराणी अशा दोघी उगवल्या. परंतु आपल्या

पत्नीला कोणीही डिस्टर्ब करू नये. तिच्या बिछान्यावरील चादरी वा पांघरुणे बदलू नये किंवा तिच्या टेबलावरील ग्लासात ताजे पाणी भरू नये असं त्याने त्या दोघींना करडेपणाने सांगितलं. आपल्या पत्नीचीच तशी सूचना असल्याचं त्याने त्यांना स्पष्ट केलं.

दुपारी मंत्री महोदयांचा फोन आला, तेव्हा तो मॉरीनजवळच्या खुर्चीतून उठून फोन घ्यायला गेला.

''प्रेसिडेंट कालच आले आहेत,'' मंत्री चेन्कोव्ह म्हणाला, ''ते विंटर पॅलेसमधे उतरले आहेत. आत्ताच मी त्यांची भेट घेऊन आलो. तुम्हाला आणि तुमच्या पत्नीला भेटायची त्यांना खूप उत्सुकता आहे. त्यांनीच हा निरोप दिलाय.''

''उत्सुकता तर मला पण आहे,'' डिक म्हणाला, ''पण एक अडचण आहे,''

''अडचण?'' चेन्कोव्ह म्हणाला, तो मनातून जरासा वैतागला. आता कुठली अडचण उपटली असावी बरं? विशेषत: खुद्द प्रेसिडेंट साहेबांचं आगमन झाल्यानंतर?

''माझी पत्नी मॉरीन हिला ताप आलाय. काल दिवसभर आम्ही उन्हात हिंडलो, त्याचाच परिणाम असणार आणि उद्याच्या स्वाक्षऱ्या करण्याच्या समारंभापर्यंत तिला बरं वाटणार नाही, असं दिसतंय. त्यामुळे मला एकट्यालाच यावं लागेल.''

''अरे, अरे, सॉरी टू हिअर दॅट.'' चेन्कोव्ह म्हणाले, ''बरं, पण तुम्ही कसे आहात?''

''मी अगदी ठीक आहे.'' डिक म्हणाला.

''दॅट्स गुड,'' चेन्कोव्ह म्हणाला, त्याने मनोमन सुटकेचा नि:श्वास टाकला. ''मग मी ठरल्याप्रमाणे सकाळी ठीक नऊ वाजता तुम्हाला न्यायला येतो. प्रेसिडेंटसाहेबांना ताटकळत ठेवायला नको.''

''त्यांना ताटकळत ठेवायला मलाही नाही आवडणार,'' डिक म्हणाला, ''मी नऊला पाच मिनिटं कमी असतानाच लॉबीत हजर असेन.''

एवढ्यात दरवाज्यावर टकटक झाली. फोनचा रिसीव्हर परत जागेवर ठेवून डिक अक्षरश: पळतच दार उघडायला गेला. उगीच कुणीतरी अनपेक्षितपणे खोलीत घुसायला नको! दार जरासं उघडून त्यानं डोकं बाहेर काढलं. बाहेर एक सामानाने गच्च भरलेल्या ट्रॉलीसह एक हसतमुख चेहऱ्याची तरुण मुलगी उभी होती. ट्रॉलीवर अंथरुणं, पांघरुणं, शांपू, साबण आणि 'एव्हियन' वॉटरच्या बाटल्या असं सामान लादलेलं होतं.

''तुमचा बेड बनवायचाय ना, सर?'' ती म्हणाली.

''नको. माझी पत्नी झोपलीय. तिला बरं नाहीये.''

''मग पाणी हवंय का, सर?'' हातात भलीमोठी 'एव्हियन' वॉटरची बाटली घेऊन ती म्हणाली.

"नको," असं ठामपणे म्हणून, 'डू नॉट डिस्टर्ब'च्या पाटीकडे बोट दाखवून त्याने तिला घालवून दिलं आणि दार लावलं.

संध्याकाळी परत एकदा फोन वाजला. फोनवर हॉटेलचा मॅनेजर होता. "आपल्या पत्नीला बरं नसल्याचं समजलं. हॉटेलच्या डॉक्टरांना पाठवून देऊ का?" तो अदबीने म्हणाला.

"नो, थँक यू." डिक म्हणाला. "काल आम्ही उन्हात हिंडलो, त्याचा तिला जरा त्रास झाला. पण आता ती पुष्कळच बरी आहे. उद्या सकाळपर्यंत तिला अगदी छान बरं वाटेल."

"तुम्हाला जर डॉक्टरची आवश्यकता वाटली, तर मात्र मला लगेच फोन करा, सर. डॉक्टरांना तातडीने तुमच्याकडे पाठवण्याची व्यवस्था करीन."

"थँक यू सो मच. पण त्याची खरंच काही गरज भासणार नाही." डिक म्हणाला, त्याने परत येऊन मॉरीनकडे निरखून पाहिलं. तिची त्वचा पांढुरकी पडली होती. चेहरा भेसूर दिसत होता. त्याने आपला चेहरा तिच्या चेहऱ्याच्या अगदी जवळ नेला. इतका, की त्याचे ओठ जवळपास तिच्या ओठांना टेकायला आले, तेव्हा त्याला जाणवलं– तिचा श्वासोच्छ्वास अगदी मंदपणे चालू होता. आता फ्रीजपाशी जाऊन त्याने फ्रीज उघडला आणि आतील सर्व एव्हियन वॉटरच्या सीलबंद बाटल्या बाहेर काढल्या. त्यातील दोन बाथरूममधे, दोन खिडकीजवळच्या टेबलावर आणि उरलेल्या दोन्ही पलंगाच्या दोन बाजूच्या टेबलांवर ठेवून दिल्या. रात्री कपडे बदलून झोपण्यापूर्वी त्याने आणखी एक गोष्ट न विसरता केली. सूटकेसच्या तळाशी जपून ठेवलेला कागद बाहेर काढला. त्यावर 'हे पाणी पिऊ नये' अशी सूचना लिहिलेली होती. तो कागद त्याने बाथरूममधील बेसिनच्या वर पूर्वीसारखा नीट चिकटवून टाकला व आपली सूटकेस बंद करून पूर्ववत ठेवली.

दुसऱ्या दिवशी सकाळी चेन्कोव्हची गाडी नऊ वाजण्याच्या पाच मिनिटं आधीच हॉटेलच्या पोर्चमधे येऊन थांबली. कार्लने घाईघाईने पळत जाऊन मिनिस्टर साहेबांच्या गाडीचं दार उघडलं.

चेन्कोव्ह झपाझप पायऱ्या चढून हॉटेलच्या लॉबीत शिरला. डिक आधीच येऊन आपली वाट बघत थांबला असेल, अशा अपेक्षेने त्याने पाहिलं. पण डिकचा पत्ताच नव्हता. त्याने कॉरीडॉरवर, लिफ्टच्या दारापाशी नजर फिरवली. पण डिक कुठेही नव्हता. तो तडक रिसेप्शनपाशी गेला. "मि. बार्नस्ले यांनी माझ्यासाठी काही निरोप ठेवला आहे का?" त्याने विचारलं.

"नाही साहेब," क्लार्क अदबीने म्हणाला, "हवं तर मी त्यांच्या रूमवर फोन करून चौकशी करू का?"

मिनिस्टरने उतावीळपणे होकार दिला. क्लार्क बराच वेळ कानाला फोन लावून उभा होता. चेन्कोव्ह आता फार अस्वस्थ झाला होता. ''सर, कुणी फोन उचलत नाहीये. कदाचित मि. बार्नस्ले लिफ्टमधून खाली येतच असतील.''

चेन्कोव्हला ते पटलं. तो लॉबीत येरझाऱ्या घालू लागला. एकदा आपल्या घड्याळाकडे तर एकदा लिफ्टच्या दाराकडे आलटून पालटून पाहू लागला. एव्हाना नऊ वाजून दहा मिनिटं झाली होती. चेन्कोव्ह आता फारच अस्वस्थ झाला होता. प्रेसिडेंटसाहेबांना ताटकळत ठेवण्याची त्याची मुळीच इच्छा नव्हती. तो परत रिसेप्शन डेस्कपाशी आला.

''परत फोन करून बघा.'' तो गरजला.

क्लार्कने परत एकदा डिकच्या खोलीत फोन लावला. पण अजूनही कोणी फोन उचलत नव्हतं.

''हॉटेलच्या मॅनेजरला बोलवा.'' मंत्रीमहोदय आता ओरडले. क्लार्कने घाईने परत फोन उचलून वेगळा नंबर फिरवला. क्षणातच काळा सूट घातलेला उंचापुरा मॅनेजर अवतरला.

''सर, मी आपली काय मदत करू?'' त्यानं अदबीनं विचारलं.

''मि. बार्नस्ले यांच्या खोलीत मला घेऊन चला.''

''शुअर सर. चला आपण जाऊ,'' असं म्हणून त्याने त्या क्लार्कलापण खुणेनेच बोलावून घेतलं आणि तिघे लिफ्टने नवव्या मजल्यावरील टॉलस्टॉय सूटपाशी जाऊन पोचले. खोलीच्या बाहेर 'डू नॉट डिस्टर्ब' अशी पाटी अजूनही लटकत होती. तिकडे दुर्लक्ष करून मंत्री महोदयांनी जोरजोरात खोलीचा दरवाजा ठोकण्यास सुरुवात केली.

''दरवाजा उघडा,'' चेन्कोव्हने आज्ञा केली. क्लार्कने तात्काळ खिशातून चावी काढून दरवाजा उघडला व तिघेही आत शिरले. आतल्या खोलीत पलंगावर दोन आकृत्या निश्चल पडलेल्या होत्या. ते दृश्य पाहून चेन्कोव्ह जागीच थबकला. क्लार्कने घाईघाईने डॉक्टरांना फोन लावला.

गेल्या महिन्याभरातील ही तिसरी दुःखद घटना असल्याचं डॉक्टरांनी सांगितलं. फरक एवढाच होता, की या आधी मृत्युमुखी पडलेले लोक पीटर्सबर्गचे रहिवासी होते, तर हे परदेशी पाहुणे होते. त्यांनी त्या दोन्ही मृतदेहांची काळजीपूर्वक तपासणी केली आणि मग निर्णय दिला.

''सायबेरियन डिसीज,'' अगदी हलक्या, कुजबुजत्या स्वरात ते म्हणाले. त्यानंतर क्षणभर थांबून ते म्हणाले, ''बाईसाहेबांचा मृत्यू रात्रीतच केव्हातरी झालेला आहे. पण हे साहेब... यांना जाऊन फार वेळ झालेला नाही. अगदी जेमतेम तासभर झाला असावा.''

हे ऐकून मंत्रीमहोदय काहीच बोलले नाहीत.

“वरकरणी मला जे काही आढळून आलं, त्याप्रमाणे बाईसाहेबांनी इथल्या नळाचं पाणी बऱ्याच प्रमाणात प्यायलं असावं व त्यातूनच त्यांना या रोगाची लागण झाली असणार.” असं म्हणून डॉक्टरांनी परत एकदा डिककडे नीट पाहिलं व ते म्हणाले, “त्यांच्या पतीला मात्र याचा संसर्ग बाईसाहेबांमुळे झाला असणार... रात्रीत केव्हातरी. लग्न झालेल्या जोडप्यांमधे असं अनेकदा घडतं.” असं म्हणून ते जरा घुटमळले. मंत्रीमहोदयांसमोर असं बोलताना त्यांना जरा अवघडल्यासारखं झालं होतं. “आपल्या स्थानिक लोकांप्रमाणेच या साहेबांनाही बहुतेक या गोष्टीची पुरेशी माहिती नसणार. खरं तर या सायबेरियस रोगाची लागण जशी दूषित पाण्यामुळे होऊ शकते, तशीच एखादी व्यक्ती या रोगाने ग्रासलेल्या रुग्णाच्या सतत संपर्कात आली, तर स्पर्शातून आणि श्वासातूनही याच्या जंतूची लागण होऊ शकते.”

“पण मी स्वत: काल संध्याकाळी या साहेबांना मुद्दाम फोनसुद्धा केला होता,” मॅनेजर म्हणाला, “तुम्हाला हवं असलं तर मी डॉक्टरांना बोलावून घेतो, असंही मी त्यांना म्हणालो. पण तशी काही आवश्यकता नाही. कारण आपल्या पत्नीला बरं वाटू लागलं आहे, असं त्यांनी सांगितलं. इतकंच नव्हे तर सकाळपर्यंत ती चांगली खडखडीत बरी होईल, असंही ते म्हणाले.”

“अरेरे! हे तर दुर्दैवच म्हणायचं,” डॉक्टर म्हणाले, “त्यांनी जर मला बोलावणं पाठवलं असतं तर... मी त्यांच्या पत्नीला काही वाचवू शकलो नसतो, पण त्यांना नक्कीच वाचवता आलं असतं!”

इट कान्ट बी ऑक्टोबर ऑलरेडी

एच. सॅम्युएल या प्रसिद्ध जवाहिऱ्याच्या दुकानासमोर पॅट्रिक ओ'फ्लिन उभा होता. त्याने आपल्या उजव्या हातात एक मोठी वीट घट्ट पकडली होती. खिडकीच्या काचेकडे तो एकटक बघत उभा होता. तो स्वत:शीच अस्फुट हसला आणि त्याने हातातील वीट जोरात खिडकीच्या काचेकडे भिरकावली. काचेला तडे जाऊन एखाद्या कोळ्याच्या जाळ्यासारखी नक्षी त्यावर तयार झाली. पण ती फुटून खाली निखळून मात्र पडली नाही. त्याच क्षणी धोक्याची सूचना देणारा भोंगा कर्कशपणे वाजू लागला. ऑक्टोबर महिन्यातल्या त्या थंडीत, रात्रीच्या वेळी अर्ध्या मैलाच्या परिघात तो सहज ऐकू गेला असणार. पण पॅट्रिक ऊर्फ पॅटच्या दृष्टीने त्यापेक्षाही अधिक महत्त्वाची गोष्ट म्हणजे स्थानिक पोलीस चौकीमधे बसवलेला धोक्याची सूचना देणारा भोंगाही ताबडतोब वाजू लागला असणार. तसं होण्याच्या उद्देशानेच तर त्याने हा एवढा खटाटोप केला होता.

पॅट अजूनही त्या जागीच खिळून उभा होता. आपण केलेल्या कृत्याकडे डोळे भरून, कौतुकाने बघत होता. त्यानंतर जेमतेम नव्वद सेकंद गेले असतील नसतील. एवढ्यात दूरवरून तो ओळखीचा सायरन वाजत जवळ येऊ लागला. पॅटने वाकून जमिनीवर पडलेली ती वीट उचलली. पोलीस कार प्रचंड मोठा आवाज करत येऊन फुटपाथच्या जवळ उभी झाली, ऑलिंपिक स्पर्धेतील थाळीफेक करण्यासाठीचं

सुवर्णपदक जिंकण्याच्या ईर्षेने पवित्र्यात उभ्या राहिलेल्या स्पर्धकाप्रमाणे पॅट आता हातात वीट घेऊन नेम धरून उभा होता. इतक्यात दोन पोलीस गाडीतून उडी मारून खाली उतरले. त्यातील मोठ्या पोलिसाने पॅटकडे पूर्णपणे दुर्लक्ष केलं आणि तो खिडकीजवळ जाऊन काय काय नुकसान झालं आहे, याचं बारकाईने निरीक्षण करू लागला. पॅट अजूनही वीट भिरकावण्याच्या पावित्र्यात नेम धरून उभाच होता. खिडकीच्या तावदानाला जरी भरपूर तडे गेले असले, तरी काच निखळून खाली पडलेली नव्हती. शिवाय खिडकीच्या काचेच्या मागची संरक्षक जाळी काचेवर विटेचा आघात होताक्षणी आपोआप खाली सरकून खिडकी पूर्णपणे सुरक्षित झाली होती. हे असं होणार, याची पॅटला पुरेपूर कल्पना होतीच. पण तरीही पोलिसांना पोलीस चौकीवर परत गेल्याक्षणीच दुकानाच्या व्यवस्थापकाशी फोनवर संपर्क साधणं भाग होतं. त्या बिचाऱ्याला मध्यरात्री झोपेतून उठून घाईघाईने दुकानात येऊन आधी धोक्याची सूचना देणारा तो भोंगा बंद करावा लागणार होता.

पोलीस सार्जंटने वळून पॅटकडे पाहिलं. पॅट अजूही हातात वीट घेऊन कोन साधून उभाच होता.

"ओके पॅट. आण बघू ती वीट इकडे आणि चढ गाडीत." असं म्हणून सार्जंटने पोलीस गाडीचं मागचं दार पॅटसाठी उघडून धरलं.

पॅट हसला. त्याने तरुण हवालदाराकडे ती वीट दिली आणि म्हणाला, "सांभाळा. पुरावा म्हणून सादर करावी लागेल तुम्हाला."

तो तरुण हवालदार अक्षरश: अवाक होऊन बघत राहिला होता.

"थँक यू, सार्जंट," असं म्हणून हसत हसत पॅट गाडीत चढला. हवालदार गाडी चालवण्यासाठी पुढील दाराने आत चढून बसला. त्याला उद्देशून पॅट म्हणाला, "मागे एकदा मी लिव्हरपूलच्या एका इमारतीच्या बांधकामावर नोकरी मिळवण्याचा कसा प्रयत्न केला होता, तो किस्सा मी तुम्हाला सांगितला नाही की नाही?"

"एकदा नव्हे, अनेकदा सांगितलाय." सार्जंट वैतागून मधे बोलला. तो मागच्या बाजूला चढून पॅटच्या शेजारी ठाण मांडून बसला आणि त्याने गाडीचे दार लावून घेतलं.

"हे काय? बेड्या नाही घालणार?" पॅटने विचारले.

"तुझ्या हातात एक बेडी आणि त्याचा दुसरा भाग माझ्या हातात? हे बघ, हे असलं काहीही करण्याची माझी मुळीच इच्छा नाहीये. मला तुला कायमचं कटवायचंय. पण काय रे, तू आयर्लंडला परत का नाही जात?"

"कारण तिथले तुरुंग अत्यंत खालच्या दर्जाचे असतात. शिवाय इथे तुम्ही मला जसं आदराने वागवता, तसं नाही वागवत तिकडचे लोक मला." पोलिसांची गाडी पोलीस ठाण्याच्या दिशेने भरधाव निघाली.

आता पॅट गाडी चालवणाऱ्या तरुण हवालदाराच्या दिशेने झुकून म्हणाला, "तुमचं नाव काय हो?"

"कॉन्स्टेबल कूपर."

"मग चीफ इन्स्पेक्टर कूपरसाहेबांशी तुमचं काही नातं वगैरे आहे का?"

"ते माझे वडील आहेत."

"फारच चांगले गृहस्थ," पॅट म्हणाला, "आम्ही कित्येकदा एकत्र चहापान केलं आहे. ते कसे आहेत?"

"ते नुकतेच सेवानिवृत्त झाले," हवालदार म्हणाला.

"अरेरे! बरं, पण तुम्ही त्यांना जरूर सांगा बरं का... म्हणावं पॅट ओ'फ्लिन तुमची आठवण काढत होता आणि माझ्यातर्फे त्यांना आणि तुमच्या आईला हार्दिक शुभेच्छा द्या, बरं का!"

"तू तुझी ही बडबड बंद कर बघू," सार्जंट रागावून म्हणाला, "अरे तो ट्रेनिंग संपवून नुकताच भरती झालाय. अगदी काही आठवडेच झाले असतील." इतक्यात गाडी पोलीस ठाण्यासमोर येऊन थांबली. सार्जंट आधी उडी मारून खाली उतरला आणि त्याने पॅटसाठी मागचं दार उघडून धरलं.

"थँक यू सार्जंट," पॅट मोठेपणाचा आव आणून म्हणाला. रिट्झ हॉटेलच्या बाहेरच्या चौकीदाराशी बोलावं, तशा आवाजात तो सार्जंटशी बोलला. सार्जंट पॅटला पुढे घालून पोलीस ठाण्याच्या पायऱ्या चढू लागला तेव्हा हवालदाराच्या चेहऱ्यावर हसू फुटलं.

पोलीस चौकीत शिरल्यावर रिसेप्शन डेस्क लागलं. त्याच्या पाठीमागे उभ्या असलेल्या व्यक्तीकडे लक्ष जाताच पॅट दिलखुलासपणे हसून म्हणाला, "गुड ईव्हिनिंग मि. बेकर."

"अरे देवा! ऑक्टोबर महिना इतक्यात आलासुद्धा?" ड्यूटी सार्जंटने कपाळावर हात मारून घेतला.

"हो, सार्जंट. पण मला माझी नेहमीची कोठडी मिळेल ना?"

"ती मात्र नाही मिळू शकणार. एका खऱ्याखुऱ्या, निर्ढावलेल्या गुन्हेगाराला त्यात ठेवलंय आम्ही. या खेपेला तुला कोठडी क्रमांक दोनमधे ठेवणार आहोत."

"पण आजपर्यंत मी नेहमीच कोठडी क्रमांक एकमधे राहिलो आहे," पॅट विरोध करत म्हणाला.

यावर डेस्क सार्जंटने मान वर करून एक भुवई उंचावून प्रश्नार्थक चेहऱ्याने त्याच्याकडे पाहिलं.

"तसं नाही. खरं तर चूक माझीच आहे," पॅट म्हणाला, "मी आधीच माझ्या सेक्रेटरीला फोन करायला सांगून माझी आवडती कोठडी बुक करायला हवी होती.

तुम्हाला माझ्या क्रेडिट कार्डाची कॉपी काढावी लागेल ना?''

''नाही लागणार. तुझ्याबद्दलची सगळी तपशीलवार माहिती माझ्या फाईलमधे आहे.'' डेस्क सार्जंट म्हणाला.

''मग निदान हाताचे ठसे?''

''पॅट, तुझ्या हातांचे ठसे पूर्वीपासूनच आमच्याकडे आहेत. तू आता नवीन काही पद्धत शोधून काढली आहेस का, ठसे बदलायची? पॅट, आमच्याकडे जो सेट आहे ना, तो पुरेसा आहे. पण एक काम कर, चार्जशीटवर तेवढी सही कर.''

पॅटने त्याप्रमाणे चार्जशीटवर झोकात सही ठोकली.

''त्याला दोन नंबरच्या कोठडीत घेऊन जा बरं हवालदार.''

''थँक यू सार्जंट,'' पॅट म्हणाला. हवालदार त्याला नेऊ लागला. पण पॅट मधेच थांबून मागे वळून म्हणाला, ''सार्जंट, उद्या सकाळी बरोबर सातला मला उठवा. एक कप चहा घेईन मी आणि सोबत आयरिश टाईम्स वाचायला मिळाला तर फारच छान.''

''खड्ड्यात जा, पॅट.'' सार्जंट चिडून म्हणाला. हवालदार हसू दाबत उभा होता.

''हो. आत्ता आठवण झाली, मी तुम्हाला सांगितलं का हो? मागे एकदा मी लिव्हरपूलच्या बांधकामाच्या ठिकाणी काम मिळतंय का, बघत होतो. तर तिथला मुकादम...''

''कॉन्स्टेबल, आत्ताच्या आत्ता त्याला इथून घेऊन जा. माझ्या डोळ्यांसमोर एक क्षणभरही उभा राहू देऊ नका त्याला. नाहीतर राहिलेला महिनाभर मी तुम्हाला ट्रॅफिक ड्यूटी लावून देईन, समजलं?''

त्यावर हवालदाराने पॅटचं बखोटं धरून त्याला घाईघाईने खालच्या मजल्यावर नेलं.

''हे बघा, तुम्ही माझ्याबरोबर आला नाहीत तरी चालेल. मला रस्ता माहीत आहे.'' पॅट म्हणाला. त्याच्या तोंडचे हे शब्द ऐकून मात्र हवालदाराला हसू आवरेना. त्याने पुढे होऊन किल्ल्यांच्या जुडग्यातील एका किल्लीने कोठडी क्रमांक दोनचं कुलूप उघडलं. दार जरा ढकलून पॅट आत शिरला.

''थँक यू, कॉन्स्टेबल कूपर. आता उद्या सकाळी भेटूच.'' पॅट म्हणाला.

''उद्या माझी सुट्टी आहे,'' कूपर म्हणाला.

''पण मग आपण आता पुढच्या वर्षी याच वेळी भेटू,'' पॅट जास्त काही स्पष्टीकरण न देता म्हणाला ''आणि हो, तुमच्या वडिलांना माझ्या शुभेच्छा सांगा हं, न विसरता.''

कोठडीचं जड दार बंद करून हवालदार निघून गेला.

पॅटने एकवार कोठडीच्या अंतर्भागाचं निरीक्षण केलं. स्टीलचं वॉशबेसिन, टॉयलेट,

पलंग, त्यावर गादी, पांघरूण, उशी. गेल्या वर्षीप्रमाणेच आत्ताही कोठडी जशीच्या तशी होती, काहीच बदल नव्हता. पॅटला ते पाहून बरं वाटलं.

पॅटने खरखरीत गादीवर अंग टाकलं. दगडासारख्या टणक उशीवर डोकं ठेवून तो गाढ झोपून गेला. गेल्या कित्येक आठवड्यांत अशी छान झोप त्याला लागली नव्हती.

दुसऱ्या दिवशी सातला पॅटला खडबडून जाग आली. कोणीतरी कोठडीचा दरवाजा वाजवत होतं. दोन डोळे त्याच्याकडे रोखून पाहत होते.

''गुड मॉर्निंग, पॅट.'' हसऱ्या आवाजात ते म्हणाले.

''गुड मॉर्निंग वेस्ली!'' पॅट आवाज ओळखून म्हणाला, ''कसे आहात तुम्ही?''

''मी छान आहे, पण तुला परत इकडे या कोठडीत पाहून वाईट वाटलं. एवढ्यात ऑक्टोबर महिना आला?''

''हो, ऑक्टोबरच आहे हा!'' पॅट म्हणाला. तो आता पलंगावरून उतरून उभा राहिला. ''आज सकाळी खटल्याच्या वेळी मला नीटनेटकं दिसायला हवं.''

''तुला काय पाहिजे?''

''एक कपभर चहा मिळाला, तर फार बरं होईल. आणि खरं सांगू? मला एक रेझर, साबणाची वडी, टूथब्रश आणि टूथपेस्ट लागेल. आरोपीला कोर्टात दाखल करण्यापूर्वी या आवश्यक गरजेच्या वस्तू त्याला मिळाल्याच पाहिजेत, तो हक्कच आहे त्याचा. वेस्ली साहेब, मला वाटतं हे तुम्हाला मी सांगण्याची गरज नाही. नाही का?''

''तुला पाहिजे त्या सर्व गोष्टी मिळतील. ते सगळं माझ्याकडे लागलं.'' वेस्ली म्हणाला, ''आणि माझ्याकडे 'सन' वृत्तपत्र आहे. तुला हवंय वाचायला?''

''थँक यू, वेस्ली. पण सुपरिंटेंडंटचा जर कालचा टाईम्स वाचून झाला असला, तर तो आणून द्या मला वाचायला. ते जास्त आवडेल मला.''

वेस्ली निघून गेला.

पॅटला फार वेळ वाट पाहावी लागली नाही. थोड्याच वेळात कोठडीच्या कुलपात किल्ली सरकवल्याचा आवाज आला. दार उघडून वेस्ली पिकेट हसतमुखाने आत डोकावला. त्याच्या हातात ट्रे होता.

''थँक यू,'' पॅट म्हणाला.

वेस्लीने ट्रे पॅटकडे दिला. त्यात कॉर्नफ्लेक्सने भरलेलं बाऊल, दोन जळके टोस्ट, दुधाचं कार्टन आणि एक उकडलेलं अंड होतं. ''मला अंडं बरोबर अडीच मिनिटं उकडलेलं लागतं. मॉलीने आठवणीने तेवढा वेळच उकडून दिलं असलं, म्हणजे झालं.'' पॅट म्हणाला.

''मॉली गेल्या वर्षीच नोकरी सोडून गेली,'' वेस्ली म्हणाला, ''हे अंडं बहुतेक

काल रात्री डेस्क सार्जंटने उकडून ठेवलं असेल.''

''आजकाल चांगले कर्मचारी मिळताहेत कुठे?'' पॅट म्हणाला. ''हा सगळा दोष आयरिश लोकांचा आहे. म्हणजे पर्यायाने माझाच. आजकाल आयरिश लोकांना घरकाम करायला आवडत नाही.'' असं बोलून त्याने प्लॅस्टिकच्या चमच्याने अंड्याच्या कवचावर टकटक असा आवाज केला. ''वेस्ली, काही वर्षांपूर्वी लिव्हरपूलमधे एका इमारतीच्या बांधकामाच्या ठिकाणी मी मजुरीचं काम मिळवण्याचा प्रयत्न करत होतो, त्याविषयी मी सांगितलं का हो तुम्हाला? तिथला मुकादम, तो हरामखोर इंग्रज...'' पॅटने एक सुस्कारा सोडला. वेस्ली दार बंद करून अदृश्य झाला होता. 'मला वाटतं, मी ही कथा त्याला पूर्वी सांगितलेली असणार.' पॅट स्वतःशीच पुटपुटला.

नाश्ता करून झाल्यावर पॅटने टूथब्रशने दात घासले. पॅट पूर्वी एकदाच विमानाने डब्लिनला गेला होता. त्या वेळी विमानात त्यांनी दात घासायला टूथपेस्ट आणि ब्रशचं किट दिलं होतं. त्यातल्या टूथपेस्टपेक्षाही छोटी पेस्ट या कोठडीत त्याला देण्यात आली होती. त्यानंतर त्याने स्टीलच्या वॉशबेसिनमधला गरम पाण्याचा नळ सोडला. आधी बराच वेळ थंड पाण्यची अगदी करंगळीएवढी धार आली. नंतर जरा बऱ्यापैकी कोमट पाणी येऊ लागलं. त्याने साबणाची वडी हातावर जोरजोरात घासली, तेव्हा कुठे जरासा फेस झाला. मग त्याने आपल्या दाढीच्या खुंटावर तो फेस लावला. त्यानंतर प्लॅस्टिकचा रेझर उचलून (चार दिवस वाढलेली) दाढी सावकाश करू लागला. दाढी झाल्यावर त्याने तोंड स्वच्छ धुवून छोट्याशा हिरव्या नॅपकिनच्या तुकड्याला पुसलं.

पॅट आपल्या पलंगावर बसला. वेस्लीने दिलेली 'सन'ची चार पानं त्याने चार मिनिटांतच वाचून संपवली. राजकीय अग्रलेख तेवढा बरा होता. एका आयरिश माणसानेच लिहिला होता. परत एकदा जड लोखंडी दार वाजलं आणि पॅटची तंद्री भंग पावली.

सार्जंट वेबस्टर आत आला. ''आज सकाळी पहिला नंबर तुझाच आहे,'' तो म्हणाला.

पॅट सार्जंट वेबस्टरबरोबर वरच्या मजल्यावर गेला. तिथे डेस्क सार्जंट होताच. पॅट त्याला म्हणाला, ''सार्जंट बेकर, काल माझ्या मौल्यवान वस्तू मी इथे जमा केल्या होत्या ना? त्या मला परत मिळतील? त्या इथल्याच तिजोरीत आहेत.''

''काय काय ठेवायला दिलं होतं?'' सार्जंट म्हणाला.

''माझी मोत्यांची कफलिंक्स, कार्टियर कंपनीचं घड्याळ आणि चांदीची मूठ असलेली काठी. तो आमचा वंशपरंपरेने चालत आलेला खजिना आहे.''

''काल रात्रीच मी ते सगळं तुझ्या घरी पाठवून दिलं.'' सार्जंट म्हणाला.

''ते बरंच झालं म्हणायचं,'' पॅट म्हणाला, ''मी जिकडे निघालोय, तिकडे त्या

गोष्टी मला लागणारच नाहीत. त्यानंतर तो सार्जंट वेबस्टरच्या पाठोपाठ चौकीमधून बाहेर पडून फुटपाथवर आला.

बाहेर गाडी येऊन थांबलीच होती. ''पुढे बस.'' सार्जंट म्हणाला.

''पण माझ्या बरोबर खरं म्हणजे तुम्ही दोन पोलीस अधिकारी द्यायला हवेत. होम ऑफिसचा नियम आहे तसा,'' पॅट म्हणाला.

''होम ऑफिसचा नियम काही का असेना. इथे आमच्याकडे मनुष्यबळ कमी आहे. दोन आजारी पडून रजेवर गेलेत. तर आणखी एक आहे त्याला ट्रेनिंगला धाडलंय,'' सार्जंट म्हणाला.

''पण मग मी जर पळून जायचा प्रयत्न केला, तर?'' पॅट म्हणाला.

''बरं होईल, तुझी पीडा टळली तर!'' सार्जंट वेबस्टर म्हणाला. त्याने गाडी जोरात सुरू केली. ''आमचे सर्वांचेच कितीतरी कष्ट वाचतील त्यामुळे.''

''आणि समजा मी तुम्हाला एक ठोसा मारायचं ठरवलं तर?''

''तर काय? मी तुला एक ठोसा मारीन.'' सार्जंट वैतागून म्हणाला.

''अहो असं काय? असं दुष्टपणे वागणार तुम्ही माझ्याशी?'' पॅट म्हणाला.

''सॉरी पॅट,'' सार्जंट म्हणाला, ''हे बघ, मी बायकोला शब्द दिलाय, आज काही झालं तरी सकाळी दहाच्या आत ड्युटी संपवून मी घरी जाणार आहे. तिला घेऊन खरेदीला जायचंय ना!'' तो क्षणभर थांबून पुढे म्हणाला, ''त्यामुळेच तू जर काही वेडेपणा केलास, तर माझी बायको माझ्यावर चांगलीच भडकेल. माझ्यावरच नाही, तर तुझ्यावरही!''

''सॉरी, सॉरी, सार्जंट वेबस्टर,'' पॅट म्हणाला, ''मी तुम्हाला एक वचन देतो. पुढच्या ऑक्टोबरमधे इथे येण्यापूर्वीच तुमची शिफ्ट कुठली असते, त्याची माहिती मी काढून ठेवीन आणि तुम्ही ड्यूटीवर नसतानाच इकडे येईन. मग तर झालं? तुम्ही मिसेस वेबस्टरची माझ्या वतीने माफी मागा.''

या ठिकाणी दुसरं कुणी असतं, तर त्याचं हे बोलणं ऐकून सार्जंटला नक्की हसू आलं असतं. पण हा पॅट होता. पॅट नेहमी खरं तेच बोलतो, हे सार्जंटलाही माहीत झालं होतं.

''आज मला कुणापुढे उभं करणार आहेत याची काही कल्पना आहे?'' पॅट म्हणाला. पोलीस गाडी आता ट्रॅफिक सिग्नलपाशी थांबली होती.

इतक्यात हिरवा दिवा लागला. सार्जंट गाडी सुरू करत म्हणाला, ''आज गुरुवार ना? म्हणजे पार्किन्स असणार.''

''कौन्सिलर आर्नोल्ड पार्किन्स ओ.बी.ई, छान, छान!'' पॅट म्हणाला, ''ते जरा भडकू डोक्याचे आहेत. बघू आता काय शिक्षा देतात मला ते!'' एव्हाना मेरीलेबोन रोडवरील मॅजिस्ट्रेट कोर्ट आले होते. सार्जंटने गाडी पार्क केली. कोर्टाचा अधिकारी

घाईघाईने गाडीच्या दिशेने आला. तेवढ्यात पॅट उडी मारून खाली उतरला.

"गुड मॉर्निंग मि. ॲडम्स," पॅट म्हणाला.

"आज सकाळी कोर्टासमोर उभ्या करण्यात येणाऱ्या आरोपींची यादी वाचत होतो. पॅट, तुझं नाव वाचलं आणि म्हटलं, चला, याची वार्षिक फेरीची वेळ झालेली दिसते! माझ्या मागून ये पॅट. लवकरात लवकर आपण तुझा खटला निकालात काढून टाकू."

कोर्टाच्या इमारतीच्या मागील भागात असलेल्या दरवाज्यातून मि. ॲडम्स यांच्या मागोमाग आत शिरला. दोघांनी एक निमुळत्या लांबलचक कॉरीडॉरमधे प्रवेश केला. त्याच्या दुसऱ्या टोकाला छोटी कोठडी होती.

मि. ॲडम्स पॅटला घेऊन त्या कोठडीत आले. कोठडीच्या आत दारासमोरच्या बाजूला एक बाक होता. त्यावर पॅट बसला आणि म्हणाला, "मी काही क्षण या ठिकाणी एकटाच चिंतन करत बसतो. खटल्यासाठी मनाची तयारी करायला हवी ना."

मि. ॲडम्सनी हसून मान डोलावली आणि ते जायला निघाले.

"बाय द वे," पॅट म्हणाला, मि. ॲडम्सचा हात कोठडीच्या दरवाज्यावरच होता. त्यांनी मागे वळून पाहिले. "मी तुम्हाला ती गोष्ट सांगितली का हो? मागे एकदा मी लिव्हरपूल मधे एका बांधकामाच्या ठिकाणी मजुरीचं काम मिळवण्याच्या प्रयत्नात होतो. पण तिथला तो, हरामखोर इंग्रज मुकादम मला काय म्हणाला, माहिताय?"

"सॉरी पॅट. आपल्यापैकी काही लोकांना कामधंदा असतो म्हटलं आणि हे बघ, गेल्या वर्षीच्या ऑक्टोबरमधे तू मला हा किस्सा सांगितला होतास, खरं सांगायचं तर त्या आधीच्या वर्षीच्या ऑक्टोबरमधेही सांगितला होतास."

त्यानंतर पॅट मुकाट्याने त्या बाकावर एकटाच बसून राहिला. दुसरा काही उद्योग नसल्यामुळे त्याने समोरच्या भिंतीवरचं लिखाण वाचायला सुरुवात केली. आधीच्या अनेकांनी काहीबाही खरडून ठेवलं होतं. भिंतीवर घड्याळ नसल्यामुळे किती वाजले हे कळायला काही मार्ग नव्हता. अखेर त्याला कोर्टात घेऊन जाण्यासाठी मि. ॲडॅम्स आले. त्यांनी अंगात मोठा काळा डगला चढवला होता. त्यांच्याकडे बघून पॅटला आपल्या शाळेच्या हेडमास्तरांची आठवण झाली.

"माझ्या मागोमाग चल," ॲडम्स गंभीरपणे म्हणाले. दोघं कोर्टाच्या मुख्य इमारतीकडे निघाले. पॅट एकदम शांत झाला होता. त्याची नेहमीची बडबड थांबली होती. पॅटला थोडावेळ आत उभं करण्यात आलं. कोर्टाचा बेलिफ त्याच्या सोबत थांबला होता.

पॅटने मान वर करून समोर पाहिले. आज तीन मॅजिस्ट्रेट येऊन बसले होते.

काहीतरी गडबड होती. आपल्याला आज मि. पार्किन्स भेटतील असं त्याला वाटलंच होतं. त्याप्रमाणे ते तिथे होते. पण त्याच्या आठवणीप्रमाणे गेल्यावर्षी त्यांना साफ टक्कल होतं. आत्ता पाहतो तर काय– त्यांच्या डोक्यावर बऱ्यापैकी केस उगवलेले दिसत होते. सगळे पांढरे. त्यांच्या उजव्या हाताला कौन्सिलर स्टेडमन होते. ते जरा उदारमतवादी होते. पॅटला अशी माणसं विशेष आवडत नसत. पार्किन्सच्या उजव्या हाताला एक मध्यवयीन स्त्री बसली होती. या बाईंना पॅटने या आधी कधीच पाहिलं नव्हतं. त्यांचे ओठ पातळ आणि घट्ट मिटलेले होते, तर डोळे अगदी बारीक होते. त्यावरून त्यांचा स्वभाव खडूस असणार हे उघडच होते. चला– म्हणजे मॅजिस्ट्रेटच्या पॅनेलमधे सुधारणावादी स्टेडमनची डाळ फारशी शिजणार नाही. हे एका परीने बरंच होतं. फक्त आज आपण मात्र फार काळजीपूर्वक बोलायचं, म्हणजे सगळं आपल्याला हवं तसं होईल, असं पॅटने ठरवलं.

आता सार्जंट वेबस्टर पुढे होऊन साक्षीदाराच्या पिंजऱ्यात शिरला आणि त्याने शपथ घेतली.

"या केसविषयी तुम्ही काही सांगू शकाल?" मि. पार्किन्स म्हणाले.

"युवर ऑनर, मी त्या रात्री जी काही नोंद केली आहे, ती वाचून सांगू?" सार्जंट वेबस्टर म्हणाला. मि. पार्किन्सने होकार दिल्यावर त्याने आपल्या हातातील नोटपॅडवरून एकदा नजर फिरवली.

"आज पहाटे दोन वाजता मी आरोपीला अटक केली. त्याने मेसन स्ट्रीटवरील एच. सॅम्युएल या जवाहिऱ्याच्या दुकानाच्या खिडकीवर एक वीट भिरकावली होती."

"सार्जंट, त्याला वीट भिरकावताना तुम्ही डोळ्यांनी पाहिलं?"

"नाही," वेबस्टर म्हणाला, "पण युवर ऑनर, तो हातात वीट घेऊन खिडकी-समोरच्या फुटपाथवर उभा असलेला मला सापडला. मग मी त्याला अटक केली."

"आणि त्याने दुकान फोडून आत प्रवेश केला होता का?"

"नाही, सर. पण मी तिथे पोचलो, तेव्हा तो परत एकदा वीट फेकण्याच्या पावित्र्यात उभा होता."

"तीच वीट?"

"मला वाटतं, हो, तीच असावी."

"तुम्ही पोचण्यापूर्वी त्याने दुकानाचं काही नुकसान केलं होतं का?"

"त्याच्या त्या कृत्यामुळे काचेला बरेच तडे गेले होते. पण तेवढ्यात खिडकीची संरक्षक जाळी खाली झाली, त्यामुळे त्याला काही करता आलं नाही."

"खिडकीत मांडलेल्या वस्तूंची अंदाजे किंमत काय असेल?" मि. पार्किन्स म्हणाले.

"सर, खिडकीत एकही वस्तू नव्हती. दुकानाचे व्यवस्थापक घरी जाण्यापूर्वी

सगळ्या वस्तू तिजोरीत ठेवून देतात.'' सार्जंट म्हणाला.

आता मि. पार्किन्स जरा बुचकळ्यात पडले. मग त्यांनी चार्जशीट बारकाईने वाचलं आणि म्हणाले, ''ओह, तुम्ही मि. ओ'फ्लिन यांच्यावर घरफोडी करून आत शिरण्याचा प्रयत्न करण्याचा आरोप ठेवला आहे तर!''

''होय, सर.'' असे म्हणूनं सार्जंट वेबस्टरने आपली चोपडी पँटच्या खिशात ठेवून दिली.

आता पार्किन्सनी आपला मोहरा पॅटकडे वळवला. ''तुम्हाला गुन्हा कबूल असल्याचं तुम्ही या चार्जशीटवर लिहिलेलं दिसतंय!

''येस माय लॉर्ड.''

''मग आता तुम्हाला तीन महिने तुरुंगवासाची शिक्षा देणं भाग आहे मला. आपल्या बचावाप्रीत्यर्थ तुम्हाला काही सांगायचंय?'' आपल्या अर्धचंद्राकृती चष्म्यातून पॅटकडे बघत पार्किन्स म्हणाले.

''तीन महिन्यांची सजा पुरेशी नाही माय लॉर्ड!''

''हे पाहा, मी लॉर्ड नाही.'' मि. पार्किन्स वैतागून म्हणाले.

''अरे? तुम्ही लॉर्ड नाही?'' पॅट म्हणाला, ''पण मग तुम्ही डोक्याला विग कसा काय घातलाय? मला वाटलं तुम्ही लॉर्डच आहात. पण काय हो? गेल्या वर्षी तर तुम्ही असा विग घातला नव्हता ना?''

''तोंड सांभाळून बोला मि. ओ'फ्लिन,'' पार्किन्स रागावून म्हणाले, ''नाहीतर न्यायालयाचा अवमान केल्याबद्दल तुम्हाला तीन ऐवजी सहा महिन्यांच्या तुरुंगवासाची शिक्षा ठोठावेन मी.''

''खुशाल ठोठवा!'' पॅट म्हणाला.

''अच्छा? असं आहे काय? मग तुम्हाला सहा महिन्यांच्या तुरुंगवासाची शिक्षा देतो मी.'' पार्किन्स संतापून म्हणाले, ''या कैद्याला घेऊन जा.'' त्यांनी बेलिफाला फर्मावलं.

बेलिफाने पिंजऱ्यातून पॅटला खाली उतरवलं आणि जिन्याच्या पायऱ्या उतरून खालच्या तळघराकडे घेऊन गेला. तेथील एका कोठडीत पॅटला बंद करून परत जात असताना तो पॅटला म्हणाला, ''छान, छान जमवलंस हं पॅट.''

त्यानंतर बरेच अर्ज वगैरे भरायचे होते. त्यानंतरचे कित्येक तास पॅट त्या कोठडीत बंद होता. अखेर एकदाचं ते कोठडीचं दार उघडून त्याला कोर्टाच्या इमारतीबाहेर आणण्यात आलं. तिथे एक भलीमोठी गाडी उभी होती. गाडीच्या अंतर्भागात अनेक छोट्या छोट्या डझनभर पेट्यांसारख्या खोल्या होत्या.

''आता या वेळी कुठे ठेवणार मला?'' पॅट गाडीतून त्यांच्याबरोबर आलेल्या अधिकाऱ्याला म्हणाला, पण तो अधिकारी विशेष बोलका नव्हता.

"तिथे पोचल्यावर कळेल." तो तुटकपणे म्हणाला.

"मी तुम्हाला तो किस्सा सांगितला का हो? एकदा मी लिव्हरपूलमधे एका बांधकामाच्या जागी मजुरीचं काम मिळवायला गेलो होतो, तेव्हाचा?"

"नाही," तो अधिकारी म्हणाला, "आणि माझी ऐकायची इच्छासुद्धा नाही."

"अहो... तिथला तो मुकादम, तो हरामखोर इंग्रज मला काय म्हणाला, ठाऊक आहे? तो म्हणाला, "अरे कायरे... ए...' "

इतक्यात पॅटला त्या अधिकाऱ्याने ढकलून गाडीच्या पायऱ्या चढून आत जायला लावलं आणि आतल्या एका पेटीसारख्या खोलीत बंद केलं.

पॅट खिडकीबाहेर बघत राहिला. आपल्याला बेलमार्श कारागृहाकडे नेण्यात येत असल्याचं थोड्याच वेळात त्याला कळून चुकलं. पॅटने निःश्वास सोडला. "चला, निदान इथली लायब्ररी तरी चांगली आहे. शिवाय परत किचनमधे काम करायची संधी मिळाली तर उत्तमच." तो मनाशी म्हणाला.

गाडी लवकरच कारागृहाच्या इमारतीसमोर उभी राहिली. त्याचा अंदाज बरोबरच होता. प्रवेश द्वारावर हिरव्या रंगाची भली मोठी पाटी लावलेली होती. त्यावर 'बेलमार्श' अशी अक्षरं रंगवलेली होती. कुणीतरी त्यातील 'बेल' या शब्दावर फुली मारून तिथे 'हेल' असं लिहून ठेवलं होतं.

एका मागोमाग एक अशी दोन गेट पार करून अखेर त्यांची गाडी एका विस्तीर्ण मोकळ्या पटांगणात येऊन थांबली. गाडीतून बारा कैद्यांना बाहेर काढून एका अरुंद खोलीत रांगेनं उभं करण्यात आलं. पॅटचा नंबर आला. डेस्कमागे बसलेल्या अधिकाऱ्याकडे पाहून ओळखीचे हास्य करत पॅट म्हणाला, "कसे आहात मि. जेनकिन्स?"

मि. जेनकिन्स पॅटकडे पाहून म्हणाले, "अरे... ऑक्टोबर उजाडला?"

"हो, आला ना मि. जेनकिन्स. तुम्ही मला परत माझ्या पूर्वीच्याच कोठडीत ठेवाल ना?"

त्यावर जेनकिन्सने उपलब्ध असलेल्या कोठड्यांचे क्रमांक तपासून पाहिले आणि एक नाट्यपूर्ण सुस्कारा टाकून म्हणाले, "अरेरे, सॉरी. त्याचं बुकिंग आधीच झालेलं आहे. पण मी तुला एक फार चांगल्या कैद्याच्या सहवासाचा लाभ देऊ इच्छितो." मग ते रात्रपाळीच्या अधिकाऱ्याला म्हणाले, "या ओ'फ्लिनला एकशे एकोणीस नंबरच्या कोठडीत घेऊन जा."

रात्रपाळीच्या अधिकाऱ्याच्या चेहऱ्यावर थोडी अस्वस्थता उमटली. पण जेनकिन्सकडे पाहून तो पॅटला म्हणाला, "हं, चला."

"मग? मि. जेनकिन्सने या वेळी मला कोणाच्या सहवासाचा लाभ द्यायचं ठरवलंय? जॅक द रिपर का मायकेल जॅक्सन?"

"ते लवकरच समजेल तुला," ऑफिसर म्हणाला. दोघे कोठडीकडे निघाले. "अहो, मी तुम्हाला तो जुना किस्सा सांगितला का? मागे एकदा मी लिव्हरपूलमधे एका बांधकामाच्या ठिकाणी मजुरीचं काम मागायला गेलो होतो. तर तिथला तो हरामखोर इंग्रज मुकादम..."

त्या ऑफिसरच्या चेहऱ्यावरचे भाव बदलतात का ते पाहण्यासाठी पॅटने क्षणभर नाट्यमय शांतता राखली. पण त्या अधिकाऱ्याचा चेहरा निर्विकारच होता. एवढ्यात एकशे एकोणीस नंबरची कोठडी आली. तिचं कुलूप उघडत, तो अधिकारी म्हणाला, "नाही सांगितलसं तू मला. मग, काय झालं त्या इंग्रजाचं?"

त्यावर उत्तर देण्यासाठी पॅटने तोंड उघडलं. इतक्यात त्या अधिकाऱ्याने कोठडीच्या दरवाजातून पॅटला आत ढकललं.

कोठडीच्या आत बसलेल्या व्यक्तीकडे पॅट बघत राहिला. क्षणभर कोठडीत शांतता पसरली. त्यानंतर तोंड उघडून त्या दिवसभरात दुसऱ्यांदा पॅटने लॉर्ड हा शब्द उच्चारला. "गुड ईव्हिनिंग, माय लॉर्ड!"*

पॅटने उरलेली संध्याकाळभर मला त्याची संपूर्ण कहाणी सांगितली. अखेर त्याची कथा सांगून संपल्यावर मी म्हणालो, "पण ऑक्टोबर का?"

"एकदा हिवाळा सुरू झाला ना," पॅट म्हणाला, "की मला तुरुंगातच बरं वाटतं. इथे निदान दिवसातून तीन वेळा जेवणं मिळतं. कोठडी उबदार असते. रस्त्यावरच्या फुटपाथवर झोपणं उन्हाळ्यापुरतं ठीक आहे, पण इंग्लंडमधल्या हिवाळ्यात ते काही खरं नाही!"

"पण काय रे, जर मि. पार्किन्सनी तुला वर्षभराची शिक्षा ठोठावली असती तर?"

"तर मी तुरुंगात पहिल्या दिवसापासून इतका चांगला वागलो असतो, की माझी शिक्षा कमी करून त्यांनी सहा महिन्यांत मला बाहेर सोडलं असतं! सध्या तुरुंगात कैद्यांची इतकी गर्दी आहे, जागेची समस्या इथल्या अधिकाऱ्यांना इतकी भेडसावते आहे, की माझी सुटका सहा महिन्यांतच झाली असती."

"पण समजा मि. पार्किन्सनी तुझी शिक्षा तीन महिनेच ठेवली असती, वाढवली नसती, तर तू जानेवारीत, म्हणजे ऐन हिवाळ्याच्या कडाक्यात सुटला असतास."

"शक्यच नाही," पॅट म्हणाला, "माझ्या सुटकेच्या एक दिवस आधी त्यांना माझ्या कोठडीत दारूची बाटली किंवा एखादी आक्षेपार्ह वस्तू सापडली असती. या गुन्ह्याबद्दल नियमानुसार त्यांना माझ्या शिक्षेत आणखी तीन महिन्यांची वाढ करावीच लागली असती. म्हणजे एप्रिलपर्यंत आरामात मी इथे राहिलो असतो."

मी हसून म्हणालो, "उर्वरित आयुष्य हे अशाच प्रकारे काढण्याचा इरादा आहे की काय तुझा?"

“मी इतका पुढचा विचार कधी करत नाही,” पॅट म्हणाला, “येत्या सहा महिन्यांचा प्रश्न तर सुटला!” तो कोठडीत वरच्या भागात असलेल्या आपल्या बिछान्यावर चढत म्हणाला व त्याने दिवा मालवला.

“गुड नाईट, पॅट.” मी उशीवर डोकं टेकत म्हणालो.

“मी लिव्हरपूलला एकदा एका बांधकामाच्या ठिकाणी मजुरीचं काम मागायला गेलो असताना तिथला हरामखोर इंग्रज मुकादम मला काय म्हणाला, ते मी तुम्हाला सांगितलं का हो?”

“नाही सांगितलंस,” मी म्हणालो. मी पेंगुळलो होतो.

“त्या शहाण्यानं मला विचारलं– ‘काय रे, तुला जॉईस्ट (वासा) आणि गर्डर (तुळई) यातला फरक तरी कळतो का?’ ”

“पण मग तुला माहिती आहे का त्या दोन्हीतला फरक?”

“अर्थातच माहिती आहे. जॉईसने ‘युलिसिस’ हे महाकाव्य लिहिलं, तर गटेने ‘फाऊस्ट’ लिहिलं!”

२३ नोव्हेंबर २००५ रोजी पॅट्रिक ओ’फ्लिन याचा अतिरिक्त थंडीमुळे गारठून मृत्यू ओढावला. लंडनच्या मध्यवर्ती भागात व्हिक्टोरिया एम्बॅकमेंटच्या कमानीच्या खाली तो झोपला होता. त्याचा मृतदेह सॅव्हॉय हॉटेलपासून शंभर यार्डावर एका पोलीस हवालदाराला सापडला.

(टीप : लेखक श्री. जेफरी आर्चर, हे तुरुंगवासाची शिक्षा भोगण्याआधी चौदा वर्षं इंग्लंडच्या हाऊस ऑफ लॉर्ड्समधे खासदार म्हणून कार्यरत होते, हे सर्वश्रुत आहे. त्यामुळेच कोठडीत त्यांना पाहून पॅट्रिक ओ’फ्लिन याने ‘गुड ईव्हिनिंग माय लॉर्ड’ असे शब्द आदराने उच्चारले.)*

द रेड किंग

"त्यांनी माझ्या नावे चुकीचा गुन्हा दाखल केला आणि चुकीच्या गुन्ह्यासाठी मला शिक्षा ठोठावली," मॅक्स म्हणाला. तो तुरुंगाच्या कोठडीतील दुमजली बिछान्यापैकी खालच्या बिछान्यावर झोपला होता. त्याने हातातल्या हातात तंबाखूची सिगारेट बनवली.

मी तुरुंगात असताना असंख्य कैद्यांच्या तोंडून हीच तक्रार ऐकली होती. पण मॅक्स ग्लोव्हरच्या बाबतीत मात्र ही गोष्ट खरीच होती.

भामटेगिरी करून पैसे उकळण्याच्या आरोपाखाली मॅक्स तीन वर्षांची शिक्षा भोगत होता. पण हे मात्र मुळीच खरं नव्हतं. मॅक्सची हातचलाखी वेगळी, त्याचं वैशिष्ट्य वेगळं. मोठमोठ्या प्रासादतुल्य घरांमधे शोभेसाठी मांडलेल्या लहानशा, पण मौल्यवान वस्तू, कोणाच्याही नकळत हातोहात लांबवणे, ही त्याची खासियत होती. एखाद्या भल्या मोठ्या घरात जर एकेका खोलीत असंख्य बारीक बारीक कलाकुसरीच्या, शोभिवंत वस्तू दाटीवाटीने मांडलेल्या असतील, तर त्यातून वंशपरंपरेने चालत आलेली एखादी दुर्मिळ वस्तू नाहिशी झाल्याचं घरमालकाच्या ध्यानात कित्येक वर्षं येत नाही.

"हे बघा," मॅक्स म्हणाला, "मी मुळीच तक्रार वगैरे करत नाहीये. कारण जो गुन्हा मी खरोखरच केलेला आहे, त्याबद्दल त्यांनी मला शिक्षा ठोठावली असती, तर मला आत्तापेक्षा कितीतरी जास्त वर्षं तुरुंगात पडावं लागलं असतं." असं म्हणून तो

क्षणभर थांबून मग पुढे म्हणाला, ''शिवाय तुरुंगातून सुटल्यानंतरसुद्धा कधीच काहीही करता आलं नसतं.''

मॅक्सने आता माझी उत्सुकता पुरेशी चाळवली होती. अजून कैद्यांच्या 'असोसिएशन'ची वेळ होण्यास तीन तास अवकाश होता. असोसिएशनच्या त्या पंचेचाळीस मिनिटांच्या वेळाकडे प्रत्येक कैदी डोळे लावून बसलेला असायचा. तुरुंगवासातील दिवसांपैकी ते काही मोजके क्षणच आम्हाला रोमहर्षक वाटत. तर असोसिएशन होईपर्यंत तीन तास आम्हा दोघांना नाहीतरी या कोठडीतच घालवावे लागणार होते. त्यामुळे मॅक्सची कहाणी ऐकून त्याची टिपणं काढण्यासाठी मी लगेच कागद आणि पेन सरसावून तयारीत बसलो. ''हं, सांग मॅक्स. तुला वेगळ्याच गुन्ह्यासाठी तुरुंगात कसं काय टाकण्यात आलं बरं?''

मॅक्सने काडी पेटवून स्वत: बनवलेली सिगारेट शिलगावून एक प्रदीर्घ झुरका घेतला. मगच त्याने बोलण्यास सुरुवात केली. तुरुंगात कोणालाही कसलीच घाई नसल्यामुळे सर्वजण प्रत्येक गोष्ट अगदी सावकाश करत असतात. मी वरच्या भागात असलेल्या माझ्या बिछान्यावर शांतपणे बसून राहिलो.

'' 'केनिंग्टन सेट' म्हणजे काय, याची तुम्हाला काही कल्पना आहे का?'' मॅक्सने विचारले.

''नाही,'' मी म्हणालो. लाल पोषाख घालून हातात चाबूक घेऊन घोड्यावर स्वार होऊन शनिवारची दुपार घोडेस्वारीत घालवणाऱ्या घोळक्याचं कल्पनाचित्र माझ्या डोळ्यांसमोर उभं राहिलं. पण ते चुकीचं होतं. मॅक्सने मला सांगितल्याप्रमाणे केनिंग्टन सेट हा बुद्धिबळांचा सेट होता.

''पण हा सेट काही साधासुधा नव्हता बरं का,'' मॅक्स म्हणाला. आता मला त्याच्या बोलण्यात रस वाटू लागला होता. त्याच्या सोंगट्या मिंग साम्राज्यातील (१३६८-१६४४) विख्यात कलाकार लू पिंग (१४६९-१५४०) याने स्वत: घडवल्या होत्या. त्या सर्वच्या सर्व बत्तीस सोंगट्या हास्तिदंतातून कोरून काढलेल्या होत्या. नक्षीकामाचा अप्रतिम नमुना होता तो. त्या सोंगट्या लाल आणि पांढऱ्या रंगात रंगवलेल्या होत्या. अनेक ऐतिहासिक दस्तांमधे त्या संपूर्ण सेटचं अगदी बारकाव्यांसहित तपशीलवार वर्णन सापडतं. परंतु या लू पिंगने आपल्या हयातीत असे एकूण किती सेट बनवले होते, याविषयीची नोंद मात्र कुठेच सापडत नाही.

''असं म्हणतात, की असे एकंदर तीन संपूर्ण सेट आस्तित्वात होते,'' मॅक्स आपल्या बिछान्यातून धुराची वलयं वरच्या बाजूला सोडत म्हणाला. ''त्यातला पहिला सेट पीकिंगच्या पीपल्स पॅलेसमधल्या वस्तुसंग्रहालयात मांडून ठेवण्यात आला आहे. दुसरा सेट वॉशिंग्टनमधल्या मेलन संग्रहालयात, तर तिसरा ब्रिटिश म्युझियममधे आहे. परंतु अशाच प्रकारचा चौथा सेटही अस्तित्वात असल्याची वदंता आहे. हा

चौथा सेट शोधण्यासाठी अनेक संग्राहकांनी चीन देश पालथा घातला, पण त्यात कोणालाही यश आलं नाही. एक गोष्ट मात्र आहे– या चौथ्या सेटमधल्या काही सोंगट्या मधूनच कधीतरी एखाद्या बाजारपेठेत अवतीर्ण होतात.''

एवढं बोलून मॅक्सने तोंडातील सिगारेटचं थोटूक विझवलं व तो पुढे म्हणाला, ''मी त्या वेळी यॉर्कशायरमधील केनिंग्टन हॉल येथील काही लहानसहान दुर्मिळ वस्तूंसंबंधी संशोधन करत होतो.''

''पण हे तू कसं काय जमवलंस?''

'' 'कंट्री लाईफ' मासिकाने लॉर्ड केनिंग्टन यांच्यावर एक जबाबदारी सोपवली होती. नाताळसाठी त्यांना एक सचित्र कॉफी टेबल बुक बनवायचं होतं. केनिंग्टन हॉलमधे संग्रहित असलेल्या सर्व सुंदर वस्तूंचे फोटो आणि वर्णनं त्यामधे छापायचा त्यांचा विचार होता.'' मॅक्सने परत हातावर तंबाखू मळून दुसरी सिगारेट बनवली.

''लॉर्ड केनिंग्टन यांच्या घराण्यात जेम्स केनिंग्टन (१५५२-१६१८) हे फार मोठे दर्यावर्दी होऊन गेले. इ.स. १५८८ मधे 'इझाबेला' जहाजावर त्यांनी स्वारी करून त्याला जेव्हा जलसमाधी दिली, तेव्हा त्यावरचा पहिला सेट त्यांनी वाचवला. प्लायमाउथला परतल्यावर कप्तान केनिंग्टन यांनी जहाजावरून लुटून आणलेला सर्व खजिना राजदरबारात सादर केला. हर मॅजेस्टींना दुर्मिळ मौल्यवान वस्तूंची, विशेषत: दागदागिन्यांची खूप आवड होती. सोने, चांदी, हिरे, मोती असे सर्वच त्यांना अत्यंत प्रिय होते. त्यामुळे कप्तान केनिंग्टन यांच्यावर खूष होऊन त्यांनी त्यांना आपला सरदार बनवले. कप्तान केनिंग्टनने नजराणा म्हणून सादर केलेला बुद्धिबळाचा सेट राणीसाहेबांच्या काहीच कामाचा नव्हता. त्यामुळे तो जेम्स यांच्याकडेच राहिला. दर्यावर्दी जेम्सच्या समुद्रसफरी नंतरही चालूच राहिल्या. त्या साहसी रोमांचकारी सफरी इतक्या यशस्वी होत गेल्या, की त्यानंतर दहा वर्षांनी 'हाऊस ऑफ लॉर्ड्स' मधे त्यांचा नेमणूक करण्यात आली.'' मॅक्सने या नंतर एक मिनिट नाट्यपूर्ण शांतता पाळली आणि तो म्हणाला, ''थोडक्यात काय– सागरी चाचे आणि दर्यासारंग यांच्यात एक अगदी लहानसा फरक आहे. तुम्ही दुसऱ्यांची जहाजं लुटून आणलेला माल कोणापुढे हजर करता, त्यावर तुम्हाला काय उपाधी मिळते, ते ठरतं!

''दुसऱ्या लॉर्ड केनिंग्टनलाही त्या बुद्धिबळाच्या सेटमधे काही स्वारस्य नव्हतं. त्यामुळेच केनिंग्टन हॉल या त्यांच्या निवासस्थानी असलेल्या ब्याण्णव कक्षांपैकी एका कक्षात तो सेट धूळ खात पडून होता. तिसऱ्या, चौथ्या, पाचव्या आणि सहाव्या लॉर्ड केनिंग्टनच्या आयुष्यातही म्हणावी तशी कोणतीही खळबळजनक घटना घडल्याची इतिहासात नोंद नाही. म्हणजेच पिढ्यान्‌पिढ्या तो बुद्धिबळाचा सेट होता तसाच, त्याच ठिकाणी धूळ खात पडलेला असणार, असं आपण गृहीत धरायला हरकत नाही. वॉटर्लूच्या लढाईत सातवे लॉर्ड केनिंग्टन यांनी भाग घेतला. ते स्वत: सैन्यात

कर्नल होते. त्यांना बुद्धिबळाचा थोडाफार शौक होता. त्यामुळे त्यांच्या कारकिर्दीत प्रथमच त्या बुद्धिबळाच्या सेटवरची धूळ झटकून तो बाहेरच्या बाजूच्या लाँग गॅलरीत आणण्यात आला.

"आठव्या लॉर्ड केनिंग्टनची हत्या झाली आणि नववे लॉर्ड केनिंग्टन यांना बोअर वॉरमधे मृत्यू आला. दहाव्या लॉर्डचाही असाच दुसऱ्या एका लढाईत मृत्यू झाला. अकरावे लॉर्ड केनिंग्टन हे जरा रंगेल छंदीफंदी होते. त्यांचं आयुष्य तसं संथ होतं. परंतु पैसे कमावण्यासाठी त्यांनी आपलं निवासस्थान असलेला केनिंग्टन हॉल जनसामान्यांसाठी म्यूझियमच्या स्वरूपात खुला केला. सामान्य लोक शनिवार आणि रविवारमधे शेकड्याच्या संख्येने तिथे येऊ लागले. संपूर्ण म्यूझियमचा फेरफटका मारून ते जेव्हा लाँग गॅलरीत येत, तेव्हा तिथे त्यांना हा चिनी कारागिरीचा अप्रतिम नमुना असलेला बुद्धिबळाचा सेट पाहायला मिळे. त्याच्यासमोर लाल फीत लावून त्या सेटच्या फार जवळ पोचण्यास जनतेला मज्जाव करण्यात आला होता.

"परंतु लॉर्ड पुरते कर्जबाजारी झाले होते. जनसामान्य तिकीट काढून म्यूझियम बघण्यासाठी येत व त्यातून काही पैसा गोळा होत असे. पण तरीही तो किती पुरा पडणार? त्यामुळे लॉर्ड केनिंग्टन यांनी आपल्या कुटुंबाच्या मालमत्तेतून कितीतरी सुंदर ऐतिहासिक दुर्मिळ वस्तू विक्रीला काढल्या. त्यात हा केनिंग्टन सेटही होता.

" 'ख्रिस्तीज् ऑक्शन हाऊस'ने या सेटची सुरुवातीची किंमत एक लाख पौंड घोषित केली होती. पण प्रत्यक्ष लिलावात त्याला दोन लाख तीस हजार पौंड किंमत मिळाली." एवढे बोलून मॅक्सने सिगारेटचा एक प्रदीर्घ झुरका घेतला आणि म्हणाला, "तुम्ही जर कधी वॉशिंग्टनला गेलात, तर तिथल्या मेलन्स म्यूझियमला जरूर भेट द्या. तिथे तुम्हाला हा केनिंग्टन सेट पाहायला मिळेल. खरं सांगायचं तर माझी ही कहाणी इथेच संपायला हवी होती. परंतु अकराव्या लॉर्ड केनिंग्टनने एका स्ट्रिपटीझ नृत्यांगनेशी लग्न केलं. त्यांना एक मुलगाही झाला. गेल्या अनेक पिढ्यांमधे केनिंग्टन खानदानात जी गोष्ट अभावानेही आढळलेली नव्हती, ती गोष्ट या मुलाच्या ठायी मात्र विपुल प्रमाणात होती– ती म्हणजे बुद्धी.

"आपल्या वडिलांचा विरोध पत्करून त्याने हेज-फंड मॅनेजरचा व्यवसाय पत्करला होता. बाजारात जिथे नफा दिसेल तो अचूक हेरून तिथे भांडवली गुंतवणूक करण्याचा व्यवसाय अत्यंत यशस्वीरित्या तो पार पाडत होता. थोडक्यात मधले सर्वच्या सर्व लॉर्ड्स वगळून, अगदी पहिल्या दर्यावर्दी कप्तान केनिंग्टनचा हाच खराखुरा वारस होता, असं म्हटलं तरी चालेल. वयाच्या केवळ सत्ताविसाव्या वर्षी हॅरीने दहा लाख पौंडांची कमाई केली होती. त्यावेळी त्याने ॲसेट स्ट्रिपर म्हणूनही काम सुरू केलं होतं. डबघाईला आलेल्या दिवाळखोर कंपन्यांचा ताबा घेऊन त्यातील मालमत्ता विकून त्याद्वारे नफा कमावण्याच्या या धंद्यातही त्याने कमाल करून दाखवली होती.

नाहीतरी त्याची आई पूर्वाश्रमीची स्ट्रिपटीझ नृत्यांगना होतीच आणि मुलगा ॲसेट स्ट्रिपर बनला होता. ही कलासुद्धा आनुवंशिकतेने आपल्याकडून आपल्या मुलाकडे जावी, याची त्याच्या आईला मोठी गंमत वाटली. आता हॅरी केनिंग्टन बँकेचा चेअरमन बनला होता. त्याने एव्हाना अमाप दौलत कमावली होती. त्याचा उपयोग करून केनिंग्टन हॉलचं हरवलेलं वैभव परत मिळवण्याचा त्याने चंग बांधला. कुण्याही सोम्यागोम्याने केनिंग्टन हॉलसमोरच्या वाहनतळावर यावं आणि पाच पौंड देऊन आपली गाडी पार्क करावी, ही गोष्ट हॅरीला अजिबात मान्य नव्हती.

"बाराव्या लॉर्ड केनिंग्टनने, म्हणजेच हॅरीने, विवाह केला तोही एका असाधारण स्त्रीशी. न्यूयॉर्कशायरच्या एका सूतगिरणी मालकाची मुलगी एल्सी ट्रम्पशॉ ही चेल्टनहॅम कन्या महाविद्यालयाची पदवीधर होती.

If you take care of the pennies, the pounds will take care of themselves. ही उक्ती एल्सीला शिरोधार्य होती.

"एल्सीचा पती बाहेरच्या व्यापारी जगात भक्कम पैसे मिळवत होता आणि एल्सी घरच्या केनिंग्टन हॉलच्या मालमत्तेची इमानेइतबारे राखण करत होती. आपल्या मोठ्या बहिणीने वापरून टाकून दिलेले कपडे घालून ती लहानाची मोठी झाली होती. तिने दिलेली कोणत्याही रंगाची लिपस्टिक वापरून तिचा मेकअप होत होता. वडिलोपार्जित संपत्तीची डोळ्यांत तेल घालून जपणूक करायला एल्सीइतकी दुसरी सुयोग्य व्यक्ती सापडली नसती. तिच्या अंगी व्यवस्थापनाची कला उपजतच होती. तिला स्वत:ला बुद्धिबळाच्या खेळात मुळीच गम्य नव्हतं. पण केनिंग्टन हॉलच्या लाँग गॅलरीत तो बुद्धिबळाचा सेट पूर्वी ज्या ठिकाणी ठेवण्यात आला होता, ती जागा आता रिकामीच होती. त्या रिकाम्या जागेकडे लक्ष गेलं, की तिला खूप कसंसंच वाटे. एकदा कधीतरी जवळपास एक फुटकळ गोष्टींचा सेल चालू होता. तो बघण्यासाठी ती गेली असताना तिने ही पण समस्या सोडवून टाकली," मॅक्स म्हणाला, "आणि तिच्या त्या छोट्याशा कृतीने माझंच नव्हे तर इतर अनेकांचं नशीबच बदलून गेलं." एवढं बोलून मॅक्सने तोंडातली ती दुसरी सिगारेटपण विझवून टाकली. मी ते पाहून सुटकेचा नि:श्वास टाकला. एव्हाना आमची छोटीशी कोठडी धुराने पार भरून गेली होती. वाफेच्या इंजिनांच्या जमान्यात रेल्वेस्टेशन जसं आगगाडीच्या धुराने भरून जायचं, तशी आमच्या कोठडीची अवस्था झाली होती.

एका रविवारी पावसाची भुरभुर चालू असताना एल्सी बाहेर पडली, ती फिरत फिरत एका जुन्या वस्तूंच्या ठिकाणी आली. मुद्दामच पाऊस पडत असला, की ती अशा ठिकाणी खरेदीला जात असे. गिऱ्हाइकांची गर्दी त्यावेळी कमी असायची. विक्रेत्याशी हुज्जत घालून किंमत पाडून मागणं सहज शक्य व्हायचं. सेलमधे

ठेवलेल्या कपड्यांची उचकापाचक करत असताना अचानक तिचं लक्ष एका बुद्धिबळाच्या पटाकडे गेलं. त्यावरील लाल पांढऱ्या चौकटी बघून तिला पूर्वी कधीतरी 'ख्रिस्तीज् ऑक्शन हाऊस'च्या सचित्र कॅटलॉगमधे बघितलेल्या एका मौल्यवान बुद्धिबळाच्या सेटची आठवण झाली. एल्सीने त्या पटाच्या किमतीबाबत त्या विक्रेत्याशी भरपूर हुज्जत घातली आणि अखेर तिने तो हस्तिदंती पट तेवीस पौंडांना विकत घेतला.

एल्सीने घरी येऊन ती बुद्धिबळाचा नुसता पट लाँग गॅलरीमधील रिकाम्या जागी प्रदर्शनासाठी मांडून ठेवला. त्या जागी तो पट अगदी व्यवस्थित बसला होता. जणू काही ती जागा खास त्याच्यासाठीच बनवण्यात आली असावी. हा निव्वळ योगायोग आहे, अशीच तिने आपल्या मनाची समजूत करून घेतली होती. पण तिचे काका– अंकल बर्टी एक दिवस त्यांच्याकडे आले असताना, त्यांचं लक्ष त्या पटाकडे गेलं. आपल्याला त्या पटाचा इन्शुअरन्स करायचा आहे, असं एखाद्या कंपनीला सांगून त्याची अंदाजे किंमत किती आहे ते तरी एल्सीने बघायला हवं, अशी त्यांनी सूचना केली.

एल्सीला मनातून ही गोष्ट फारशी पटलेली नव्हती. पण आपल्या काकांना नाराज करायचं नाही, म्हणून तिने एकदा खरोखरच तसं केलं. ती मधून मधून आपल्या आत्याला भेटायला लंडनला खेप करत असे. एकदा जाताना ती मुद्दाम हा पट आपल्याबरोबर घेऊन गेली. लंडनच्या सुप्रसिद्ध 'सद्‌बीज' या दुकानात ती शिरली. लेडी केनिंग्टन यांचं तिथे अत्यंत अदबीने स्वागत झालं. त्यांच्या चायनीज कला विभागाने तो पट ठेवून घेतला. आम्ही आज दुपारपर्यंत आमच्या तज्ज्ञांकरवी त्याची परीक्षा करून त्याचे मूल्य निश्चित करू, असं तिथल्या तरुण असिस्टंटने तिला सांगितलं.

आपल्या आत्यासोबत आरामात दुपारचं जेवण संपवून एल्सी परत 'सद्‌बीज'मधे आली. चायनीज विभागप्रमुख मि. सेन्सिल यांनी स्वतः उठून तिचं स्वागत केलं. तो बुद्धिबळाचा पट शंभर टक्के मिंग साम्राज्यातील आहे, याची त्यांनी ग्वाही दिली.

"मला त्याचा इन्शुअरन्स करायचा आहे. तर मला असं सांगा– अंदाजे काय किंमत असेल याची?"

"साधारण दोन हजार ते पंचवीसशे– माय लेडी!" मि. सेन्सिल म्हणाले. "मिंग साम्राज्यातील बुद्धिबळांचे पट सगळीकडे मिळतात," ते म्हणाले, "पण एकेक सोंगटी फार मौल्यवान असते आणि एक अख्खा सेट मिळणं म्हणजे तर महाकठीण!" असं म्हणून त्यांनी कोणत्यातरी अदृश्य देवाला हात जोडले. कदाचित लिलावदेवतेला असावे. ते म्हणाले, "हा बुद्धिबळाचा पट विकण्याचा तुमचा विचार आहे का?"

त्यावर एल्सी ठामपणे म्हणाला, "मुळीच नाही, उलट सोंगट्या मिळवून त्या पटावर मांडून संपूर्ण सेट बनवण्याची इच्छा आहे माझी."

मि. सेन्सिल हसले. अखेर 'सद्‌बीज'चं नाव कितीही मोठं असलं तरी जुन्या-पुराण्या अतिमौल्यवान वस्तू गहाण ठेवून घेऊन त्या बदल्यात लोकांना पैसे उधार देणारं ते दुकान होतं.

केनिंग्टन हॉलला परतल्यावर एल्सीने तो बुद्धिबळाचा पट परत एकदा त्याच्या जागी प्रदर्शनासाठी मांडून ठेवला.

तिच्या आत्याने त्यापुढील घटनाक्रमाला चालना देण्यात महत्त्वपूर्ण भूमिका बजावली. पुढच्या नाताळच्या सणाला तिने आपल्या भाचीला तिच्या त्या बुद्धिबळाच्या पटावर ठेवण्यासाठी पांढऱ्या रंगाचं तसलंच हस्तिदंती नक्षीकाम केलेलं एक मौल्यवान प्यादं भेट म्हणून दिलं. एल्सीने ते त्या पटावर ठेवलं. ते बिचारं तिथे खूप एकाकी दिसत होतं.

"आणि आता, माय डिअर, तुझ्या संपूर्ण आयुष्यात मिळून तू ह्या सेटमधल्या उरलेल्या सगळ्या सोंगट्या मिळव आणि हा सेट पूर्ण कर." म्हाताऱ्या झालेल्या आत्याने आपल्या भाचीला आव्हान दिलं. आपल्या या वाक्याचे परिणाम किती दूरगामी असतील, याची तिला कल्पना नव्हती. एक गंमत म्हणून जुन्यापुराण्या वस्तूंच्या सेलमधून खरेदी करून आणलेल्या त्या बुद्धिबळाच्या पटाने एल्सीच्या मनाचा कब्जा घेतला. उरलेल्या सर्व सोंगट्या मिळवून तो सेट पूर्ण करण्याचा तिने ध्यासच घेतला. आता उरलेल्या सोंगट्यांच्या शोधात एल्सीने जगभर पर्यटन सुरू केलं. सर्वांत पहिले लॉर्ड केनिंग्टन जर आज हयात असते, तर त्यांना तिचा कोण अभिमान वाटला असता.

एल्सीच्या – म्हणजेच लेडी केनिंग्टनच्या पहिल्या पुत्राचा – एडवर्डचा जन्म झाला. या आनंदाच्या प्रसंगी लॉर्ड केनिंग्टन यांनी पांढरा वजीर कुठून तरी मिळवून आपल्या प्रिय पत्नीला भेट म्हणून दिला. आता त्या पटावर सुरेख हस्तिदंतात कोरलेलं एक पांढरं प्यादं आणि त्याच्या जोडीला दिमाखात असलेला पांढरा वजीर त्या प्याद्याकडे तुच्छतेने कटाक्ष टाकीत उभा होता.

त्यानंतर न्यूयॉर्कमधील एका लिलावात अंकल बर्टी यांना अजून एक पांढरं प्यादं मिळालं. वजिराच्या प्रजाजनांची संख्या एकावरून वाढून दोन झाली.

त्यानंतर काही वर्षांनी एल्सीच्या दुसऱ्या मुलाचा– जेम्सचा जन्म झाला. त्याबरोबर त्या पटावरील स्थान भूषविण्यासाठी लाल रंगाचा उंट पण आला. हळूहळू एल्सीच्या बुद्धिबळाच्या पटावरील रिकाम्या जागा भरण्याच्या कामी परिवारातील सर्व सदस्य लागले. काही दिवसांनी अजून एका लिलावात एका लाल प्याद्याची प्राप्ती झाली. आजूबाजूच्या सर्व लहानमोठ्या लिलावकर्त्यांच्या कानावर लेडी केनिंग्टन यांच्या या हव्यासाची बातमी पोचली होती.

त्यानंतर एल्सीच्या आत्याचे वृद्धापकाळाने निधन झाले. तिने आपल्या मृत्युपत्रात

एल्सीच्या नावे एक गोष्ट ठेवली होती– पांढरा हत्ती.

१९९१ साली बारावे लॉर्ड केनिंग्टन यांचा मृत्यू झाला. एव्हाना पटावरील पांढऱ्या सोंगट्यांमधे केवळ दोन प्यादी आणि एक घोडा यांचीच कमतरता होती. लाल सोंगट्यांमधे चार प्यादी, एक हत्ती आणि एका राजाची कमतरता होती.

११ मे १९९२ रोजी एका पुरातन मौल्यवान वस्तूंच्या व्यापाऱ्याने केनिंग्टन हॉलचा दरवाजा ठोठावला. त्याच्याकडे तीन लाल प्यादी आणि एक लाल घोडा होता. तो व्यापारी नुकताच चीन देशाची सफर करून आला होता. येताना रिकाम्या हाताने आला नव्हता.

हर लेडीशिप आता म्हाताऱ्या झाल्या होत्या. तरी पण त्यांच्या अंगचं पूर्वीचं व्यवहारकौशल्य तसंच होतं. त्यांनी त्या व्यापाऱ्याशी भरपूर हुज्जत घातली. अखेर सव्वीस हजार पौंडांना सौदा पटला व तो व्यापारी समाधानाने बाहेर पडला.

पटावर आता शेवटची अगदी थोडी रिक्त स्थानं राहिली होती. एल्सीने निरलस वृत्तीने आपला शोध चालूच ठेवला होता.

काही वर्षांनंतर एडवर्ड, म्हणजेच तेरावे लॉर्ड केनिंग्टन यांना एका अगदी खालच्या दर्जाच्या खोपटवजा दुकानात अखेरचं लाल प्यादं आणि हत्ती अनपेक्षितपणे मिळाला. त्याचा भाऊ जेम्सही मागे हटणारा नव्हता. त्याला बँकॉकमधे दोन पांढरी प्यादी हाती लागली.

आता उरला फक्त लाल बादशहा. तेवढाच आता मिळणं बाकी होतं.

जगभरातील जे कोणी पुरातन दुर्मिळ वस्तूंचे डीलर्स होते, त्या सर्वांनाच लेडी केनिंग्टनकडे असलेल्या बुद्धिबळाच्या सेटविषयी व त्यामधील एकमेव उणीव म्हणजे लाल बादशहाविषयी ऐकून माहीत होतं. त्यासाठी हा परिवार कितीही पैसा मोजायला तयार आहे, याची सर्वांनाच पूर्ण कल्पना होती. एकदा हा बुद्धिबळाचा सेट पूर्ण झाला, की त्याचं मूल्य आकाशाला जाऊन भिडणार यात शंकाच नव्हती.

एल्सीने वयाची ऐंशी वर्षं पूर्ण केल्यावर आपले दोन्ही मुलगे एडवर्ड आणि जेम्स यांना जवळ बोलावून आपल्या मृत्यूविषयी सांगितलं. तिने मृत्युपत्राद्वारे आपल्या मालमत्तेचे समसमान वाटे करून दोन्ही मुलांच्या नावे ठेवले होते. यानंतर राहता राहिला तो बुद्धिबळाचा सेट. त्याबाबत मात्र तिने एक विशिष्ट अट घातली होती. दोन्ही मुलांपैकी ज्या कुणाला तो शेवटचा लाल बादशहा मिळवण्यात यश येईल, तोच त्या संपूर्ण सेटचा मालक होईल.

त्यानंतर तीन वर्षांनी एल्सीचं निधन झालं. तिला शेवटपर्यंत तिचा लाल बादशहा काही मिळाला नाही.

मोठा भाऊ एडवर्ड याला लॉर्ड हा किताब आपोआपच मिळाला. शिवाय आपल्या

आईच्या मृत्यूनंतर केनिंग्टन हॉल आणि आठ लाख सत्तावन्न हजार पौंडांची संपत्तीही मिळाली. धाकटा भाऊ जेम्स आता कॅडगन स्क्वेअरमधील अपार्टमेंटमधे राहायला गेला. त्यालाही आठ लाख सत्तावन्न हजार पौंडांची संपत्ती मिळाली. राहता राहिला तो बुद्धिबळाचा सेट. तो पहिल्यासारखाच केनिंग्टन हॉलमधील काचेच्या पेटीत मांडून ठेवलेला होता. अजूनही पटावरील एक चौकोन रिकामाच होता. संपूर्ण सेटची मालकी अखेर कोणाकडे जाणार, हा प्रश्न अजूनही सुटलेला नव्हताच.

मॅक्सला एक निसर्गदत्त देणगी होती– ती म्हणजे क्रिकेट. हा खेळ त्याच्या रक्तातच होता म्हटलं तरी चालेल. त्याचं शिक्षण इंग्लंडच्या एका पब्लिक स्कूलमधे झालं होतं. तो एक शैलीदार लेफ्ट हँडेड बॅट्समन होता. त्याच्या अंगच्या या कौशल्यामुळेच फार थोरामोठ्यांच्यात त्याची ऊठबस होती. पुढे याच धनिकांपैकी अनेकांना त्याने लीलया लुबाडलं. मॅचमधे अर्धशतक काढणं हा जर एखाद्या बॅट्समनच्या 'डाव्या हातचा मळ' असला, तर अशा व्यक्तीचा कधीतरी कोणाला संशय येईल का?

बाहेरगावची प्रत्येक क्रिकेट मॅच ही मॅक्सच्या दृष्टीने अकरा नव्या बळीच्या बकऱ्यांना भेटण्याची संधी असे. केनिंग्टन व्हिलेज XI ची मॅचसुद्धा याला अपवाद नव्हती. खुद्द लॉर्ड केनिंग्टन चहापानासाठी उपस्थित राहणार आहेत, हे मॅक्सला नुसतं कळायचाच अवकाश होता. ते येण्याआधीच मॅक्सने एका स्थानिक पंचाशी गप्पा मारता मारता केनिंग्टन सेटविषयीची सर्व माहिती त्याच्याकडून काढून घेतली. एडवर्ड आणि जेम्स या दोन भावांपैकी जो लाल बादशहा मिळवून तो सेट पूर्ण करेल, त्याच्या मालकीचा तो सेट होणार असल्याचंही त्याला त्या पंचाकडून कळलं.

चहापानाच्या वेळी मॅक्सने हिज लॉर्डशिपशी, म्हणजे एडवर्ड केनिंग्टनशी घसट वाढवली. स्पंजकेकचा तुकडा चवीने तोंडात घोळवत त्याने आपल्या मनातली तो जगप्रसिद्ध बुद्धिबळाचा सेट एकदा डोळ्यांनी बघण्याची इच्छा त्यांच्यापाशी बोलून दाखवली. आपल्याला बुद्धिबळाच्या खेळात किती रस आहे, तेही त्याने त्यांच्या कानांवर घातलं. इतका सुंदर कव्हर ड्राईव्ह असणाऱ्या खेळाडूला आपल्या घरी बोलावताना लॉर्ड केनिंग्टन यांनाही आनंद झाला. मॅक्सने केनिंग्टन हॉलमधे जाऊन तो बुद्धिबळाचा सेट जेव्हा प्रत्यक्ष पाहिला, तेव्हा पटावरचा तो एकुलता एक रिकामा चौकोन त्याच्या डोळ्यांत भरला.

त्याच क्षणी मॅक्सच्या डोक्यात एक योजना आकार घेऊ लागली. लॉर्ड केनिंग्टनशी गप्पा मारताना त्याने कौशल्याने त्यांच्या नकळत बरीच माहिती त्यांच्याकडून काढून घेतली. हिज लॉर्डशिपचा धाकटा भाऊ जेम्स यांच्याविषयी किंवा त्यांच्या आईच्या मृत्युपत्रातील त्या अटीविषयी मात्र त्याने तोंडातून अक्षरही काढलं नाही. उरलेली दुपार

त्याने क्रिकेटच्या मैदानावर काढली. पण खेळात त्याचं मन नव्हतं.

मॅच संपल्यावर त्यांचा संघ गावातील पबकडे निघाला. पण मॅक्सने त्यांच्याबरोबर जाण्यास नकार दिला. आपल्याला तातडीच्या कामासाठी लंडनला जावं लागत असल्याचं सांगून त्याने त्यांचा निरोप घेतला.

लंडनमधे आपल्या हॅमरस्मिथ येथील राहत्या घरी मॅक्स पोचला, त्याने ताबडतोब एका दोस्ताला फोन केला. पूर्वी कधीतरी तुरुंगात ते दोघं एका कोठडीत राहिले होते. मॅक्सने आपल्याला काय हवं आहे ते त्याला नीट समजावून सांगितलं. "ते काम नक्की होईल, पण त्याची किंमत मोजावी लागेल." मॅक्सचा तो मित्र म्हणाला.

त्यानंतरच्या रविवारी दुपारी मॅक्स परत एकदा आपल्या गाडीने केनिंग्टन हॉलवर आला. आपली जुनीपुराणी गाडी त्याने वाहनतळावर उभी केली. त्यानंतर या खेपेला सर्व पर्यटकांप्रमाणे पाच पौंड भरून त्याने केनिंग्टन हॉलमधील म्यूझियमचं तिकीट काढलं. मालमत्ता जतन करण्यासाठी मोजाव्या लागणाऱ्या किमतीचा विचार करून ते म्यूझियम पुन्हा एकदा शनिवार व रविवारच्या दिवशी प्रेक्षकांना खुलं करण्यात आलं होतं.

सुरुवातीच्या लांबलचक कॉरीडॉरमधे थोर महान कलावंतांनी चितारलेली तैलचित्रं टांगलेली होती. मॅक्सने अगदी समरस झाल्यासारखं दाखवत त्यातील प्रत्येक चित्र पाहिलं. त्यातील प्रत्येक चित्राची खुल्या बाजारात केवढी प्रचंड किंमत येईल, याचा मनातल्या मनात त्याने हिशोबसुद्धा केला. पण आज मात्र त्याची नजर पुढच्या लाँग गॅलरीतल्या काचेच्या पेटीत मांडलेल्या एका खूपच छोट्याशा वस्तूवर होती.

केनिंग्टन सेटपाशी मॅक्स पोचला तेव्हा तिथे उत्सुक पर्यटकांचा मोठा घोळकाच उभा होता. एक टूर गाईड त्यांना तपशीलवार माहिती पुरवत होता. त्या घोळक्यात शिरून मागच्या बाजूला उभा राहून मॅक्स ते ऐकू लागला. अर्थात त्यापैकी प्रत्येक गोष्ट त्याला तोंडपाठ होती. टूर गाईडचं भाषण संपल्यावर घोळका तिथून निघाला आणि पुढच्या भोजनकक्षात गेला.

मॅक्स मात्र मागेच थांबला. अजून एखादा घोळका येतो आहे का, याचा त्याने कानोसा घेतला. पण कोणी दिसत नव्हतं. मग त्याने आपल्या खिशात हात घालून लाल राजा बाहेर काढला. समोरच्या काचेच्या पेटीत अगदी त्यासारखाच दिसणारा पांढरा राजा होता. आकार, नक्षी सारं काही हुबेहूब तसंच. फक्त रंगाचाच काय तो फरक. मॅक्सच्या हातातील लाल बादशहा डुप्लिकेट आहे, हे साध्या डोळ्यांना कळणं शक्यच नव्हतं. कार्बन डेटिंगची टेस्ट जर कुणी केली असती, तरच फसवणूक उघडकीला आली असती, इतकी बेमालूम प्रतिकृती होती ती. अस्सल पांढरा बादशहा आणि नकली लाल बादशहा हे एकदा समोरासमोर नीट ताडून पाहिल्यावर मॅक्सचं समाधान झालं आणि तो लंडनला परतला.

आता आपल्या योजनेतील पुढचा कार्यभाग पार पाडण्यासाठी नक्की कोणतं शहर निवडायचं, ही मॅक्सची पुढची मोठी समस्या होती. ज्या ठिकाणची सुरक्षा व्यवस्था अत्यंत ढिली आहे, असंच ठिकाण निवडायचं, असं मॅक्सने ठरवलं. लंडन, पेकिंग की वॉशिंग्टन? आधी पेकिंगच्या पीपल्स पॅलेसचा विचार त्याच्या मनात चमकून गेला. पण एकूण योजना प्रत्यक्षात आणण्यासाठी आपल्या खिशाला किती झळ सोसावी लागेल, याचा विचार करता तो पेकिंग पॅलेसचा विषय बारगळला. खर्चाच्या दृष्टीने लंडनच्या ब्रिटिश म्यूझियमशिवाय दुसरा काही पर्यायच नव्हता. पण त्याहीपेक्षा मॅक्सचं पारडं ब्रिटिश म्यूझियमच्या दिशेने झुकण्याचं आणखी एक महत्त्वाचं कारण होतं. आपल्या आयुष्यातील पुढची पाच वर्षं जर तुरुंगात काढण्याची वेळ आलीच, तर ती अमेरिकेमधील किंवा चीनमधील तुरुंगात काढण्याची कल्पना फारशी सुखकर नव्हती. त्यापेक्षा इंग्लंडमधील खुलं कारागृह निश्चितच बरं!

दुसऱ्या दिवशी सकाळी आयुष्यात प्रथमच मॅक्स ब्रिटिश म्यूझियमची पायरी चढला. रिसेप्शन काउंटरमागे बसलेल्या मुलीने त्याला तळमजल्यावरील चायनीज संग्रहालयाकडे पाठवलं.

तळमजल्यावर एकूण पंधरा कक्ष होते. त्यात असंख्य चायनीज पुरातन, दुर्मिळ कलाकुसरीच्या वस्तू मांडलेल्या होत्या. मॅक्सला जो बुद्धिबळाचा सेट बघायचा होता, तो शोधून काढायला त्याला तब्बल अर्धा तास लागला. आधी त्याने एखाद्या पहारेकऱ्याला त्यासंबंधी विचारून थेट त्या सेटपाशी जायचं ठरवलं होतं. पण उगाच कशाला स्वत:कडे लक्ष वेधून घ्यायचं? असा विचार करून त्याने तो आपला आपणच शोधून काढला. शिवाय त्या पहारेकऱ्यांना तरी त्या सेटची नक्की जागा माहीत असेल की नाही, कुणास ठाऊक– असंही मॅक्सच्या मनात येऊन गेलं.

त्या कक्षातील सगळी माणसं दुसरीकडे जाईपर्यंत मॅक्स तिथेच रेंगाळत थांबला. त्याचं नंतरचं कृत्य जर समजा एखाद्या पर्यटकाच्या किंवा त्याहीपेक्षा एखाद्या रखवालदाराच्या नजरेस चुकून जरी पडलं असतं, तरी आफतच ओढवली असती. एव्हाना एक गोष्ट मॅक्सच्या लक्षात आली होती. दर अर्ध्या तासाला पहारेकरी एकूण चार कक्षांमधे फिरायचा. म्हणजेच या कक्षातून पुढच्या इस्लाम कक्षात तो जाईपर्यंत मॅक्सला इथेच रेंगाळणं भाग होतं. पहारेकरी या कक्षातील आपली पाहणी संपवून दुसऱ्या कक्षात गेलेला असेल आणि त्याच वेळी इतरही कोणी प्रेक्षक कक्षात शिरलेले नसतील, अशा संधीची वाट पाहत मॅक्स टपून बसला.

जवळ जवळ एक तासानंतर तशी संधी चालून आली. मॅक्सने आपल्या खिशातून नकली बादशहा काढला आणि काचेच्या पेटीत आपल्या जागी दिमाखात उभ्या असलेल्या अस्सल लाल बादशहाशी त्याची तुलना करून पाहिली. दोघं राजे एकमेकांकडे टवकारून बघत होते. जणू काही जुळे भाऊच. फक्त एक तोतया होता.

मॅक्सने सावधगिरीने आजूबाजूला पाहिले. कक्षात तो एकटाच होता. मंगळवारच्या सकाळचे अकरा वाजले होते. सूर्याची उन्हं कक्षात आली होती.

पहारेकरी इस्लाम कक्षात अदृश्य झाला आणि मॅक्सने मनातल्या मनात शेकडो वेळेला उजळणी केलेला आपला धाडसी बेत पार पाडला. त्याने खिशातून अत्यंत तीक्ष्ण, स्विस बनावटीचं पातं काढलं आणि त्याच्या साहाय्याने त्या काचेच्या पेटीचं दार कौशल्याने उघडलं. त्याने अपेक्षिलं होतं त्याप्रमाणेच धोक्याची सूचना देणारी कर्णकर्कश घंटा वाजू लागली. पण जवळपास असलेला पहारेकरी पळत येऊन तिथे पोचण्यापूर्वीच मॅक्सने दोन्ही बादशहांची अदलाबदल केलेली होती आणि पेटीचं झाकण परत पहिल्यासारखं जागच्या जागी बसवून टाकलं होतं. दोन पहारेकरी पळत आले तेव्हा मॅक्स शेजारच्या कक्षातील एका मूर्तीचं अत्यंत अभ्यासपूर्ण निरीक्षण करण्यात गुंग होता. त्या पहारेकऱ्यांना कक्षाची खिडकी उघडी असल्याचं दिसताच त्यातील एकाने चार शेलक्या शिव्या हासडल्या. तर दुसरा घाईघाईने कोणती वस्तू चोरीला गेली असावी, याचा तपास घेऊ लागला.

एवढी कहाणी सांगून मॅक्स थांबला. त्याने उत्सुकतेने माझी प्रतिक्रिया जाणून घेण्यासाठी माझ्याकडे पाहिलं. त्याच्या चेहऱ्यावर हसू फुटलं होतं. ‘‘तर अशा तऱ्हेने मी त्या दोघा मूर्ख भावांना मोठ्या शिताफीनं माझ्या जाळ्यात अडकवलं.’’ तो म्हणाला. मीही हसून मान डोलावली. मॅक्सने शांतपणे तंबाखूची चिमूट एका कागदात भरून त्याची व्यवस्थित गुंडाळी केली व त्या सिगारेटचा एक झुरका घेतला. ‘‘यात आपण एक सावधगिरी बाळगली पाहिजे,’’ मॅक्स म्हणाला, ‘‘जेव्हा तुमच्याकडे एकच गोष्ट विक्रीसाठी असते आणि त्याच्या खरेदीसाठी उत्सुक असलेले दोन ग्राहक असतात, तेव्हा घाई मुळीच करू नये आणि या केसमधे तर दोघेही ग्राहक कमालीचे उतावीळ, अधिरे झालेले होते. त्यानंतर मी तिथून जो निघालो, तो चेरिंग क्रॉस स्टेशनलाच उतरलो. तिथे एक दुकान होतं– मार्लोज. टेलिफोन डिरेक्टरीच्या यलो पेजेसमधे त्यांची जाहिरात होती. बुद्धिबळाचे सेट विकण्यासंबंधी!’’

त्यानंतर मॅक्स त्या जुनाट दुकानात शिरला. एका जख्ख म्हाताऱ्याने हसून त्याचं स्वागत केलं. तो म्हातारासुद्धा बुद्धिबळाच्या पटावरील प्याद्यासारखाच किरकोळ होता. एखादं घर पुढे सरकून त्यातच समाधान मानणारा. त्याने राजा होण्याची स्वप्नं कधीच बघितली नसतील. मॅक्स त्या म्हाताऱ्याशी आधी इकडचं तिकडचं बोलला. त्याच्याकडचे बुद्धिबळाचे सेट पाहून मॅक्सने त्यांच्या किमतींची चौकशी केली. मग सहज बोलण्याच्या ओघात केनिंग्टन सेटचा आणि त्यात कमतरता असणाऱ्या एकमेव लाल राजाचा विषय काढला.

म्हाताऱ्याने बराच विचार करून मॅक्सला माहिती पुरवली. ‘‘जर खरोखरच तो

लाल राजा कधी बाजारात विक्रीला आलाच, तर त्याची किंमत पन्नास हजार पौंडांहूनही अधिकच असणार यात शंकाच नही. याचं मुख्य कारण म्हणजे दोघांना तो मिळवण्यात रस आहे, हे तर सर्वांनाच ठाऊक आहे.''

म्हाताऱ्याच्या तोंडचे हे शब्द ऐकल्यावर मॅक्स जरा विचारात पडला. आपण आधी ठरवलेल्या बेतात थोडासा बदल करावा लागणार असल्याचं त्याला कळून चुकलं. त्याच्या पुढे आणखी एक समस्या आ वासून उभी होती. त्याच्या बँकेच्या खात्यात शिल्लक असलेली रक्कम विचारात घेता, न्यूयॉर्कला जाणं त्याला मुळीच परवडण्यासारखं नव्हतं. अखेर त्यावर उपाय म्हणून त्याने वेगवेगळ्या मोठमोठ्या अँटिक वस्तू विकणाऱ्या दुकानांमधून जमेल तशा छोट्या छोट्या असंख्य दुर्मिळ वस्तू मिळवल्या– म्हणजे खरं तर लांबवल्या! त्या विकून पुरेशी रक्कम त्याच्याकडे जमली. आता त्या पैशांचा वापर करून युनायटेड स्टेट्सचा दौरा करणं सहज शक्य होणार होतं. त्यात भरीत भर म्हणजे क्रिकेटचा मौसम होता. म्हणजे तर मॅक्सच्या दृष्टीने पर्वणीच.

मॅक्स जॉन एफ. केनेडी विमानतळावर येऊन दाखल झाला. 'सद्‌बीज' किंवा 'ख्रिस्तीज्'सारख्या दुकानांकडे न जाता तो टॅक्सीत बसून ईस्ट ७९ स्ट्रीटवरच्या 'फिलिप्स ऑक्शनिअर्स'कडे दाखल झाला. ब्रिटिश म्यूझियममधून चोरलेला तो दुर्मिळ लाल बादशहा जेव्हा त्याने खिशातून काढून तेथील तरुण कर्मचाऱ्याच्या समोर ठेवला, तेव्हा त्या कर्मचाऱ्याच्या चेहऱ्यावर काही आश्चर्य, आदर वगैरे उमटला नाही. त्याचा चेहरा निर्विकारच राहिला.

''या वस्तूचं मूळ स्थान कुठलं, काय, याचा इतिहास या संबंधी काही माहिती आहे का तुम्हाला?'' त्याने मॅक्सला विचारले.

''नाही,'' मॅक्स म्हणाला, ''आमच्या घराण्यात गेली कित्येक वर्षं ती पडून आहे.''

सहा आठवड्यानंतर त्या ऑक्शन हाऊसतर्फे एक सचित्र कॅटलॉग प्रसिद्ध करण्यात आला. मॅक्सने तो उघडून पाहिला. लाल बादशहाचा क्रमांक होता तेवीस. त्याची त्रोटक माहिती दिली होती. त्याच्या मूळ स्थानाविषयी काही माहिती उपलब्ध नसल्याचं नमूद केलं होतं. त्याची किंमत तीनशे डॉलर्स ठेवण्यात आली होती. मुख्य म्हणजे त्याचा फोटो छापलेला नव्हता. साहजिकच तो लाल बादशहा खरेदी करण्यात विशेष कोणालाही रस नसणार, असा मॅक्सचा अंदाज होता. त्यामुळेच एडवर्ड किंवा जेम्स या दोघांही भावांच्या नजरेसही तो पडणार नाही, अशी त्याला खात्रीच होती. म्हणजे आपण तो मुद्दाम त्यांच्या नजरेस आणून देऊ शकू. या विचाराने तो खूष झाला. त्यानंतर लंडनला परतला.

लिलावाचा दिवस उजाडायला अजून आठवडाभर अवकाश होता. मॅक्सने फिलिप्स

ऑक्शन हाऊसमधे त्या तरुण कर्मचाऱ्याला फोन केला. त्याने त्या कर्मचाऱ्याला फक्त एकच प्रश्न विचारला. त्याने मॅक्सला अपेक्षित असलेलंच उत्तर दिलं. तो कॅटलॉग प्रसिद्ध होऊन चांगला महिना लोटला होता आणि तरीही एकाही ग्राहकाने त्या लाल बादशहाविषयी उत्सुकता दाखवली नव्हती. मॅक्सने मोठ्यांदा सुस्कारा टाकून खट्टू झाल्याचा अभिनय केला.

त्यानंतर लगेच मॅक्सने केनिंग्टन हॉलला फोन लावला. हिज लॉर्डशिप एडवर्ड केनिंग्टन यांच्याशी त्याने बऱ्याच लंब्याचौड्या गोलमाल गप्पा मारून त्यांची उत्सुकता पुरेशी चाळवली आणि त्यांच्याकडून 'व्हाईट्स' नामक प्रतिष्ठितांच्या क्लबमधे जेवणाचं निमंत्रण लावून घेतलं.

दोघं ब्राऊन सूपचा आस्वाद घेता घेता बोलू लागले. मॅक्सने आत्ता जेवणाच्या वेळी कोणतीही कागदपत्रं आपल्या बॅगेतून काढून दाखवू नयेत, अशी लॉर्ड केनिंग्टन यांनी त्याला स्पष्ट सूचना केली. तसं करणं क्लबच्या नियमाचा भंग करणं होतं. मॅक्सने मान हलवली आणि आपल्या जवळचा फिलिप्स ऑक्शन हाऊसचा कॅटलॉग आपल्या मांडीवर ठेवला. कोणालाही न दिसेल असा. आपण आपल्या एका क्लाएंटबरोबर चायनीज दुर्मिळ कलाकृतींच्या शोधात गेलो असताना अचानक आपली नजर त्या लाल बादशहावर कशी पडली, हे त्याने लॉर्ड केनिंग्टन यांना अगदी खुलवून सांगितलं.

"खरं सांगू, त्या दिवशी तुम्ही त्या लाल बादशहामागचा सगळा इतिहास मला नीट समजावून जर सांगितला नसता, तर माझ्याही नजरेतून तो निसटलाच असता," मॅक्स नाटकीपणे म्हणाला.

जेवल्यानंतर कॉफी वगैरे मागवण्याच्या भानगडीत न पडता लॉर्ड केनिंग्टन मॅक्सला घेऊन क्लबच्या वरच्या मजल्यावर असलेल्या लायब्ररीत गेले. तिथे धंद्याचं बोलायला परवानगी होती.

मॅक्सने फिलिप्स ऑक्शन हाऊसचा कॅटलॉग उघडून तेवीस क्रमांकाच्या वस्तूकडे त्यांचं लक्ष वेधलं. त्याचबरोबर आधीच काढून ठेवलेले त्या लाल बादशहाचे असंख्य रंगीत फोटोही त्याने लॉर्ड केनिंग्टनच्या समोर ठेवले. हे फोटो त्याने ऑक्शन हाऊसच्या कर्मचाऱ्याला दाखवलेही नव्हते. त्या बादशहाची तीनशे पौंड किंमत वाचताक्षणी लॉर्ड कनिंग्टनच्या तोंडून बाहेर पडलेला पहिला प्रश्न म्हणजे, "त्या फिलिप्स ऑक्शन हाऊसच्या लोकांनी माझ्या भावाला याविषयी काही सांगितलं तर नसेल ना?"

"मला नाही वाटत, त्यांनी सांगितलं असेल असं." मॅक्स म्हणाला, "या तेवीस नंबरच्या वस्तूमधे एवढ्या दिवसांत कोणीही रस घेतलेला नाही, असंच तिथला क्लार्क मला म्हणाला."

"पण याच्या अस्सलपणाविषयी तुम्हाला इतकी खात्री कशी?"

"कारण तो माझा धंदा आहे. मला अशा वस्तूंची चांगली पारख आहे." मॅक्स म्हणाला, "मला इतकी खात्री आहे, की तुम्ही खुशाल त्या वस्तूची कार्बन डेटिंग टेस्ट करून घ्या. माल जर खोटा निघाला, तर तुमच्याकडून त्या टेस्टचे पैसेही घेणार नाही. ते मी भरीन."

"आता एवढी ग्वाही तुम्ही दिल्यावर मी काय बोलणार?" लॉर्ड म्हणाले, "मग आता मी स्वत:च अमेरिकेला जातो आणि त्यांच्या लिलावाच्या वेळी त्या लाल बादशहासाठी बोली लावतो." त्यांनी एक थाप मारताच टेबलावरची धूळ हवेत उडाली.

"हे असं करणं फारसं शहाणपणाचं ठरणार नाही माय लॉर्ड," मॅक्स म्हणाला, "कारण काही झालं तरी–"

त्याला मधेच अडवून लॉर्ड म्हणाले, "का बरं?"

"हे बघा, तुम्ही उगीचच्या उगीच काही कारण नसताना अचानक उठून अमेरिकेला गेलात, की तुमच्याच कुटुंबातील काही लोकांची उत्सुकता उगीच जागृत होईल. त्यांच्या लगेच चौकशा सुरू होतील," मॅक्स परिणाम साधण्यासाठी जरा थांबला आणि पुढे म्हणाला, "आणि त्यात जर तुम्ही ऑक्शन हाऊसमधे गेल्याचं कोणाला कळलं, तर..."

"तुम्हाला काय सुचवायचंय ते लक्षात आलं माझ्या." लॉर्ड केनिंग्टन मॅक्सकडे रोखून बघत म्हणाले, "मग आता यावर उपाय काय?"

"युवर लॉर्डशिपचं तिथे जाऊन प्रतिनिधित्व करायला मी तयार आहे," मॅक्स म्हणाला.

"माझं हे काम करण्याबद्दल मी तुम्हाला किती द्यायचे?"

"एक हजार पौंड ॲडव्हान्स आणि जाण्यायेण्याचा जो काय येईल तो खर्च," मॅक्स म्हणाला, "खरं तर वस्तू लिलावात ज्या किमतीला मिळेल त्याच्या अडीच टक्के कमिशन तर आम्हाला नेहमीच मिळतं. तसंच मी तुमच्याकडूनही घेईन. पण ते नंतर."

लॉर्ड केनिंग्टन यांनी खिशातून चेकबुक काढलं आणि एक हजार पौंडांचा चेक लिहिला. "तुम्हाला काय वाटतं, ती वस्तू केवढ्याला मिळेल?"

वस्तूच्या किमतीचा प्रश्न लॉर्ड केनिंग्टन यांनी आपण होऊनच काढला हे एक बरं झालं. कारण नाहीतरी मॅक्स त्यांच्यासमोर तो विषय काढणारच होता. "खरं सांगू? तुमच्या माझ्यातलं हे गुपित अगोदर बाहेर फुटतंय का नाही, यावर ते अवलंबून राहील." मॅक्स म्हणाला. "पण माझी सूचना अशी राहील, की तुम्ही जास्तीत जास्त पन्नास हजार डॉलर्सची बोली लावावी."

''पन्नास हजार?'' लॉर्ड केनिंग्टन अविश्वासाने म्हणाले.

''मला वाटतं हे काही जास्त नाही,'' मॅक्स म्हणाला. ''एकदा का तो सेट पूर्ण झाला की त्याचं मोल दहा लाखांहूनही जास्त होईल हे विसरून चालणार नाही. शिवाय यदाकदाचित तुमच्या भावाला तो लाल बादशहा मिळाला, तर मग तुमच्या दृष्टीने त्या सेटचं काहीच महत्त्व राहणार नाही.''

''तुमचा मुद्दा माझ्या लक्षात आला,'' लॉर्ड केनिंग्टन म्हणाले, ''पण अजूनही तुम्ही लिलावातून तो लाल बादशहा, अगदी काही शेकडा डॉलर्स मोजून मिळवून आणू शकाल?''

''निदान आपण तशी आशा करू या.'' मॅक्स म्हणाला.

मॅक्स ग्लोव्हर व्हाईट्स क्लबमधून बाहेर पडण्यासाठी उठला, तेव्हा दुपारचे तीन वाजून गेले होते. आपल्याला एक महत्त्वाची मीटिंग असल्याचं त्याने लॉर्ड केनिंग्टनना सांगितलं, ते खरंच होतं.

चारला काही मिनिटं कमी असताना मॅक्स स्लोन स्क्वेअरपाशी आला. सर फ्रान्सिस ड्रेक यांच्या पुतळ्याजवळच्या रिकाम्या बाकावर बसून त्याने मनातल्या मनात पुढच्या नाटकाची रंगीत तालीम केली. घड्याळात चारचे ठोके पडताच तो उठून कॅडोगन स्क्वेअरकडे निघाला. सोळा नंबरच्या घराशी येताच थांबून त्याने घराच्या पायऱ्या चढून दाराची घंटी वाजवली.

जेम्स केनिंग्टन स्वत:च दार उघडण्यासाठी आले होते. त्यांनी मॅक्सचं हसून स्वागत केलं.

''मी आज सकाळी फोन केला होता,'' मॅक्स म्हणाला, ''माझं नाव ग्लोव्हर.''

जेम्स केनिंग्टन त्याला दिवाणखान्यात घेऊन गेले. ते त्याच्या समोरच्या बाजूला बसले.

जेम्स केनिंग्टन यांचा फ्लॅट चांगला आलिशान होता. पण भिंतीवर एक-दोन ठिकाणी पूर्वी तैलचित्रं टांगली असल्याच्या पुसट खुणा होत्या. आत्ता तरी त्या जागा रिकाम्याच होत्या. ती तैलचित्रं साफ करण्यासाठी किंवा त्यांच्या फ्रेम्स दुरुस्त करण्यासाठी काढून ठेवण्यात आली नव्हती, हे तर नक्कीच होतं. ऑनरेबल जेम्स केनिंग्टन यांच्या दारुडेपणाविषयी बऱ्याच गावगप्पा मॅक्स ऐकून होता. त्यांना जुगाराचाही नाद असून, ते कर्जात बुडालेले होते, असंही त्याच्या कानावर आलं होतं.

मॅक्सने परत एकदा लाल बादशहाची ती कहाणी जेम्सना ऐकवली आणि त्यांच्या तोंडून पहिला प्रश्न कधी बाहेर पडतो, याची वाट बघत बसून राहिला.

''तो लाल बादशहा लिलावात केवढ्याला विकला जाईल मि. ग्लोव्हर?''

''काही शेकडा डॉलर्स,'' मॅक्स म्हणाला, ''अर्थात तुमच्या मोठ्या भावाच्या कानापर्यंत या लिलावाची बातमी आधी पोचली नाही, तरच.'' असं बोलून तो थांबला.

त्याने हातातल्या वाफाळलेल्या कपातून चहाचा एक घुटका घेतला आणि म्हणाला, "पण जर का तुमच्या मोठ्या भावाला ही गोष्ट कळली, तर मग बोली पन्नास हजार डॉलरच्या वरही जाऊ शकते."

"पण माझ्याकडे पन्नास हजार डॉलर्स नाहीत," जेम्स म्हणाले, मॅक्सला अर्थातच याची पूर्ण कल्पना होती. "पण जर का माझ्या भावाच्या कानावर ही गोष्ट आली, तर मी काहीच करू शकत नाही. मृत्युपत्रात साफ लिहिलेलं आहे– ज्याला बादशहा मिळेल त्यालाच उरलेला सेट मिळेल."

"तो बादशहा मिळवण्यासाठी जे काही भांडवल लागेल, ते घालायला मी तयार आहे," मॅक्स म्हणाला, "पण माझी अट एकच असेल. एकदा सेटचा ताबा तुमच्याकडे आला, की तो तुम्ही मलाच विकायचा."

"आणि संपूर्ण सेटचे किती पैसे द्याल तुम्ही मला? जेम्स केनिंग्टन यांनी विचारले.

"पाच लाख." मॅक्स म्हणला.

"फक्त पाच लाख? त्या संपूर्ण सेटची किंमत दहा लाखांच्या वर जाईल असा अंदाज 'सद्‌बीज'च्या तज्ज्ञांनी वर्तवला आहे."

"तसं असेलही," मॅक्स म्हणाला, "पण हातात काहीच न लागण्यापेक्षा पाच लाख मिळालेले कधीही चांगले आणि जर आपण जे काही बोललो, त्याचा सुगावा तुमच्या भावाला लागला, तर तसंच घडेल."

"पण तुम्ही तर म्हणाला होता, त्या लाल बादशहाची किंमत काही शेकडा डॉलर्सच असेल."

"तसं असलं तर मी आत्ता तुमच्याकडून फक्त एक हजार पौंडांचा ॲडव्हान्स घेईन. नंतर विक्री झाल्यावर त्याची जी काही किंमत ठरेल त्याच्या अडीच टक्के. पण उरलेले मी नंतर घेईन." त्याच दुपारी हे वाक्य मॅक्सने दुसऱ्यांदा उच्चारले.

"मी तेवढा धोका पत्करायला तयार आहे," जेम्स हसून म्हणाले. आपला विजय ठरलेलाच आहे, आपलं पारडं जड आहे अशी खात्री पटलेला माणूस जसं हास्य करील, तसे हसले ते. "जर लाल बादशहाची अखेरची बोली पन्नास हजारांच्या आत झाली," ते म्हणाले, "तर तेवढे पैसे मी स्वत:च उभे करू शकेन. पण जर त्याची किंमत पन्नास हजारांच्या पुढे गेली, तर तुम्ही तो बादशहा विकत घ्या आणि मी सगळा सेट तुम्हाला पाच लाखांना विकेन." त्यांनी चहाचा एक घुटका घेतला आणि म्हणाले, "दोन्हीपैकी काहीही एक झालं, तरी त्यात माझं काहीच नुकसान नाही."

'माझंही नाही,' मॅक्स हे शब्द मनातल्या मनातच म्हणाला. त्याने लगेच खिशातून एक करारपत्र काढलं. जेम्स केनिंग्टन यांनी ते सावकाश, काळजीपूर्वक वाचलं. ते वर पाहून हसून म्हणाले, "मी तुमच्या या जाळ्यात सापडणार याची इतकी खात्री

होती तुम्हाला मि. ग्लोव्हर?''

''हे पाहा, जर तुम्हाला माझा बेत पसंत पडला नसता, तर मी इथून उठून तुमच्या मोठ्या भावाकडे जाणारच होतो. मग तुमच्या पदरी काहीच पडलं नसतं. निदान आता माझ्या योजनेला संमती दिल्यावर तुमचं काही नुकसान तरी होणार नाही.''

''मग काय– आता मला न्यूयॉर्कला जावं लागेल ना?''

''मुळीच नाही,'' मॅक्स म्हणाला. ''लिलाव सुरू झाला, की तुम्ही इथे बसून चक्क फोनवर बोली लावायची. त्याचा फायदा असा, की फोनवरून नक्की कोण बोली लावत आहे, हे तिथे उपस्थित असलेल्यांना कळणार नाही.''

''पण ते सगळं जमणार कसं?'' जेम्स म्हणाले.

''सोपं आहे,'' मॅक्स त्यांना समजावत म्हणाला, ''हे बघा, न्यूयॉर्कचा लिलाव दुपारी दोनला सुरू होईल. म्हणजेच इथे लंडनमधे त्यावेळी संध्याकाळचे सात वाजलेले असतील. लाल बादशहाचा क्रमांक आहे तेवीस. मी फिलिप्स ऑक्शन हाऊसच्या लोकांशी बोलून सगळी तजवीज करून ठेवीन. एकदा एकविसाव्या वस्तूचा लिलाव सुरू झाला, की ते तिथून बसल्याबसल्या तुम्हाला थेट फोन करतील. तुम्ही एकच करायचं. त्यावेळी फोनच्या जवळ बसून राहायचं. घरातल्या इतर कोणालाही फोन वापरू द्यायचा नाही.''

''आणि समजा त्याची किंमत पन्नास हजारांच्या वर जाऊ लागली, तर मग तू पुढाकार घेऊन सगळं सांभाळशील ना?'' जेम्स म्हणाले.

''शंभर टक्के. अगदी तसंच करीन मी.'' मॅक्स डोळ्यांची पापणीसुद्धा न हलवता म्हणाला.

लिलावाआधीच्या वीकएंडला मॅक्स परत न्यूयॉर्कला गेला. ईस्ट साईडमधील एका छोट्याशा लॉजमधे तो उतरला. त्याच्याकडे अगदीच तुटपुंजे पैसे होते. शेवटची खेळी तो लवकरच खेळणार होता, त्यासाठी त्या रकमेची त्याला गरज होती.

सोमवारी पहाटे मॅक्स उठला. रात्रभर रस्त्यावरची रहदारी आणि पोलिसांचे भोंगे यामुळे त्याच्या डोळ्याला डोळा लागला नव्हता. एकदा लिलाव सुरू झाल्यावर घटना किती वेगवेगळं वळण घेऊ शकतील आणि काय घडलं तर त्याच्यावर आपली कुठली चाल खेळायची याची त्याने मनोमन उजळणी केली. त्याला त्याची भूमिका पार पाडायला जास्तीत जास्त दोनच मिनिटं मिळणार होती. पण तेवढ्यात जर त्याने ठरवलेलं सगळं जमून आलं असतं, तर ठीकच होतं. नाहीतर फुकटची पदरमोड सोसून परत एकदा लंडनच्या विमानात चढावं लागणार होतं.

भराभरा नाश्ता उरकून तो चालतच फिलिप्स ऑक्शन हाऊसकडे निघाला. तिथे पोचल्यावर तो चायनीज विभागात शिरला. तिथे एक लिलाव चालू होता. सर्वांत

मागच्या रांगेत गुपचूप बसून त्याने अमेरिकन लोकांची लिलाव करण्याची पद्धत लक्षपूर्वक पाहिली. दुपारच्या लिलावाच्या वेळी आपल्या हातून थोडीसुद्धा चूक होऊ नये, या इच्छेनेच त्याने नीट अभ्यास सुरू केला होता.

दुपारचं जेवण तर त्याने घेतलंच नाही. जवळचे पैसे संपत आले होते. शिवाय भूकही नव्हतीच. तो वेळ वाचवून त्याने दोन महत्त्वाचे फोन केले. पहिला फोन केला लॉर्ड केनिंग्टन यांना. लिलावाच्या वेळी त्यांचं प्रतिनिधित्व करून लाल बादशहासाठी बोली बोलायचा, तसेच तो पन्नास हजारापर्यंत उपलब्ध झाला, तर त्यांच्या वतीने विकत घ्यायचा अधिकार त्यांनी आपल्याला खरोखरच दिला असल्याचं त्याने लॉर्ड केनिंग्टन यांच्या मुखातून वदवून घेतलं. 'त्या लिलावात अखेर तो बादशहा केवढ्याला विकला गेला, हे मी तुम्हाला त्याच क्षणी फोन करून सांगेन.' असं वचन त्याने लॉर्ड केनिंग्टन यांना दिलं. त्यानंतर त्याने आणखी एक फोन केला. हा फोन त्याने लॉर्ड केनिंग्टन यांचे कनिष्ठ बंधू सन्माननीय जेम्स केनिंग्टन यांना केला. जेम्स केनिंग्टन यांनी फोनची घंटी ऐकून अक्षरश: झडप घालून फोन उचलला. पलीकडून मॅक्सचा आवाज येताच त्यांनी सुटकेचा नि:श्वास सोडला. जे वचन मॅक्सने लॉर्ड केनिंग्टन यांना दिलं होतं, तेच त्याने जेम्स केनिंग्टन यांनाही दिलं.

आता मॅक्स सरळ लिलाव पुकारण्याच्या काऊंटरपाशी गेला. तेथील बाईला त्याने जेम्स केनिंग्टन यांच्या लंडनमधील निवासस्थानाचा फोन नंबर दिला. त्यांना तेवीस नंबरच्या वस्तूमधे रस असल्याचं सांगितलं.

"तुम्ही काहीही काळजी करू नका सर. आम्ही त्यांना बरोबर योग्य वेळेत फोन करून त्यांची बोली फोनवरूनच घेऊ." ती म्हणाली.

तिचे आभार मानून मॅक्स मुख्य सभागृहात जाऊन आठव्या रांगेत आपल्या आवडीच्या ठिकाणी बसला. लिलाव पुकारणाऱ्या माणसाच्या उजव्या हाताला त्याची खुर्ची होती. आज होणाऱ्या लिलावात ज्या वस्तू विक्रीला ठेवण्यात येणार होत्या, त्यांचा सचित्र कॅटलॉग उघडून तो चाळत बसला. अर्थात त्यातील इतर कुठल्याही वस्तूशी त्याला गम्य नव्हतं.

लिलाव सुरू होण्याची वेळ आली. मॅक्सने प्रेक्षकांवर नजर फिरवली. जमलेल्या लोकांपैकी दुर्मिळ वस्तूंच्या विक्रीचा व्यवसाय करणारे कोण आहेत, संग्रह करणारे कोण आहेत आणि नुसते बघे कोण आहेत, याचा त्याने अंदाज घेतला.

लिलाव पुकारणारा माणूस व्यासपीठाच्या पायऱ्या चढून वर आला. आत्ता दोनला पाच कमी होते. सभागृहातील सर्व उत्सुक नजरा त्याच्यावर खिळल्या होत्या. घड्याळात बरोबर दोनचे ठोके पडताच लिलाव पुकारणाऱ्याने हसून उपस्थितांचं स्वागत केलं.

"वस्तू क्रमांक एक. हस्तिदंतात कोरलेला मासेमार."

तो इतका छोटा हस्तकलेचा नमुना तब्बल आठशेपन्नास डॉलर्सला विकला गेला. त्यावरून हा लिलाव पुढे पुढे कसा रंगत जाणार आहे, याची उपस्थितांना कल्पना आली.

त्यानंतर दुसऱ्या क्रमांकाच्या वस्तूचा भाव चढत चढत एक हजार डॉलर्सपर्यंत गेला. असा लिलाव चालूच होता. अखेर सतराव्या क्रमांकाच्या वस्तूने पाच हजार डॉलर्सची किंमत ओलांडली.

आता सभागृहात काही लोक नव्याने हजर झाले होते. त्यांना या पुढील वस्तूंमधे रस होता. काही लोक उठून निघून चालले होते. त्यातील काहींना हव्या त्या वस्तू मिळाल्या होत्या, तर काहींना निराश होऊन परत जावं लागलं होतं. मॅक्सच्या छातीत आता धडधड सुरू झाली होती. परंतु तेविसाव्या क्रमांकाची वस्तू लिलावासाठी येण्यास अजून जरा अवकाश होता.

सभागृहाच्या आतच कडेच्या बाजूला असलेल्या एका निमुळत्या लांबलचक टेबलावर बरेच टेलिफोन होते. त्यातील तीन फोन्सपाशी दोन माणसं व एक बाई बसलेली होती. एव्हाना एकविसाव्या क्रमांकाची वस्तू लिलावासाठी पुढे आणून मांडण्यात आली. लगेच टेबलापाशी बसलेल्या बाईने टेलिफोनचा नंबर डायल करण्यास सुरुवात केली. पलीकडून कोणीतरी फोन उचलला असावा, कारण तिने आता हाताचा आडोसा करून कुजबुजत्या स्वरात त्या फोनवर बोलण्यास सुरुवात केली होती. इतक्यात बावीस क्रमांकाच्या वस्तूची घोषणा झाली. त्या स्त्रीने परत एकदा टेलिफोनवर काहीतरी सांगितलं. यानंतर थोड्याच वेळात तेवीस क्रमांकाच्या लाल बादशहाची घोषणा होणार असल्याची बातमी तिने टेलिफोनवरून जेम्स केनिंग्टन यांना दिली असणार, हे मॅक्सने ताडलं.

लिलाव पुकारणाऱ्या माणसाने हातातील कागदावरून एकवार नजर फिरवली आणि तो म्हणाला, ''क्रमांक तेवीस. अत्यंत सुंदर कोरीवकाम केलेला बुद्धिबळातील लाल रंगाचा राजा आहे. त्याचं मूळ स्थान अज्ञात आहे. मी पहिली बोली तीनशे डॉलर्सची लावत आहे. कुणाला रस आहे का?''

मॅक्सने हातातील कॅटलॉग वर उंचावून आपल्याला रस असल्याची खूण केली.

आता लिलावाकर्ता फोनपाशी बसलेल्या बाईकडे पाहून म्हणाला, ''पाचशे डॉलर्स?'' ती बाई फोनवर काहीतरी बोलली आणि तिने जोराजोरात मान हलवून होकार दिला.

लिलावकर्त्याने आता आपला मोहरा मॅक्सकडे वळवला. तो किमतीविषयी काही बोलायच्या आत मॅक्स हातातील कॅटलॉग उंचावत म्हणाला, ''एक हजार डॉलर्स.''

''एक हजार डॉलर्सची बोली लावण्यात आली आहे,'' लिलावकर्त्याने टेलिफोनपाशी

बसलेल्या बाईकडे बघत विचारलं, ''दोन हजाराला आहे का कोणी तयार?''

त्या बाईने परत मन हलवून होकार दिला.

''तीन हजाराला कोणाला खरेदी करण्यात रस आहे का?'' लिलावकर्ता आता मॅक्सकडे बघत म्हणलाा. मॅक्सने कॅटलॉग उंचावत होकार दिला. सभागृहाच्या मागे बसलेल्या अनेक दुर्मिळ वस्तूंच्या डीलर्समधे आपापसात कुजबूज सुरू झाली.

''चार हजार?'' लिलावकर्ता टेलिफोनपाशी बसलेल्या बाईकडे बघत म्हणाला. तिने होकार दिल्यावर त्याच्या चेहऱ्यावर आश्चर्याने थक्क झाल्याचे भाव उमटले. त्यानंतर केवळ एका मिनिटात त्या लाल बादशहाची किंमत चढत गेली. पाच हजार... सहा हजार... सात हजार... आठ हजार... नऊ हजार... दहा हजार. आपल्या चेहऱ्यावरचे थक्क झाल्याचे भाव लपवून अत्यंत निर्विकार चेहरा ठेवण्याचा लिलावकर्त्याने खूप प्रयत्न केला. सभागृहात आता एकदम जोराजोरात चर्चा सुरू झाली होती. प्रत्येकजण आपलं मत ठामपणे मांडत होता. काही मंडळी तर स्वत:च्या पुढील रांगेतील जागा सोडून मागच्या भागी चाललेल्या चर्चेत सामील होण्यासाठी मागे गेली. काही लोकांनी या बादशहाची बोली आणखी किती चढू शकेल याविषयी अंदाज व्यक्त करण्यास सुरुवात केली. परंतु या चढाओढीत भाग घेण्याची त्यांची ऐपत नव्हती. आता पाच हजाराने प्रत्येक बोली वाढत होती.

लिलाव पुकारणारा माणूस मॅक्सकडे पाहून म्हणाला, ''पंचेचाळीस हजार डॉलर्स?'' मॅक्सने कॅटलॉग उंचावून होकार दिला. त्यावर टेलिफोनपाशी बसलेल्या स्त्रीकडे वळून लिलाव पुकारणारा म्हणाला, ''तुम्ही पन्नास हजाराला तयार आहात का?'' सभागृहातील प्रत्येकाच्या नजरा आता तिच्याकडे लागल्या होत्या. ती इतक्या वेळात प्रथमच जराशी घुटमळली. मग ती हातातील टेलिफोनमधे कुजबुजत्या स्वरात बराच वेळ बोलली आणि मग तिने सावकाश मानेने होकार दिला. पण तिचा चेहरा फार उत्साही दिसत नव्हता.

आता लिलाव पुकारणाऱ्याने मॅक्सला तो लाल बादशहा पंचावन्न हजाराला देऊ केला. मॅक्स विचारात पडला. अखेर बराच वेळ घालवून त्याने सावकाश हातातील कॅटलॉग उंचावून संमती दिली.

लिलाव पुकारणारा माणूस टेलिफोनपाशी बसलेल्या बाईकडे वळून म्हणाला, ''साठ हजार?'' ती काय उत्तर देते ते ऐकण्यासाठी मॅक्स धडधडत्या हृदयाने बसून होता. ती फोनवर अजूनही बोलत होती. मॅक्सच्या कपाळावर घामाचे बिंदू चमकत होते. जर जेम्स केनिंग्टन यांनी कसं तरी करून पन्नास हजाराहून जास्त रक्कम जमवली असली तर मग त्याचा सगळाच बेत फसणार होता. त्यानंतर मधे खूप वेळ गेला. निदान मॅक्सला तसं वाटलं, पण प्रत्यक्षात फक्त वीस सेकंद गेली व त्या बाईने नकारार्थी मान हलवली. तिने फोन खाली ठेवला.

लिलाव पुकारणारा माणूस मॅक्सकडे बघत हसून म्हणाला, ''माझ्या डाव्या हाताला बसलेल्या यां गृहस्थांना पंचावन्न हजार डॉलर्सला हा बादशहा विकण्यात येत आहे.'' मॅक्सच्या मनात संमिश्र भावनांचा कल्लोळ झाला. तो घाबरला, विजयाच्या आनंदाने हर्षभरित झाला, मंत्रमुग्ध झाला आणि एकाच वेळी बेत मनाप्रमाणे पार पाडल्याबद्दल त्याने सुटकेचा निःश्वाससुद्धा सोडला.

मॅक्स बराच वेळ आपल्या खुर्चीतच बसून राहिला. सभागृहातील गजबज शांत होण्याची वाट बघत. त्यानंतर पुढील वस्तूंचा लिलाव सुरू झाला. मॅक्स बराच वेळ तसा तिथे बसला आणि मग हळूच कोणाच्याही लक्षात येण्यापूर्वी सभागृहाबाहेर पडला. मागच्या खुर्च्यांवर बसलेले अनेक लोक, त्याच्याकडे संशयाने बघत होते. ही बाब मॅक्सच्या गावीही नव्हती. जाडजूड रुजाम्यावरून चालत तो विक्रीच्या काऊंटरपाशी गेला.

''तेवीस नंबरच्या वस्तूसाठी मला अनामत रक्कम भरायची आहे.''

क्लार्कबाईने आपल्या हातातील यादीकडे पाहिलं. ''लाल बादशहा,'' ती म्हणाली. तिने दोन तीन वेळा नीट पाहून किमतीची खात्री करून घेतली. ''पंचावन्न हजार डॉलर्स.'' ती मॅक्सकडे बघत म्हणाली.

मॅक्सने होकार दिला. त्याबरोबर त्या बाईने एका फॉर्मवर सगळे तपशील भरण्यास सुरुवात केली. फॉर्म भरून झाल्यावर तिने तो सहीसाठी मॅक्सच्या समोर ठेवला.

''आत्ता तुम्ही पाच हजार पाचशे डॉलर्स भरा,'' ती म्हणाली, ''राहिलेली रक्कम पुढील अठ्ठावीस दिवसांत तुम्ही आणून भरली तरी चालेल.'' मॅक्सने चेहऱ्यावरची रेषाही न हलवता होकार दिला. हे असले व्यवहार रोजच करत असल्याच्या आविर्भावात. मॅक्सने करारपत्रावर सही केली व त्यानंतर खिशातून चेकबुक काढून पाच हजार पाचशे डॉलर्सचा चेक लिहिला. यामुळे आपलं बँकेतील खातं संपूर्णपणे खाली होणार आहे, याची त्याला जाणीव होती.

त्याने तो चेक त्या बाईकडे सरकवला. त्यावर त्या बाईने करारपत्राची मूळ प्रत त्याला दिली व त्याची एक कॉपी स्वत:पाशी ठेवली. त्यानंतर तिने मॅक्सची सही तपासून पाहिली व ती जराशी घुटमळली. कदाचित हा योगायोगही असेल. अखेर ग्लोव्हर हे आडनाव तसं सर्वत्र आढळणारं होतं. त्याबद्दल मॅक्सच्या समोर संशय व्यक्त करून त्याचा अपमान तिला करायचा नव्हता. पण त्याचबरोबर आपल्या लक्षात आलेली ही चमत्कारिक गोष्ट वरिष्ठांच्या नजरेस आणून देण्याचा तिने निश्चय केला. ही गोष्ट तो चेक वटण्यासाठी जाण्यापूर्वीच करायला हवी होती.

मॅक्स त्या ऑक्शन हाऊसमधून बाहेर पडला तो पार्क ॲव्हेन्यूकडे निघाला. तो 'सद्‌बीज'च्या इथल्या शाखेत गेला. त्याने उगीच नमनाला घडाभर तेल वाया न

घालवता सरळ मुद्द्यालाच हात घातला. त्याच्या हातात केवळ अठ्ठावीस दिवसांचाच अवधी होता.

"संपूर्ण केनिंग्टन सेट जर बाजारात विक्रीला आलाच, तर त्याला काय किंमत येईल, याचा काही अंदाज?'' मॅक्सने विचारले.

'सद्‌बीज'मधील तज्ज्ञाच्या चेहऱ्यावर आश्चर्यचकित झाल्याचे भाव उमटले होते. लिलावात लाल बादशहा किती किमतीला विकण्यात आला होता, ही गोष्ट एव्हाना त्याच्या कानावर आलेलीच होती. "सात लाख पन्नास हजार डॉलर्स किंवा अगदी दहा लाखापर्यंतही जाऊ शकेल,'' तो म्हणाला.

"जर समजा मी तो केनिंग्टन सेट तुमच्याकडे घेऊन आलो आणि त्याच्या अस्सलपणाविषयी तुमची खात्री झाली, तर तो सेट ठेवून घेऊन तुम्ही मला त्याबद्दल काही रक्कम ॲडव्हान्स देऊ शकाल का? तो सेट मी तुम्हालाच विकण्याची हमी देईन.''

"तो खरोखरचा केनिंग्टन सेट असेल आणि केनिंग्टन कुटुंबीयांनी तशी ग्वाही दिली, तर आम्ही चार लाख किंवा पाच लाखपर्यंत ॲडव्हान्स देऊ शकू.''

"मी नंतर येईन.'' मॅक्स म्हणाला आणि उठला. आता त्याच्या जवळजवळ सर्वच समस्या सुटल्या होत्या.

●●●

त्याच संध्याकाळी मॅक्सने हॉटेल सोडून जॉन एफ. केनेडी विनानतळाकडे कूच केलं. विमानाने आकाशात उड्डाण केल्यावर अनेक दिवसांत पहिल्यांदाच मॅक्सला गाढ झोप लागली.

थेम्स नदीच्या पात्रात उगवत्या सूर्याचे किरण चमकत असताना विमान लंडनच्या हीथ्रो विमानतळावर पोचलं. मॅक्सकडे फारसं काही सामान नसल्याने कस्टममधून लगेच बाहेर पडून तो भुयारी रेल्वेने आपल्या घरी पोचला. नाश्त्याची वेळ झालीच होती. नेहमी मोठमोठ्या आलिशान हॉटेलात जेवायला जाणं, बस ऐवजी टॅक्सीने फिरणं... अशा स्वप्नरंजनात तो काही काळ रमून गेला.

नाश्ता झाल्यावर बशा, काटे, चमचे ओट्यावर तसेच टाकून तो खोलीतल्या एकुलत्या एक आरामखुर्चीत रेलून बसला. आता लाल बादशहा तर हातात आलाच... बुद्धिबळाचा सेट पूर्ण झाला... आता पुढची खेळी कशी खेळावी बरं? आपलाच विजय झाला पाहिजे... अशा विचारांनी त्याच्या मनात पिंगा घालण्यास सुरुवात केली.

बरोबर अकरा वाजता मॅक्सने केनिंग्टन हॉलला फोन लावला. नोकराने लॉर्ड केनिंग्टन यांना फोन दिला. मॅक्सचा आवाज ऐकताच ते घाईने म्हणाले, "आपल्याला

मिळाला का?''

''दुर्दैवाने नाही मिळाला माय लॉर्ड,'' मॅक्स म्हणाला. ''एका अज्ञात ग्राहकाने आपल्यावर मात केली. मी तुमच्या आज्ञेचं अगदी तंतोतंत पालन केलं आणि पन्नास हजारापर्यंत बोली चढल्यावर थांबलो.'' तो एवढे बोलून क्षणभर थांबून म्हणाला, ''अखेर तो लाल बादशहा पंचावन्न हजाराला विकला गेला.''

त्यानंतर बराच वेळ शांतता पसरली. ''तो दुसरा ग्राहक म्हणजे माझा भाऊ असेल का? तुम्हाला काय वाटतं?'' लॉर्ड म्हणाले.

''ते कळायला काही मार्ग नव्हता,'' मॅक्स म्हणाला. ''ते आपली बोली फोनवरून लावत होते. मला वाटतं, त्यांना आपलं स्वत:चं नाव गुप्त ठेवायचं असणार.''

''ते आता मला लवकरच कळेल.'' असं म्हणून लॉर्ड केनिंग्टन यांनी फोन खाली ठेवला.

मॅक्सने आता चेलसीचा नंबर फिरवला. मॅक्स हसून म्हणाला, ''अभिनंदन! मी तो लाल बादशहा विकत घेतला आहे. त्यामुळे आता तुम्ही आपला वारसाहक्क मागून मृत्युपत्रातील कलमाप्रमाणे तो केनिंग्टन सेट ताब्यात घेऊ शकता.''

''फार मोठी कामगिरी पार पाडलीस, ग्लोव्हर.'' जेम्स केनिंग्टन म्हणाले.

''एकदा तुम्ही तो सेट घेऊन माझ्याकडे आलात, की माझे वकील तुम्हाला लगेच चार लाख पंचेचाळीस हजार डॉलर्सचा चेक देतील.'' मॅक्स म्हणाला.

''पण आपलं तर पाच लाख डॉलर्सचं ठरलं होतं.'' जेम्स रागावून म्हणाले.

''त्यातून पंचावन्न हजार डॉलर्स वजा होतीलच. कारण ते माझ्या खिशातून खर्च करून मी तो लाल बादशहा विकत घेतला होता. ते सगळं आपल्या करारपत्रात नीट लिहिलेलं असेलच.'' मॅक्स म्हणाला.

''पण, असं काय...'' जेम्स चांगलेच संतापले होते. त्यांचं बोलणं मधेच तोडत मॅक्स म्हणाला, ''मग मी तुमच्या मोठ्या भावाला फोन करू का? माझ्या ताब्यात तो लाल बादशहा नाहीतरी आहेच.'' इतक्यात त्याच्या घराची बेल वाजली. ''तुम्ही नीट विचार करा. तोपर्यंत मी जरा बाहेर कोण आलंय ते बघून येतो.'' असं म्हणून मॅक्सने फोनचा रिसीव्हर अलगद शेजारच्या टेबलावर ठेवला आणि हात चोळत चोळत तो घराचं दार उघडायला गेला. त्याने दाराची साखळी न काढता दार जरासंच उघडून बाहेर डोकावून पाहिलं. दोन उंच माणसं दारात उभी होती.

''मॅक्स व्हिक्टर ग्लोव्हरच ना?'' त्यांच्यातील एक म्हणाला.

''कुणाला हवंय?'' मॅक्सने विचारले.

''मी फ्रॉड स्क्वाडचा डिटेक्टिव्ह इन्स्पेक्टर आर्मिटेज आणि हे आहेत डिटेक्टिव्ह सार्जंट विलीस.'' असं म्हणून दोघांनी खिशातून वॉरंट्स काढून मॅक्ससमोर धरली. ती नीट निरखून बघण्याची गरजच नव्हती. ''सर, दार उघडता का?

आम्हाला आत यावं लागेल.''

त्या दोघांनी मॅक्सची जबानी घेतली. तो फक्त एकच वाक्य बोलला, ''मला माझ्या वकिलाशी बोलावं लागेल.'' त्यानंतर दोघं मॅक्सला अटक न करताच लॉर्ड केनिंग्टन यांच्या निवासस्थानी गेले. लॉर्ड केनिंग्टन यांनी तपशीलवार वृतान्त दिला. त्यानंतर ते दोघं जेम्स केनिंग्टन यांच्याकडे गेले. त्यांनीही संपूर्ण सहकार्य केलं.

त्यानंतर बरोबर एक आठवड्याने फसवणुकीचा आरोप ठेवून मॅक्सला अटक करण्यात आली. मॅक्सचा हा काही पहिलाच गुन्हा नव्हता, त्यामुळे त्याला जामीन मंजूर झाला नाही.

''पण मॅक्स, तू तो असली लाल बादशहा चोरल्याचं त्यांना समजलं तरी कसं?'' मी विचारलं.

''त्यांना नाहीच समजलं,'' मॅक्स तोंडातील सिगारेटचं थोटून विझवत म्हणाला.

मी वही आणि पेन खाली ठेवलं. ''मॅक्स, माझ्या काही हे प्रकरण नीटसं लक्षात येत नाहीये,'' मी म्हणालो.

''ते तर आधी माझ्याही लक्षात आलं नव्हतं.'' मॅक्स म्हणाला, ''पण नंतर त्यांनी माझ्यावर कोणता आरोप ठेवला आहे ते पाहिल्यावर माझ्या डोक्यात प्रकाश पडला.'' मी त्याचं बोलणं ऐकत गप्प राहिलो. मॅक्सने सावकाश कागदाची सुरळी करून नवी सिगारेट बनवली व ती पेटवून तो म्हणाला, ''त्यांनी कोर्टात माझं आरोपपत्र वाचून दाखवलं तेव्हा मला सगळा उलगडा झाला.'' तो पुढे म्हणाला, ''आणि खरं सांगू, मला तर आश्चर्याचा धक्काच बसला.''

''मिस्टर मॅक्स व्हिक्टर ग्लोव्हर, तुम्ही फसवणुकीचा मार्ग वापरून पैसे उकळण्याचा प्रयत्न केला, असा आरोप तुमच्यावर ठेवण्यात येत आहे. त्याचा तपशील असा– सतरा ऑक्टोबर दोन हजार रोजी तुम्ही बुद्धिबळातील एका लाल बादशहासाठी पंचावन्न हजार डॉलर्सची बोली लावली. हा लिलाव न्यूयॉर्कमधील फिलिप्स ऑक्शन हाऊसमधे चालू होता. त्यावेळी त्या बादशहाच्या खरेदीत रस असणाऱ्या दुसऱ्या ग्राहकाला आपल्याहून वरचढ बोली लावण्यास तुम्ही मुद्दामच उद्युक्त केलं. परंतु मुळात त्या लाल बादशहाचे मालक तुम्ही होता, ही गोष्ट तुम्ही त्यांच्यापासून लपवून ठेवली.''

एवढ्यात आमच्या कोठडीच्या कुलपात किल्ली सरकवल्याचा आवाज झाला व दार उघडून पहारेकरी म्हणाला, ''व्हिजिटर.''

मॅक्स आपल्या बिछान्यातून उडी मारून खाली उतरला आणि अवघडलेले पाय झटकून आळस देत म्हणाला, ''माझ्यावर चुकीच्या कारणासाठी गुन्हा नोंदवण्यात आला आणि मला चुकीची शिक्षा ठोठावण्यात आली.''

''अरे, पण तो लाल बादशहा तुला मिळालाच होता. तो सरळ दोघांपैकी एका

भावाला विकून का नाही टाकलास? हा एवढा सगळा गुंतागुंतीचा खेळ कशासाठी खेळायचा?''

''अहो, पण मग तो लाल बादशहा मुळात माझ्याकडे आलाच कुठून, हे त्यांना सांगावं लागलं असतं. शिवाय जर का मी पकडला गेलो असतो, तर मग...'' मॅक्स म्हणू लागला.

''पण तू पकडला गेलास.''

''होय हो, पण माझ्यावर चोरीचा आरोप तर नाही ना ठेवण्यात आला?'' मॅक्स म्हणाला.

''मग त्या लाल बादशहाचं पुढे काय झालं?'' मी मॅक्सच्या बरोबर कोठडीच्या बाहेर पडून व्हिजिटर्स रूमकडे जाताना म्हणालो.

''तो लाल बादशहा माझ्या वकिलांच्या हवाली करण्यात आला आहे. माझी सुटका होईपर्यंत तो त्यांच्या तिजोरीत सुरक्षित आहे.'' मॅक्स म्हणाला.

''पण मग याचा अर्थ–'' मी विचारू लागलो. इतक्यात मॅक्स म्हणाला, ''तुम्ही कधी लॉर्ड केनिंग्टन यांना भेटला आहात?''

''नाही अजून,'' मी म्हणालो.

''हो ना? मग मी तुमची दोघांची ओळख करून देतो चला. आज ते मला भेटायला येणार आहेत,'' मॅक्स म्हणाला. ''माझ्या अंतर्मनातून मला कुठे तरी असं वाटतंय, की ते आज मला त्या लाल बादशहासाठी ऑफर देणार आहेत.''

''मग ती ऑफर तू मान्य करशील का?'' मी उत्सुकतेने विचारलं.

''इतकी घाई कशाला?'' मॅक्स म्हणाला, ''पुढच्या आठवड्यात त्यांचे भाऊ जेम्स केनिंग्टन माझ्या भेटीला येतीलच ना. त्यानंतरच काय तो निर्णय घेईन मी.''

८ विज्डम ऑफ सॉलोमन

''हे बघ, तू दुसऱ्याच्या भानगडीत उगीच पडू नको.'' माझी पत्नी कॅरल मला म्हणाली.

''पण ही दुसऱ्याची भानगड नाहीये,'' मी पांघरुणात शिरत म्हणालो, ''बॉब आणि मी जिवलग मित्र आहोत. गेल्या वीस वर्षांपासूनची मैत्री आहे आमची!''

''म्हणून तर मी म्हणते आहे, तू त्याच्या बाबतीत दखल देऊ नको.'' ती म्हणाली.

''अग, पण मला ती मुळीच आवडली नाही!'' मी वैतागून म्हणालो.

''आपण सगळे जेवायला गेलो होतो, तेव्हा तू तुझी नाराजी व्यवस्थित दाखवलीस.'' असं म्हणून कॅरल दिवा मालवून बिछान्यात शिरली.

''पण त्या सगळ्याचा शेवट काही चांगला होणार नाहीये. मी सांगतो तुला... बॉबवर रडायची पाळी येणार आहे.''

''हो ना? मग त्या वेळी तू त्याच्यासाठी क्लीनेक्स टिश्यू पेपरचा बॉक्स भेट म्हणून घेऊन जा हं.''

''अग, पण तिचा बॉबच्या पैशावर डोळा आहे,'' मी पुटपुटलो.

''पण बॉबकडे एवढा पैसा आहे तरी कुठे?'' कॅरल म्हणाली, ''बॉबची मेडिकलची प्रॅक्टिस चांगली चालते ही गोष्ट खरी रे, पण म्हणून काही कुणी त्याच्या संपत्तीवर डोळा ठेवावा, इतका श्रीमंत तो कुठे आहे?''

"तू म्हणतेस ते खरंही असेल," मी म्हणालो, "पण तरीसुद्धा बॉबला सावध करणं, हे लग्न करण्यापासून त्याला परावृत्त करणं, एक मित्र म्हणून माझं कर्तव्य आहे."

"अरे, पण बॉबची आत्ता तुझ्या तोंडून हे असलं काही ऐकून घेण्याची मन:स्थिती तरी आहे का?" कॅरल म्हणाली, "तेव्हा तू मनातून हा विचार काढून टाक बरं!"

"हो, हो. तू खूप शहाणी, खूप विद्वान आहेस ना? मग मी बॉबला का सांगू नये, याचं काही कारण तरी मला देशील की नाही?"

पण कॅरलने माझ्या औपचारिक बोलण्याकडे पूर्ण दुर्लक्ष केलं. "हे बघ, अगदी तू म्हणतोस तसा लग्नानंतर लवकरच त्यांचा घटस्फोट झाला, तर फार तर तुझा विजय होईल. पण जर का त्यांचं लग्न व्यवस्थित टिकलं, तिनं बॉबला सुखी केलं, तर मात्र बॉब तुला कधीच माफ करणार नाही– आणि तीसुद्धा!"

"अग पण मी तिला कुठे काही सांगायला चाललोय?"

"तुझ्या तिच्याविषयी काय भावना आहेत, याची तिला पूर्ण कल्पना आहे." कॅरल म्हणाली.

"हे बघ, त्यांचं लग्न एक वर्षभरसुद्धा टिकणार नाही," मी भविष्यवाणी वर्तवली. इतक्यात माझ्या पलंगाशेजारच्या टेबलावरचा फोन वाजला. "ह्या भलत्यावेळी एखाद्या पेशंटचा फोन नसू दे." अशी प्रार्थना करत मी तो उचलला.

"मला तुला फक्त एक प्रश्न विचारायचाय," पलीकडचा आवाज म्हणाला. तो आवाज कुणाचा होता, हे ओळखणं मुळीच कठीण नव्हतं.

"हं, बोल बॉब, काय प्रश्न विचारणार आहेस?"

"माझ्या लग्नात तू माझा 'बेस्ट मॅन' होशील?"

बॉब रॅडफोर्डची आणि माझी पहिली भेट सेंट थॉमस हॉस्पिटलमधे झाली. आम्ही दोघं तिथे एकाच वेळी हाऊस ऑफिसर्स म्हणून लागलो. पण अगदी नीट सांगायचं तर रग्बीच्या खेळाच्या वेळी, मैदानावर आमचा खरा परिचय झाला. मी अगदी जिंकता जिंकता हरलो, ते ही बॉबकडून. त्यावेळी आम्ही विरुद्ध टीमसाठी खेळायचो.

नंतर काही दिवसांनी आम्ही एकाच टीमसाठी खेळू लागलो. शिवाय आठवड्यातून एकदा आम्ही स्क्वाश खेळायचो. त्यातसुद्धा प्रत्येक वेळी बॉब मला हरवत असे. नंतर आम्ही एकाच खोलीत राहू लागलो. सेंट थॉमस हॉस्पिटलमधे तीन हजारांच्यावर नर्सेस होत्या. त्याचमुळे आम्हाला दोघांनाही स्त्री सहवासाची कमतरता भासण्याचा प्रश्न नव्हता. बऱ्याच नर्सेसना आमच्याशी फक्त लफडं करण्यातच रस होता– त्यांची जास्त काही अपेक्षा नसे. का कोण जाणे, पण डॉक्टर्स म्हणून आम्हाला त्यांच्यात बराच भाव होता. एकूण आम्हाला त्या हॉस्पिटलमधे चांगलंच महत्त्व प्राप्त झालं होतं

आणि आम्ही दोघंही त्या गोष्टीचा पुरेपूर फायदा उकळत होतो. पण मग मी अचानक प्रेमात पडलो.

कॅरलसुद्धा हाऊस ऑफिसर होती. मी तिच्याबरोबर जेव्हा पहिल्या प्रथम बाहेर फिरायला गेलो, तेव्हाच तिने मला एक गोष्ट अगदी स्पष्ट सांगून टाकली होती– तिचा इतक्यात लग्नाचा विचारही नव्हता. तिने त्या दृष्टीने नंतरही कधी माझ्याकडे पाहिलं नाही. पण मी चांगला चिकाटीचा आणि जिद्दी होतो. मी तिला वारंवार लग्नाची मागणी घालतच राहिलो. अखेर आठ वेळा नकार दिल्यावर नवव्या खेपेस ती 'हो' म्हणाली आणि तिच्या हातात पदवी पडल्यावर लगेच आम्ही विवाहबद्ध झालो.

बॉबचा रस्ता पूर्णपणे वेगळा झाला. त्याला आम्ही कधीही जेवायला बोलावलं, की प्रत्येक वेळी तो एक नवी मैत्रीण बरोबर घेऊन हजर होई. मी तर कधीकधी त्याच्या मैत्रिणींच्या नावांचा गोंधळसुद्धा करायचो. कॅरलच्या हातून मात्र अशी चूक कधी घडली नाही. असेच दिवस चालले होते. अलीकडे बॉबची ही नाविन्याची आवडही कमी कमी होत चालली होती. नुकतेच आम्ही दोघांनी आपापले चाळिसावे वाढदिवस साजरे केले होते. लंडनमधे त्याची खाजगी प्रॅक्टिस अतिशय जोरात चालली होती. विद्यार्थ्यांनी हॉस्पिटलच्या नियतकालिकात 'मोस्ट एलिजिबल बॅचलर' म्हणून बॉबचं नाव छापलं होतं. लंडनच्या हार्ले स्ट्रीटवर त्याने भाड्याची जागा घेतली होती. तिथे तो अगदी ऐषारामात राहात असे. त्याचं वागणं कोणत्याही कुटुंबवत्सल सद्गृहस्थाला साजेल असं निश्चितच नव्हतं. पण आता या सगळ्या जीवनपद्धतीला वेगळीच कलाटणी मिळणार होती.

एक दिवस बॉबने मला आणि कॅरलला जेवणाचं निमंत्रण दिलं. त्याला माझी आणि कॅरलची त्याच्या नवीन मैत्रिणीशी, म्हणजे फिओनाशी ओळख करून द्यायची होती. ''मी माझं उर्वरित आयुष्य जिच्याबरोबर घालवू इच्छितो, तिच्याशी आज मी तुमची ओळख करून देणार आहे.'' अशा विलक्षण नाटकी भाषेत त्याने आम्हाला ते निमंत्रण दिलं. कॅरलला आणि मला आश्चर्याचा धक्काच बसला, पण तेवढाच आनंदसुद्धा झाला. बॉबच्या याआधीच्या मैत्रिणीचं नाव नक्की काय होतं, हे आठवण्याचा मी आणि कॅरलने पुष्कळ प्रयत्न केला, पण ते काही आठवेना. ते नाव फिओना नव्हतं, एवढी मात्र आम्हाला खात्री होती.

मी आणि कॅरल ठरलेल्या वेळी रेस्टॉरंटमधे दाखल झालो. कोपऱ्यातील टेबलापाशी बॉब आणि ती हातात हात गुंफून बसले होते. आम्हाला पाहताच बॉबने उठून आमची तिच्याशी ओळख करून दिली. 'मीट द मोस्ट वंडरफुल गर्ल इन द वर्ल्ड... वगैरे!' एक गोष्ट कबूल केलीच पाहिजे. कोणत्याही पुरुषाला घायाळ करील असंच तिचं रूप होतं. ती किमान पाच फूट नऊ इंच तरी उंच असेल. त्यापैकी तीस इंच लांब तर तिचे निमुळते घाटदार पायच असतील. व्यायाम करून कमावलेला अत्यंत कमनीय बांधा.

ही बया बहुतेक फक्त सॅलड्स आणि पाणी एवढ्याच खुराकावर जगत असावी.

जेवताना आमचं चौघांचं थोडंफार संभाषण झालं, पण विषय तसे मर्यादितच होते. त्यापाठीमागचे मुख्य कारण असं, की बॉब सर्व वेळ अनिमिष नेत्रांनी आपल्या प्रेयसीच्या लाडिक आविर्भावांकडे बघत बसला होता. पण एक गोष्ट आमच्या लक्षात आल्यावाचून राहिली नाही. फिओनाच्या सवयी चांगल्याच श्रीमंती होत्या. तिने मेन्यू कार्डावरील सर्वांत महागडं मद्य आणि सर्वांत महागडं जेवण मागवलं होतं. तेही अगदी मधाळ, मोहक हास्य करत.

खरं सांगायचं तर फिओनासारखी सुंदरी आपल्याला खूप दूर, परदेशात, रात्रीच्या वेळी, एखाद्या बारमधे, एकटीच भेटली पाहिजे. ही फिओना काय वयाची होती, ते काही तिच्याकडे पाहून सांगता येत नव्हतं. परंतु बॉबला भेटण्यापूर्वी तिची तीन लग्नं आणि तीन घटस्फोट झाले होते, एवढी गोष्ट मात्र मला समजली. बॉब हाच आपला खराखुरा जीवनसाथी असल्याचं तिने मला आणि कॅरलला अनेकवेळा पटवून देण्याचा प्रयत्न केला.

एकदाचा तो जेवणाचा कार्यक्रम उरकून आम्ही घरी परतलो आणि त्या फिओनाबद्दलची माझी मतं मी कॅरलला सांगू लागलो, हे एव्हाना तुमच्या लक्षात आलंच असेल.

किंग्ज रोडवरील चेलसी रजिस्टर ऑफिसात बॉब आणि फिओना यांचं लग्न पार पडलं. त्या लग्नाला बॉबचे अनेक जुने मित्र उपस्थित होते. त्यापैकी कित्येकांना तर अनेक वर्षांत मी पाहिलंसुद्धा नव्हतं. फिओनाला मात्र कुणीच मित्र-मैत्रिणी नसाव्यात. अर्थात मी कॅरलपाशी या गोष्टीचा उल्लेख केला नाही. फिओनाच्या बाजूने या लग्नाला कुणीच आलं नव्हतं.

लग्नाचा कार्यक्रम रीतीप्रमाणे पार पडला. रिवाजानुसार रजिस्ट्रारने नेहमीचं वाक्य उच्चारलं, ''हे लग्न होऊ नये असं जर कुणाचं मत असेल व त्याला कायद्याचा आधार असेल, तर त्याने ते आत्ता माझ्यासमोर व्यक्त करावं.''

या क्षणी आपण तोंड उघडावं, अशी मला तीव्र इच्छा झाली. पण कॅरल मला अगदी चिकटून उभी होती. तिच्या भीतीने मी तो धोका पत्करला नाही. या विवाहप्रसंगी फिओना नितांत सुंदर दिसत होती. अख्ख्या कोकराचा घास घेण्याच्या तयारीत असलेल्या अजगरासारखी ती मला भासली.

फुलहॅमरोडवरच्या आलिशान हॉटेलात मोठा स्वागत समारंभ झाला. माझ्या पोटात बरीच शँपेन गेली असल्याने मी 'बेस्ट मॅन' म्हणून जेव्हा भाषण करण्यासाठी उठलो, तेव्हा नक्की काय बोललो, ते आता मलाही आठवत नाही. पण त्यावेळी मी जे काही चांगले उद्गार तोंडातून काढले असतील, त्यातला एक शब्दही खरा नव्हता.

मी भाषण संपवून खाली बसलो तेव्हा टाळ्यांचा मोठाच कडकडाट झाला.

कॅरलच्या नजरेला नजर देण्याचा धीर मला काही झाला नाही. कार्यक्रम संपवून आम्ही सर्वजण हॉटेलच्या बाहेरील फुटपाथवर येईपर्यंत मी कॅरलला टाळत राहिलो. आमचा निरोप घेऊन बॉब आणि फिओना हनिमूनसाठी निघाले. त्यांना हीथ्रो विमानतळावर घेऊन जाण्यासाठी एक पांढरीशुभ्र भपकेबाज लिमोझीन गाडी येऊन थांबली होती. विमानाने दोघं तीन आठवड्यांच्या सहलीला जाणार होते. ती लिमोझीन गाडी आणि ती तीन आठवड्यांची महागडी सहल, या दोन्हीही कल्पना अर्थातच बॉबच्या नव्हत्या, हे मला त्याच्याकडूनच समजलं. पण मी ही गोष्ट कॅरलला सांगितली नाही. माझं मन पूर्वग्रहदूषित असल्याचा आरोप तिने केला असता आणि तो खराच होता.

बॉब आणि फिओनाच्या लग्नाला आता एक वर्ष होत आलं होतं. या वर्षभरात माझी आणि फिओनाची फार वेळा गाठ पडली नाही. बॉबचा मधून मधून फोन यायचा, पण तोही दवाखान्यातूनच. भेटही व्हायची. कधीतरी दुपारचं जेवण तो आणि मी बरोबर घ्यायचो. परंतु पूर्वीसारखं संध्याकाळी स्क्वाशची एखादी गेम खेळणं मात्र त्याला शक्य होत नसे.

जेवायला गेल्यावर लगेच बॉब आपल्या पत्नीचं गुणवर्णन सुरू करे. जणू काही माझ्या मनातली तिच्याविषयीची नाराजी तो जाणून होता. खरं म्हणजे मी फिओनाबद्दलचं माझं खरं मत आजवर बॉबपाशी कधीच व्यक्त केलेलं नव्हतं. बॉबने मला आणि कॅरलला त्यांच्या घरी जेवायला मात्र कधीही बोलावलं नाही. त्याच्या पाठीमागेही बहुदा हेच कारण असावं. एवढंच काय, पण जर कधी आम्ही त्या दोघा पती-पत्नींना आमच्या घरी जेवायला बोलावलं, तर काहीतरी जुजबी कारण पुढे करून बॉब ती गोष्ट टाळायचा– कधी एखाद्या पेशंटला भेटायला नेमकं त्याच दिवशी जायचं असायचं, तर कधी गावाला जावं लागायचं.

बॉबच्या वागण्यात हळूहळू फरक जाणवू लागला होता. आता आम्ही जास्त नियमितपणे दुपारच्या जेवणासाठी भेटू लागलो होतो. कधी कधी तो माझ्याबरोबर एखादी स्क्वाशची गेमही खेळू लागला होता. अलीकडे फिओनाचं गुणवर्णन अगदी कमी झालं होतं. आजकाल तिचा उल्लेखही बॉबच्या तोंडी नसे.

बॉबची मावशी मिस म्युरिएल प्रेम्बलटन हिचं निधन झालं. त्यानंतर बॉबचं वागणं फारच बदललं. मुळात बॉबला मावशी होती, ही गोष्ट मला माहीत नव्हती. त्यात ती अतिशय धनाढ्य होती, प्रेम्बलटन इलेक्ट्रॉनिक्स या कंपनीची ती एकमेव वारसदार होती, या गोष्टीची तर मला मुळीच कल्पना नव्हती.

तिच्या निधनाची टाईम्सने जा बातमी दिली होती, त्यात तिच्या नावे असलेले शेअर्स आणि मालमत्ता सत्तर लाख पौंडांच्या घरात असल्याचा उल्लेख होता. त्या

व्यतिरिक्त तिच्याकडे अत्यंत मोठ्या कलावंतांच्या दुर्मिळ कलाकृतींचा मोठा संग्रह होता. तिच्या मृत्युपत्रान्वये अगदी किरकोळ रक्कम दानधर्मासाठी खर्च होऊन उरलेली सर्वच्या सर्व मालमत्ता तिचा भाचा बॉब याच्या नावे झाली. इतक्या अफाट संपत्तीचा मालक होऊनसुद्धा बॉबच्या स्वभावात, राहणीत काडीइतकाही बदलला नाही, ही बाब खरोखर वाखाणण्याजोगी म्हणावी लागेल. फिओना मात्र पूर्णपणे बदलली.

बॉबला प्राप्त झालेल्या संपत्तीबद्दल त्याचं मनापासून अभिनंदन करण्यासाठी मी त्याला फोन केला. फोनवर तो खूप उदास वाटला. ''आपण आज दुपारच्या जेवणाला भेटू या का? मला एका महत्त्वाच्या व्यक्तिगत बाबतीत तुझा सल्ला घ्यायचाय.'' तो म्हणाला.

त्यानंतर काही तासांनी आम्ही एका पबमधे भेटलो. आधी बराचवेळ आम्ही अवांतर विषयांवर बोललो. अखेर वेटरने आमचं जेवण आणलं. तो निघून गेल्यावर बॉब भरभरून बोलू लागला. विषय अर्थातच फिओना हाच होता. त्याच दिवशी सकाळी त्याला ॲबट क्रॉम्बी ॲंड कंपनी नामक सॉलीसिटर्सच्या फर्मकडून एक खलिता मिळाला होता. फिओना लवकरच घटस्फोटाचा दावा लावणार असल्याचं त्यात स्पष्टच म्हटलं होतं.

''वा! काय टायमिंग आहे रे तुझ्या बायकोचं!'' मी बॉबला म्हणालो आणि मग जीभ चावली. हे बोलणं काही या प्रसंगी योग्य नव्हतं.

''आणि मला तर साधी शंकासुद्धा आली नाही रे!'' बॉब विषण्णपणे म्हणाला.

''शंका? कसली शंका?'' मी म्हणालो.

''अरे फिओना आमच्या लग्नाआधी जेव्हा माझ्या मावशीला भेटली ना, त्यानंतर तिचं वागणं बदललं रे. अगदी खरं सांगू? त्याच रात्री तिनं मला घोळात घेतलं!''

मग मी बॉबला सुप्रसिद्ध सिनेअभिनेता वूडी ॲलन याच्या शब्दांची आठवण करून दिली. वूडी ॲलन एकदा म्हणाला होता : 'देवाने पुरुषाला मेंदू दिला आणि त्याचबरोबर 'तो' अवयवसुद्धा दिला. पण त्या दोघांची सांगड घालायला मात्र देव विसरला!' माझं बोलणं ऐकून बॉबला हसू फुटलं. पण परत तो उदास होऊन मुकाट्याने बसून राहिला.

''माझी काही मदत लागली तर सांग,'' मी त्याला म्हणालो.

''एखाद्या फर्स्टक्लास डायव्होर्स लॉयरचं नाव माहीत असलं तर सांग,'' बॉब म्हणाला, ''कारण फिओनाची जी वकील बाई आहे ना, मिसेस ॲबट, ती तिच्या अशिलाच्या वतीने विरुद्ध पार्टीचं अक्षरशः रक्त शोषून घेण्यात पटाईत आहे. शिवाय आजकाल कायदाही बायकांच्याच बाजूचा झालाय.''

''या बाबतीत तुला माझी मदत होणं जरा कठीणच दिसतंय,'' मी म्हणालो,

"अरे मी गेली सोळा वर्षं सुखाने संसार करतोय. घटस्फोटाच्या बाबतीत तुला काय सल्ला देणार कपाळ! पण तो आपला मित्र पीटर मिच्चेल नाही का? त्या बेट्याचे चार वेळा घटस्फोट झाले आहेत. तोच तुला चांगला वकील कोणता, ते सांगू शकेल."

"आज सकाळी मी पहिला फोन त्यालाच तर केला होता. त्याची वकीलसुद्धा ही मिसेस ॲबटच होती. त्याने म्हणे तिला कायमस्वरूपी नेमूनच टाकलंय."

नंतरचे काही आठवडे बॉब आणि मी नियमितपणे स्क्वाश खेळायला जाऊ लागलो. एवढ्या वर्षांत अलीकडे पहिल्यांदाच मी त्याला हरवू लागलो होतो. त्यानंतर तो, मी आणि कॅरल एकत्र जेवायला जात असू. जेवताना फिओनाचा विषय आम्ही मुद्दामच काढत नसू. पण फिओना सहजासहजी माघार घेण्यास राजी नसल्याचं कधी तरी बॉबच्या तोंडून आम्हाला समजलं. म्युरिएल मावशीने बॉबच्या नावे जी काही मालमत्ता ठेवली होती, त्यातील अर्धा वाटा फिओनाला देण्याची बॉबने तयारी दाखवली होती. तरीही फिओना त्यावर समाधान मानायला तयार नव्हती.

असेच दिवसांमागून आठवडे, आठवड्यांमागून महिने लोटत चालले होते. बॉबचं वजन कमी होत चाललं होतं. त्याचे केस अकाली पांढरे होऊ लागले होते. फिओना मात्र मजेत होती. येणाऱ्या संकटाला टक्कर देण्याच्या तयारीत होती. खेळी कशी खेळावी, कोणते डावपेच टाकावे हे फिओनाला चांगलं माहीत होतं. अखेर तीन घटस्फोटांची वैभवशाली परंपरा तिच्या मागे होती. चौथ्या घटस्फोटाची ती उत्सुकतेने वाट बघत होती.

असं वर्ष गेलं आणि अखेर एक दिवस कशीबशी सगळं प्रकरण सामोपचाराने मिटवण्यास फिओना राजी झाली. बॉबकडे जे काही होतं नव्हतं, त्याची दोघांमधे समसमान वाटणी करण्याचं ठरलं. शिवाय फिओनाचा कोर्टकचेऱ्यांपायी जो काही खर्च झालेला होता, तोही बॉबनेच भरायचा होता. दोघांनी करारनाम्यावर सह्या करायच्या असं ठरलं. त्यासाठी तारीख आणि वेळ निश्चित करण्यात आली. मी साक्षीदार म्हणून उपस्थित राहणार होतो. शिवाय बॉबला नैतिक पाठबळ देणं, हा ही त्यामागचा हेतू होताच.

प्रत्यक्ष साक्षीदार म्हणून सही करण्यासाठी पेनचं टोपण उघडण्याची वेळसुद्धा माझ्यावर आली नाही. फिओनाच्या वकील मिसेस ॲबट यांनी करारपत्राचा मसुदा मोठ्यांदा वाचण्यास सुरुवात केली आणि काही क्षणांतच फिओनाने नाटकीपणे रडण्यास सुरुवात केली. बॉबने आपला मानसिक छळ चालवला असून आपला त्यामुळे नर्व्हस ब्रेकडाऊन झाल्याचं तिने घोषित केलं. त्यानंतर ती उठून ऑफिसमधून

निघून गेली. फिओनाच्या अभिनयकौशल्याची दाद द्यायला हवी, असा विचार माझ्या मनात चमकून गेला. मिसेस ॲबटच्या चेहऱ्यावरसुद्धा वैतागल्याचे भाव स्पष्ट उमटले होते.

बॉबने हॅरी डेक्स्टर यांची वकील म्हणून नियुक्ती केली होती. ''आपण जर फिओनाशी यशस्वीरित्या समझोता करू शकलो नाही, तर हे प्रकरण बरंच लांबणार.'' असा इशारा त्यांनी बॉबला आधीच देऊन ठेवला होता. शिवाय या खटल्यात बॉबचा प्रमाणाबाहेर खर्च होत असल्याचीही त्यांनी त्याला कल्पना दिली होती. बरेच वेळा घटस्फोटाच्या खटल्यामधे ज्या पक्षाचा मानसिक छळ झालेला असेल, त्या पक्षाच्या खटल्यासाठी झालेला सगळा खर्च उचलण्याची जबाबदारी न्यायमूर्ती विरुद्ध पक्षावर (म्हणजे छळ करणाऱ्यांवर) टाकतात, असंही डेक्स्टर यांनी बॉबला समजावलं होतं. पण त्यावर बॉब केवळ खांदे उडवून गप्प बसला. त्याने त्यावर काहीही प्रतिक्रिया व्यक्त केली नाही.

दोन्ही पक्षांमधे समझोता कोणत्याही परिस्थितीत होणार नाही, हे जेव्हा नक्की झालं, तेव्हा खटला कोर्टात उभा करण्याची तारीख निश्चित करण्यात आली.

फिओनाच्या ज्या काही आततायी मागण्या होत्या त्यांना कसून विरोध करायचा, पूर्ण सामर्थ्यानिशी लढा देण्याचा बॉबचे वकील मि. डेक्स्टर यांनी चंगच बांधला. पहिल्यांदा बॉबने त्यांचं सगळं म्हणणं ऐकायचं ठरवलं. पण फिओनाच्या मागण्या रोज वाढतच चालल्या. अखेर बॉबचा निर्धार डळमळीत होऊ लागला. एक दिवस तो इतका हताश, निराश झाला; की कशालाही नाही म्हणायचंच नाही, हार मानून गप्प बसायचं अशा निर्णयाला तो येऊन पोचला. हळूहळू खटल्याची तारीख जशी जवळ येत चालली, तसा बॉब अधिकाधिक उदास आणि दुःखी दिसू लागला. ''मी तिला सगळंच्या सगळं देऊन टाकतो आणि मोकळा होतो; म्हणजे तरी तिचं समाधान होईल!'' तो वारंवार म्हणे. कॅरल आणि मी त्याला धीर देण्याचं काम नेटाने करत होतो. पण आम्हाला काही त्यात फारसं यश मिळत नव्हतं. ''धीर सोडू नका,'' असा सल्ला मि. डेक्स्टरही बॉबला देत होते, पण त्याचासुद्धा विशेष उपयोग होताना दिसत नव्हता.

कोर्टरूम क्रमांक तीनमधे खटला चालवण्यात येणार होता. प्रेक्षागारात मी आणि कॅरल आपापल्या जागी बसलो. जून महिन्यातला तो शेवटचा गुरुवार होता. लवकरच खटल्याला सुरुवात होणार होती. दहाला दहा कमी असताना कोर्टातील अधिकारी स्वतःच्या जागी स्थानापन्न झाले. त्यानंतर काही क्षणांतच मिसेस ॲबट आल्या,

त्यांच्या सोबत फिओना होतीच. मी तिच्याकडे निरखून पाहिले. तिने अंगाखांद्यावर एकही दागिना घातला नव्हता. अंगात काळे कपडे घातले होते. एखाद्याच्या प्रेतयात्रेला जाताना शोभतील असे– बॉबच्या प्रेतयात्रेला!

त्यानंतर मि. डेक्स्टर बॉबला आपल्या बरोबर घेऊन आले. कोर्टात दोघं फिओना आणि मिसेस ॲबटच्या विरुद्ध बाजूच्या टेबलापाशी जाऊन बसले.

घड्याळात दहाचे ठोके पडले. मला ज्या गोष्टीची भीती वाटत होती, तीच घडली. न्यायमूर्ती कोर्टात आल्या. त्यांच्याकडे एक नजर टाकताच मला माझ्या शाळेतल्या कडक हेडमास्तरीण बाईंची आठवण झाली. एखाद्या व्यक्तीच्या हातून घडलेल्या गुन्ह्याच्या प्रमाणातच त्याला शिक्षा झाली पाहिजे, असं आमच्या हेडमास्तरीण बाईंना कधीही वाटत नसे. न्यायमूर्ती आपल्या आसनावर विराजमान झाल्या आणि त्यांनी फिओनाच्या वकील मिसेस ॲबट यांच्याकडे पाहून स्मितहास्य केलं. बहुदा दोघीजणी पूर्वीच्या वर्गमैत्रिणी असणार. मिसेस ॲबट यांनीही उठून उभं राहून त्यांच्या स्मितहास्याला तसाच प्रतिसाद दिला. त्यानंतर त्यांनी द्वंद्व पुकारलं. बॉबच्या मालकीच्या लहानमोठ्या प्रत्येक गोष्टीची समसमान वाटणी व्हायला हवी, असा त्यांचा एकंदर पवित्रा होता. इतका– की बॉबच्या शर्टाच्या बाह्यांची जर दोन कफलिंक्स असतील, तर त्यातील एक आपल्या अशिलाला मिळालंच पाहिजे, इतक्या टोकाची भूमिका त्यांनी घेतली होती.

जसजसा एकेक तास पुढे सरकत होता, तशातशा फिओनाच्या मागण्या वाढतच चालल्या होत्या. मिसेस ॲबटच्या म्हणण्याप्रमाणे त्यांच्या अशिलाने अमेरिकेतील सुखी आयुष्याचा आणि यशस्वी उद्योगधंद्याचा त्याग करून बॉबशी लग्न केलं होतं. (या अमेरिकेतील यशस्वी उद्योगधंद्याविषयी मी आज पहिल्यांदाच ऐकत होतो!) त्यांची अशील मिसेस फिओना यांनी असा सगळा स्वार्थत्याग करून आपलं संपूर्ण जीवन बॉबच्या चरणी समर्पित केलं होतं आणि त्याचं त्यांना काय फळ मिळालं? त्यांचा पती बॉब एकदाही रात्री आठच्या आधी घरी येत नसे. आपल्या मित्रांबरोबर स्क्वाश खेळायला जात असे. घरी यायचा तोही दारूच्या नशेत. मिसेस फिओना यांनी दिवसभर मेहनत घेऊन खास पतीसाठी बनवलेल्या स्वयंपाकाची तो साधी चवसुद्धा चाखत नसे... एवढ्या सगळ्या भाषणानंतर मिसेस ॲबट क्षणभर थांबल्या. मग त्यांनी फिओनाच्या संसाराची दर्दभरी कहाणी पुढे सांगण्यास सुरुवात केली... अखेर झोपण्याची वेळ आली की तो दारूच्या धुंदीत तात्काळ घोरायला लागे... मिसेस ॲबट यांच्या बोलण्याला विरोध करण्यासाठी मी जागच्या जागी उभा राहिलो. पण शिपायाने मला खाली बसवलं. ''परत असं कराल तर तुम्हाला बाहेर काढण्यात येईल!'' अशी तंबीसुद्धा त्याने दिली. कॅरलने पण माझ्या कोटाची बाही खेचून मला गप्प राहण्याची खूण केली.

अखेर मिसेस ॲबट यांनी आपलं भाषण संपवत आणलं. बॉबचं फार्महाऊस (हे

त्याला म्युरिएल मावशीकडून मिळालं होतं!) फिओनाला देण्यात यावं आणि बॉबचा लंडनमधील फ्लॅट त्याच्याकडे राहू द्यावा. कान्नमधील म्युरिएल मावशीचा प्रासादतुल्य व्हिला फिओनाला मिळावा, तर हार्ले स्ट्रीटवरील (भाड्याची) जागा बॉबने स्वत:कडे ठेवावी... आपल्या भाषणाचा समारोप करताना मिसेस ॲबट यांनी म्युरिएल मावशीच्या मालकीच्या तैलचित्रांच्या आणि दुर्मिळ कलाकृतींच्या संग्रहाचा मुद्दा उपस्थित केला. या संग्रहाचीसुद्धा समसमान वाटणी झाली पाहिजे, असं त्यांनी ठासून सांगितलं. त्याची वाटणी कशी असावी हे सुचवताना त्यांनी मॉनेट, पिकासो वगैरेंची तैलचित्रं फिओनाला मिळावी, तर काही किरकोळ अज्ञात कलाकारांच्या कलाकृती बॉबकडे जाव्या या दृष्टीने विभागणी सुचवली. मिसेस ॲबट आपलं भाषण संपवून खाली बसल्या. न्यायमूर्ती मिसेस बटलर यांनी जेवणाची सुट्टी घोषित केली.

दुपारचं जेवण घेण्याची आमच्यापैकी कोणाचीच मन:स्थिती नव्हती. मि. डेक्स्टर, कॅरल आणि मी बॉबची समजूत काढण्याचा खूप प्रयत्न केला. त्याने धीर सोडू नये आणि खंबीरपणे लढा द्यावा, असं सुचवून पाहिलं.

"माझ्या मावशीच्या मृत्यूपूर्वी माझ्याकडे जे काही होतं, तेवढं जरी उरलं तरी पुष्कळ आहे," बॉब म्हणाला.

तेवढी वेळ येणार नाही... त्याहून बरंच काही बॉबच्या पदरात पडेल, अशी मि. डेक्स्टर यांना खात्री वाटत होती. त्यांनी बॉबला तसं सांगितलं. पण बॉबच्या अंगात आता झुंज देण्याची जिद्दच उरली नव्हती.

"जाऊ दे ना, संपवून टाका सगळं झटपट. खटला जेवढा लांबेल, तेवढी त्याची झळ माझ्याच खिशाला पडणार आहे, हे लक्षात ठेवा." बॉब म्हणाला.

दुपारी दोन वाजता जेवणाची सुट्टी संपल्यावर आम्ही सर्वजण परत एकदा कोर्टात हजर झालो. न्यायमूर्तींनी आपलं लक्ष बॉबचे वकील श्री. डेक्स्टर यांच्याकडे वळवलं.

"मि. डेक्स्टर यावर तुम्हाला काय म्हणायचं आहे?" त्या म्हणाल्या.

"मिसेस ॲबट यांनी माझ्या अशिलाच्या मालमत्तेची जी काही विभागणी सुचवलेली आहे, ती आम्हाला मान्य आहे." मि. डेक्स्टर एक नि:श्वास टाकत म्हणाले.

"काय? मिसेस ॲबट यांनी सुचवलेली वाटणी तुम्हाला मान्य आहे मि. डेक्स्टर?" न्यायमूर्तींनी अविश्वासाने विचारलं. त्यांच्या चेहऱ्यावर थक्क झाल्याचे भाव होते.

त्यावर मि. डेक्स्टर यांनी प्रश्नार्थक मुद्रेने बॉबकडे पाहिलं. बॉबने मान हलवून होकार दिला. गाडीत मागच्या सीटवर खाली मान घालून मुकाट बसलेल्या कुत्र्यासारखा तो दिसत होता.

"ठीक आहे, मग. तसंच घडेल." न्यायमूर्ती बटलर म्हणाल्या. त्यांना आपल्या

चेहऱ्यावरचं आश्चर्य लपवता आलं नाही.

आता त्या औपचारिकरित्या निकाल जाहीर करणार, इतक्यात अचानक फिओनाने मोठ्यांदा रडण्यास सुरुवात केली. तिने शेजारी बसलेल्या आपल्या वकील मिसेस ॲबट यांच्या कानात कुजबुजत्या स्वरात काहीतरी सांगितलं.

"मिसेस ॲबट, मी या समझोत्याला मंजुरी देण्यास तुमची हरकत नसावी," न्यायमूर्ती बटलर फिओनाच्या रडण्याकडे दुर्लक्ष करत म्हणाल्या.

"थांबा युवर ऑनर," मिसेस ॲबट उठून उभ्या राहून म्हणाल्या. त्यांच्या चेहऱ्यावर खजील झाल्याचे भाव होते. "या वाटणीमुळे आपल्यावर अन्याय होत आहे, असं माझ्या अशिलाला वाटत आहे."

"खरं की काय?" न्यायमूर्ती म्हणाल्या आणि त्यांनी आपला मोहरा फिओनाकडे वळवला. मिसेस ॲबट यांनी फिओनाला कुजबुजत काहीतरी सूचना केली. फिओना उठून खाली मान घालून नम्रपणे उभी राहिली.

"मिसेस रॅडफोर्ड, तुमच्या वकिलाने तुम्हा पती-पत्नींमधे ज्या प्रकारे मालमत्तेची वाटणी सुचवली आहे, ती तुम्हाला मंजूर आहे?"

फिओनाने चेहऱ्यावर शक्य तितके गरीब भाव आणून नकार दिला.

"मग आता खटला झटपट निकालात काढण्याचा माझ्यासमोर एक अखेरचा पर्याय राहिला आहे," त्या म्हणाल्या. आता फिओनाने मान वर करून एक गोड स्मितहास्य केलं आणि ती खाली बसली. बॉब खचून जाऊन आपल्या खुर्चीत आणखी खाली घसरला.

"मिसेस रॅडफोर्ड, आता तुम्ही एक काम करा. या मालमत्तेची तुमच्यामधे आणि तुमच्या पतीमधे समसमान वाटणी तुम्ही तुमच्या मनाप्रमाणे करा. दोघांच्या नावच्या दोन याद्या तुम्ही स्वतः बनवा. त्या बनवताना कोणत्याही पक्षावर अन्याय होणार नाही, अशी काळजी मात्र तुम्ही घेतली पाहिजे."

"मी हे काम करीन, युवर ऑनर." फिओना परत एकदा गरीब भाव चेहऱ्यावर आणून म्हणाली.

"मि. डेक्स्टर, तुमची याला काही हरकत नाही ना?" न्यायमूर्ती बटलर बॉबच्या वकिलाकडे पाहत म्हणाल्या.

"येस माय लेडी," आपल्या आवाजातील हताशपणा लपवण्याचा प्रयत्न करत मि. डेक्स्टर म्हणाले.

"तुमच्या अशिलाचीही या गोष्टीला मान्यता आहे असं मी गृहीत धरू ना?"

मि. डेक्स्टर यांनी परत एकदा बॉबकडे दृष्टिक्षेप टाकला. बॉब एक अक्षरही बोलला नाही.

"मिसेस ॲबट," न्यायमूर्ती फिओनाच्या वकिलाकडे पाहून म्हणाल्या, "यानंतर

तुमचे अशील दिलेला शब्द फिरवणार नाही याची हमी तुम्ही देणार आहात ना?''

''मी आपल्याला शब्द देते युवर ऑनर,'' मिसेस ॲबट म्हणाल्या, ''न्यायालय जो काही निर्णय देईल, तो आम्ही मान्य करू.''

''ठीक आहे तर मग,'' न्यायमूर्ती बटलर म्हणाल्या ''न्यायालयाला उद्या सकाळी दहा वाजेपर्यंत सुटी जाहीर करण्यात येत आहे. उद्या सकाळी दहा वाजता सर्वांनी परत इथे हजर राहावं. मिसेस रॅडफोर्ड, तुम्ही तुमच्या मर्जीप्रमाणे दोन याद्या बनवून आणा. त्या याद्या विचारात घेऊन मी निर्णय देईन.''

कॅरल आणि मी त्या रात्री बॉबला घेऊन बाहेर जेवायला गेलो. पण उगीचच गेलो असं झालं. त्याने जेवणाच्या दरम्यान तोंडातून अवाक्षरही काढलं नाही.

अखेर जेवणानंतर कॉफी आली तेव्हा तो एक सुस्कारा सोडून म्हणाला, ''तिला घेऊ दे सगळं. निदान त्यानंतर तरी माझी त्या बयेपासून सुटका होईल.''

''पण आपल्या मालमत्तेचं पुढे हे असं होणार आहे, हे जर तुझ्या मावशीला आधी माहीत असतं, तर तिने तुझ्या नावे केलीच नसती.'' मी म्हणालो.

''ती कल्पना मावशीला आली नाही, पण मला तरी कुठे आली?'' बॉब उद्विग्न स्वरात म्हणाला, ''आणि फिओनाचं टायमिंग तरी किती परफेक्ट असेल. माझ्या मावशीला भेटल्यानंतर जराही आढेवेढे न घेता तिने केवळ महिन्याभरात लग्नाला होकार दिला.'' असं म्हणून बॉब माझ्याकडे वळला. त्याच्या डोळ्यांत राग स्पष्ट दिसत होता. ''निदान तू तरी मला सावध करायचं नाहीस का? फिओनाशी लग्न करू नको, असं सांगायचं नाहीस?'' तो जोरात म्हणाला.

दुसऱ्या दिवशी सकाळी न्यायमूर्ती आपल्या खुर्चीवर येऊन बसल्या तेव्हा बाकीची सर्व मंडळी उपस्थित होतीच. न्यायमूर्तींना आदर दाखवण्यासाठी आम्ही सर्वजण क्षणभर उठून उभे राहिलो आणि परत बसलो. केवळ फिओनाच्या वकील मिसेस ॲबट तेवढ्या उभ्या राहिल्या.

''तुमच्या अशिलाला स्वत:च्या मर्जीनुसार दोन याद्या करायला पुरेसा वेळ मिळाला ना?'' न्यायमूर्तींनी त्यांना विचारले.

''होय माय लेडी. पुरेसा वेळ मिळाला,'' मिसेस ॲबट म्हणाल्या, ''त्या दोन्ही याद्या आपल्या पाहणीसाठी आम्ही हजर करू.''

न्यायमूर्तींनी कोर्टाच्या कारकुनाला इशारा केला. फिओनाच्या वकिलांकडून त्या दोन्ही याद्या ताब्यात घेऊन त्याने त्या न्यायमूर्तींच्या ताब्यात दिल्या.

न्यायमूर्ती मिसेस बटलर यांनी बराच वेळ लावून त्या दोन्ही याद्या व्यवस्थित वाचल्या. त्या मधेच तोंडाने 'हं...' असा आवाजही करत होत्या. त्यांचं वाचन पूर्ण

होईपर्यंत फिओनाच्या वकील मिसेस अ‍ॅबट उभ्याच राहिल्या होत्या.

"या दोन्ही याद्या बनवताना सर्व संपत्तीची न्याय्य वाटणी करण्यात आली असून कोणत्याच पक्षावर त्यामुळे अन्याय होत नाहीये, असंच दोन्ही पक्षांचं मत आहे ना?"

"येस माय लेडी," फिओनाच्या वकील ठाम स्वरात म्हणाल्या.

"आय सी," न्यायमूर्ती बटलर म्हणाल्या. आता त्या बॉबच्या वकिलांकडे वळून म्हणाल्या, "तुमच्या अशिलाचीही याला मान्यता आहे ना?"

मि. डेक्स्टर जरासे घुटमळले. पण मग कसेबसे म्हणाले, "येस माय लेडी," त्यांना आपल्या आवाजातील उपरोध लपवता आला नाही.

"मग आता तसंच होईल," न्यायमूर्तींचे ते शब्द ऐकून पहिल्यांदाच फिओनाच्या चेहऱ्यावर स्मितहास्य पसरलं. न्यायमूर्ती मिसेस बटलर यांनी तिच्या हास्याला स्मितानेच प्रतिसाद दिला. "मी निर्णय जाहीर करण्यापूर्वी मिस्टर रॅडफोर्ड यांना एक प्रश्न विचारू इच्छिते." त्यांच्या तोंडचे शब्द ऐकून बॉब आपल्या वकिलांकडे बघत घाबरत कसाबसा उठून उभा राहिला.

"आता आणखी काय विचारायचंय?" माझ्या मनात आलं.

"मि. रॅडफोर्ड," न्यायमूर्ती बटलर म्हणाल्या, "तुमच्या पत्नीच्या मते तिने बनवलेल्या या दोन्ही याद्या अगदी योग्य असून त्यामुळे कोणत्याच पक्षावर अन्याय होत नसल्याचं त्यांनी या कोर्टापुढे सांगितलंच आहे."

बॉब मान खाली घालून काही न बोलता उभा होता.

"परंतु ही गोष्ट तुम्हाला मान्य आहे की नाही, याची खात्री निकाल जाहीर करण्यापूर्वी मला करावीशी वाटते."

बॉबने मान वर केली. उत्तर देण्यापूर्वी तो जरासा घुटमळला, मग उसनं अवसान आणून म्हणाला, "मला मान्य आहे माय लेडी."

"तसं असेल तर मग आता माझासुद्धा नाइलाजच आहे," न्यायमूर्ती बटलर म्हणाल्या. त्यांनी क्षणभर थांबून फिओनाकडे एक कटाक्ष टाकला. तिच्या चेहऱ्यावरचं हसू कायम होतं. "इस्टेटीची विभागणी स्वतःच्या मर्जीप्रमाणे करून दोघांच्या नावच्या याद्या तयार करण्याची संधी मी मिसेस रॅडफोर्ड यांना दिली. त्यानुसार अन्याय होऊ न देता याद्या बनवल्या आहेत, असं त्यांनी स्वतःच कबूल केलं आहे," एवढं बोलून न्यायमूर्तींनी फिओनाकडे पाहिलं. आता ती हसून होकारार्थी मान हलवत होती.

न्यायमूर्ती आता बॉबकडे वळून म्हणाल्या, "मग आता मलाही न्यायनिवाडा निःपक्षपातीपणानेच करायला हवा. त्यामुळे या दोन्ही याद्या मी मिस्टर रॅडफोर्ड यांच्या समोर ठेवणार आहे. त्यातून स्वतःला पाहिजे ती यादी निवडण्याचा पूर्ण अधिकार त्यांना देण्यात येत आहे."

नो व्हॉट आय मीन?

"या इथे काय काय चालतं, हे जर तुम्हाला समजून घ्यायचं असेल, तर मला विचारा." डग म्हणाला, "मला काय म्हणायचंय ते आलं ना लक्षात?"

प्रत्येक तुरुंगात अशी एक वल्ली हमखास आढळते. नॉर्थ सी कॅंपमधील या तुरुंगात असाच एक माणूस होता. त्याचं नाव डग. तो जवळपास सहा फूट उंच होता. त्याचे केस घनदाट आणि कुरळे होते. कानापाशी पांढरे व्हायला लागले होते. भलं मोठं पोट घट्ट आवळलेल्या पॅंटमधून बाहेर आलं होतं. डगच्या मते लायब्ररीपासून निघून काही यार्डांच्या अंतरावर असलेल्या कॅंटीनपर्यंत दिवसातून तीनदा चालत गेलं की झाला पुरेसा व्यायाम. तो लायब्ररीत मदतनीस म्हणून काम करे. त्याचा व्यायाम ज्या प्रकारचा होता, त्या प्रकारचीच त्याची विचार करण्याची पद्धत होती.

हा डग कुशाग्र बुद्धीचा, धूर्त, आपमतलबी आणि आळशी होता. त्याचे हे सर्व सद्‌गुण माझ्या लक्षात यायला फारसा वेळ लागला नाही. खरं तर हे गुण सर्व गुन्हेगारांमधे असतातच. कोणत्याही तुरुंगात भरती झाल्यानंतर अगदी अल्पावधीतच डगला नवा कोरा गणवेष अंगात घालायला मिळत असे. सर्वांत उत्तम कोठडी आणि तुरुंगातील जास्त पगाराचं काम बरोबर त्याच्या पदरात पडे. त्या तुरुंगातील कोणत्या कैद्यांची आणि मुख्यत: कोणत्या अधिकाऱ्यांची मर्जी संपादन करायची, हे त्याला बरोबर माहीत असे.

मी तुरुंगात असताना शक्य तेवढा जास्त वेळ लायब्ररीत घालवत असे. तुरुंगात

कैद्यांची प्रचंड गर्दी होती. सुमारे चारशेहून अधिक कैदी तिथे होते. असं असूनसुद्धा लायब्ररीत फारसं कुणी नसायचं. तिथे निवांत बसल्या बसल्या डगने स्वत:चा सगळा इतिहास माझ्या कानावर घातला. कधी कधी मी लेखक आहे असं नुसतं कळलं, की काही कैदी एकदम गप्प होत, तर काहींना कंठ फुटे. लायब्ररीत बोलायला बंदी होती. तशा अर्थाच्या पाट्या सगळीकडे लावलेल्या होत्या. पण डगची टकळी अखंड सुरू असायची.

वयाच्या सतराव्या वर्षी डगने शाळा सोडून दिली. आयुष्यात एकच परीक्षा तो पहिल्या झटक्यात उतीर्ण झाला– ती म्हणजे ड्रायव्हिंगची परीक्षा. त्यानंतर चार वर्षांनी त्याने मोठमोठ्या ट्रक्स, लॉऱ्या चालवण्याचं लायसन्सही मिळवलं. लगेच त्याला लॉरी ड्रायव्हरची नोकरी मिळाली. ही त्याची पहिलीवहिली नोकरी. आपल्या लॉरीमधे ब्रुसेल्स स्प्राऊट्स, मटार अशा भाज्या भरून साऊथ फ्रान्समधे जायचं आणि रिकामी लॉरी घेऊन स्लीफोर्डला परत यायचं. अर्थातच वरकड कमाई काहीच नाही. युरोपमधील टॅक्सचे नियम धाब्यावर बसवणं, ही तर त्याच्या दृष्टीनं नित्याचीच बाब होती. का कोण जाणे, पण हे असले नियम काही आपल्याला लागू पडत नाहीत, अशी डगची धारणा होती. फ्रेंचींच्या दप्तर दिरंगाईला तो नेहमी शिव्या घालायचा. इंग्लंडचं लेबर पार्टीच्या सरकारचं टॅक्सच्या बाबतीतलं धोरण फार कडक आहे, अशी टीकाही तो करायचा. अखेर त्याला जेव्हा भला मोठा दंड ठोठावण्यात आला, तेव्हाही तो स्वत: सोडून बाकी सर्वच त्या गोष्टीला जबाबदार होते, असा आरडाओरडा त्याने केला.

दंडाची रक्कम भरण्यात डगच्या जवळचं होतं नव्हतं ते सगळं त्याला गमवावं लागलं. अखेर त्याची एकुलती एक लॉरीच फक्त त्याच्यापशी उरली. ती ही त्याने हप्त्याने खरेदी केली होती आणि त्याचे बरेच हप्ते अजून भरायचे बाकी होते.

आता लॉरी ड्रायव्हरचं काम सोडून द्यावं आणि खुशाल बेकारभत्ता मिळवून त्यावरच गुजराण करावी... निदान पहाटे उठावं तरी लागणार नाही– असा निर्धार त्याने मनाशी केला आणि एक दिवस एक माणूस त्याला भेटायला आला. त्या माणसाला त्याने या आधी कधीच पाहिलेलं नव्हतं. डग मार्सेल बंदरात बाजूच्याच एका कॅफेत बसून नाश्ता करत असताना, तो माणूस डगच्या शेजारच्या खुर्चीत येऊन बसला. त्याने फालतू बोलण्यात वेळ न घालवता थेट मुद्यालाच हात घातला. डगने त्याचं बोलणं मन लावून ऐकलं. त्याने आपल्या लॉरीतून आणलेला भाजीपाला जागच्या जागी पोचवला होता आणि नेहमीसारखा रिकामी लॉरी घेऊन परत निघाला होता. डगने आठवड्यातून फक्त एकदा परत जाताना आपल्या लॉरीतून केळी नेऊन लिंकनशायरमधील एका विशिष्ट पत्त्यावर पोचवायची होती– बाकी काही नाही. केवळ हे एवढंच काम होतं.

इथे मला एक गोष्ट स्पष्ट केली पाहिजे. डग बाकी कसाही असला, तरी त्याचीही

काही तत्त्वं होती. आपण कुठल्याही परिस्थितीत अमली पदार्थांची वाहतूक करणार नाही, असं त्याने आपल्या या नव्या मालकाला बजावलं. एवढंच काय, अनाधिकृतपणे देशात प्रवेश करू पाहणाऱ्या माणसांनापण आपल्या लॉरीत घेणार नाही, असंही त्याने ठणकावून सांगितलं. तुरुंगातील इतर अनेक कैद्यांप्रमाणे डगसुद्धा उजव्या विचार सरणीचा होता.

ठरल्याप्रमाणे डग आपल्या लॉरीत केळी भरून घेऊन लिंकनशायरमधील आडभागात असलेल्या एका ओसाड जागी असलेल्या गोदामापाशी आला. त्याचा माल उतरवून घेऊन त्याला तिथल्या तिथे एक खाकी रंगाचं जाडजूड पाकीट देण्यात आलं. त्यात रोख पंचवीस हजार पौंड होते. तिथल्या लोकांनी ट्रकमधून माल उतरवून घेताना डगची मदतसुद्धा घेतली नाही.

एका रात्रीत डगच्या राहणीमानात जमीन अस्मानाचा फरक झाला.

अशा तऱ्हेच्या काही ट्रिप्स पार पडल्यावर डगने पूर्वीच्या अर्धा वेळ काम करण्यास सुरुवात केली. आठवड्यातून फक्त एकदाच तो मार्सेलला जाऊन परत येई. असं असूनसुद्धा आपल्या टॅक्स रिटर्नमधे तो संपूर्ण वर्षाचं जे काही उत्पन्न दाखवत असे, त्याहूनही अधिक रक्कम केवळ एका आठवड्यात, एकाच ट्रिपमधे त्याच्या खिशात येऊन पडत असे.

इतके दिवस तो हिंटनरोडवरच्या इमारतीतील तळघरातल्या छोट्याशा खोपटंवजा फ्लॅटमधे राहात असे. पण आता खिशात चार पैसे खुळखुळायला लागल्यावर एक उत्तम घर घेण्याचा विचार त्याच्या मनात घोळू लागला.

पुढच्या महिन्यात त्याने एका स्थानिक इस्टेट एजंटच्या मदतीने स्लीफोर्डच्या आसपासच्या परिसरातील घरं बघण्यास सुरुवात केली. इस्टेट एजंटच्या ऑफिसातून एक तरुण मुलगी त्याला वेगवेगळी घरं दाखवण्यासाठी त्याच्या बरोबर आली. तो ज्या प्रकारची मोठमोठी, चांगल्या वस्तीतील घरं बघत होता, त्यापैकी एखादं घर त्याच्यासारख्या एका लॉरी ड्रायव्हरला कसं काय परवडू शकेल, असं त्या तरुण मुलीच्या म्हणजेच सॅली मॅकेन्झीच्या मनात आल्यावाचून राहिलं नाही.

स्लीफोर्ड गावाच्या जरा बाहेर असलेली एक सुबक कॉटेज त्याने पसंत केली, इतकंच नव्हे तर त्यासाठी भरावी लागणारी अनामत रक्कम त्याने तात्काळ रोख भरली. ते पाहून सॅली थक्क झाली. त्यानंतर त्याने सरळ तिलाच डेटला घेऊन जाण्याची इच्छा व्यक्त केली. तेव्हा तर तिच्या आश्चर्याला पारावार राहिला नाही.

त्यानंतर सहा महिन्यांनी सॅली डगकडे कायमची राहायला आली. डगच्या हातात इतका पैसा कुठून येतो या विचाराने ती मधूनमधून अस्वस्थ होई.

डगची सांपत्तिक स्थिती अचानक सुधारल्यानंतर त्याच्या समोरही काही प्रश्न नव्याने उभे राहिले. त्याविषयी यापूर्वी त्याने कधीच विचार केलेला नव्हता. दर

आठवड्याला एखाद्याच्या हातात जेव्हा पंचवीस हजार पौंड रोख यायला लागतात आणि त्याला ते बँकेतही भरता येत नाहीत, चेकने कोणतेही व्यवहार करता येत नाहीत, तेव्हा स्वाभाविकच ते खूप अडचणीचं होऊन बसतं. डगने आपला जुना फ्लॅट सोडून गावाबाहेर एक कॉटेज खरेदी केलं होतं. आपली जुना सेकंडहँड फोर्क लिफ्ट ट्रक विकून त्याने नवी कोरी सोळा चाकांची भली मोठी मर्सिडीज लॉरी खरेदी केली होती. पूर्वी ब्लॅकपूलमधे एखाद्या लहानशा स्वस्त दराच्या हॉटेलात वार्षिक सुट्टी घेऊन तो हवापालटासाठी जाऊन राही. त्याऐवजी आता अलग्रेव्हमधील एखादा आलिशान व्हिला भाड्याने घेऊन राहणं परवडू लागलं होतं. पोर्तुगीज लोक आनंदानं रोख पैसे स्वीकारत, चेकचा आग्रह धरत नसत, ही गोष्ट त्यातल्या त्यात सोयीची होती.

डग सॅलीला घेऊन जेव्हा दुसऱ्यांदा अलग्रेव्हला सुट्टी घालवण्यासाठी गेला, तेव्हा तिथे एक दिवस त्याने रीतसर तिच्यासमोर गुडघे टेकून तिला लग्नाची मागणी घातली. त्याने तिच्यासाठी एक महागडी हिऱ्याची अंगठीपण खरेदी केली होती. तसा डग एकदम रीतीने वागणारा होता.

डगचं जगाला माहीत असलेलं उत्पन्न वर्षाला पंचवीस हजार पौंड होतं, त्यामुळे इतकं भपकेबाज राहणीमान इतक्या तुटपुंज्या मिळकतीत त्याला कसं काय परवडतं, असं कोडं त्याच्या आजूबाजूच्या लोकांना नेहमीच पडायचं. सॅलीलाही ते पडायचं. त्यावर डगचं उत्तर ठरलेलं असायचं– "ओव्हरटाईम केल्याबद्दल जो बोनस मिळतो, तो रोख मिळतो." हे उत्तर ऐकूनही तिला आपल्या प्रश्नाचं नीट उत्तर मिळायचंच नाही. आपला नवरा आठवड्यातून फक्त काही दिवस अगदी मोजकं काम करतो, हे ही ती बघतच होती. त्याच्या या कमाईमागचं सत्य अजूनही कितीतरी दिवस उजेडात आलं ही नसतं– पण आणखी एका व्यक्तीने डगच्या बाबतीत जरा जास्त रस घेतला व काही गोष्टी तिला समजल्या.

कस्टम अधिकारी मार्क केनन हा तरुण होता, महत्त्वाकांक्षी होता. हा डग नक्की कोणत्या गोष्टींची आपल्या लॉरीतून आयात करतो, याची खोलात जाऊन चौकशी करण्याचं त्याने मनावर घेतलं. डग केवळ केळ्यांची वाहतूक करत नसावा, असा संशय कोणीतरी मार्क केननपाशी बोलून दाखवला, त्यामुळे त्याची जिज्ञासा जागृत झाली.

असाच एकदा नित्याप्रमाणे डग मार्सेलमधून लॉरीत केळी भरून घेऊन निघाला असताना मार्क केननने त्याचा पाठलाग केला आणि त्याला अडवून रस्त्याच्या कडेला थांबवलं. डग लॉरी थांबवून उडी मारून खाली उतरला आणि त्याने मालासंबंधीची सर्व नोंद असलेली कागदपत्रं मार्क केननच्या हातात दिली. त्यानुसार लॉरीमधे पन्नास क्रेट्स भरून केळी भरण्यात आल्याचं दिसत होतं. मार्कने एकेक क्रेट खाली काढून

उघडून बघण्यास सुरुवात केली. एक एक करत जवळपास छत्तीस क्रेट्स उघडून, नीट तपासून झाले, तरी केळ्यांव्यतिरिक्त आणखी काहीही निघालं नाही. आपल्याला कुणीतरी मुद्दाम चुकीची माहिती पुरवली असावी, असं मार्कच्या मनात आलं. पण त्याने त्यानंतरचा क्रेट उघडला, तर विविध ब्रँडच्या अत्यंत उंची सिगारेटचे बॉक्सेस त्यात ठासून भरले होते. मार्लबरो, बेन्सन अँड हेजेस, सिल्क कट आणि प्लेअर्स. त्यानंतर पुढचे सर्व क्रेट्स मार्कने उघडून पाहिले आणि कर चुकवून चोरून आयात केलेल्या त्या सर्व मालाची अंदाजे किंमत काढली. दोन लाख पौंडांचा तो माल होता.

"त्या क्रेट्समधे काय आहे, हे मला खरंच ठाऊक नव्हतं." डगने शपथेवर आपल्या पत्नीला सॅलीला सांगितलं. तिचा बिचारीचा त्याच्यावर विश्वास बसला. त्याने हीच कहाणी आपल्या वकिलालाही सांगितली. त्यावर विश्वास ठेवणं त्याचं कामच होतं. त्यानंतर ती कहाणी त्याने कोर्टात ज्यूरींपुढेही सांगितली. पण त्यांचा मात्र त्यावर विश्वास बसला नाही. डगचा हा पहिलाच गुन्हा आहे, शिवाय त्याची पत्नी गर्भवती आहे, ही गोष्ट विचारात घेऊन न्यायालयाने डगला दयाबुद्धी दाखवावी, असा युक्तिवाद डगच्या वकिलाने केला. न्यायमूर्तींनी निर्विकार चेहऱ्याने सगळं ऐकून घेऊन डगची चार वर्षांसाठी तुरुंगात रवानगी केली.

डगने पहिला आठवडा लिंकन अतिसुरक्षा कारागृहात काढला. परंतु तिथे आपल्या वर्तणुकीने त्याने अधिकाऱ्यांवर चांगली छाप पाडली. मादक द्रव्यं, दारू, मारामारी या सर्वांपासून तो चार हात दूर होता. शिवाय त्याच्या नावावर पूर्वीच्या गुन्ह्याची नोंदही नव्हती. थोड्याच दिवसांत त्याला खुल्या कारागृहात पाठवण्यात आलं.

नॉर्थ सी कँपच्या तुरुंगात डगने लायब्ररीत काम सुरू केलं, हे मी तुम्हाला मघाशीच सांगितलं. ते काम सोडून त्याच्यासमोर इतर पर्याय होते– डुकरांची देखभाल, मुदपाकखान्यात मदतनीसाचं काम, गोदामात हमालीकाम किंवा स्वच्छतागृहांची साफसफाई. एक गोष्ट डगला लगेचच कळून चुकली. ह्या तुरुंगात एकूण चारशेच्या वर कैदी राहात असले, तरीही त्याच्या वाट्याला आलेलं काम सर्वांत आरामदायी होतं. आठवड्याला पंचवीस हजार पौंडांच्या घरात असलेलं त्याचं उत्पन्न मात्र आता कमी होऊन ते आठवड्याला साडेबारा पौंड झालं होतं. त्यातील दहा पौंड तो फोनकार्ड्स विकत घेण्यात घालवत असे. त्याच्या बायकोला दिवस होते. तिच्याशी संपर्क साधणयाचा एवढा एकच मार्ग त्याच्याकडे होता.

डग आपल्या पत्नीला – सॅलीला – आठवड्यातून दोनदा फोन करायचा. तुरुंगातील कैद्यांना तुरुंगातून बाहेर फोन करण्याची परवानगी असते. पण बाहेरचं कुणीही या कैद्यांना फोन करू शकत नाही. फोनवर डग सॅलीला एकच गोष्ट वारंवार, अगदी शपथेवर सांगायचा– "तुरुंगातून सुटल्यावर मी परत कधीही त्या वाटेला जाणार नाही. कायदेभंग कधीही करणार नाही." त्याच्या तोंडचे हे शब्द ऐकले, की

सॅलीला पुष्कळच धीर यायचा.

डग हा असा तुरुंगात, सॅलीचे दिवस तर अगदी भरत आलेले होते. पण तरीही ती इस्टेट एजंटच्या ऑफिसातली आपली नोकरी टिकवून होती. एवढंच नव्हे, तर आता डग तुरुंगात असल्यामुळे रिकामी पडलेली त्याची लॉरीसुद्धा तिने तात्पुरती भाड्याने दिली होती. पण खरं सांगायचं, तर डगने आपल्या पत्नीला पुरतं विश्वासात घेतलेलंच नव्हतं. तुरुंगातील इतर कैदी प्लेबॉय, रीडर्स वाईव्ह्ज आणि सनसारख्या मसालेदार नियतकालिकांची वर्गणी भरून ती नियतकालिकं जेव्हा चवीने वाचायचे, तेव्हा डग मात्र फुरसतीच्या वेळात हॉलेज वीकली, एक्सचेंज अँड मार्ट अशी माहितीपर नियतकालिकं मागवून वाचायचा.

असाच एक दिवस तो हॉलेज वीकली अंक चाळत बसलेला असताना एका जाहिरातीनं त्याचं लक्ष वेधलं. गेले काही दिवस ज्या गोष्टीच्या तो शोधात होता, तीच गोष्ट त्याला मिळाली. एक चाळीस टनी अमेरिकन बनावटीची लेफ्ट हँड ड्राईव्ह असलेली अतिप्रचंड लॉरी विकाऊ असल्याची ती जाहिरात होती. ती डगच्या अपेक्षेपेक्षा फारच स्वस्तात विक्रीला काढण्यात आली होती. डगने ती जाहिरात अनेकवेळा वाचली. खूप विचार केला. त्या ट्रकची सगळी वैशिष्ट्यं अनेकवेळा वाचून काढली. त्यानंतर लायब्ररीत बसून त्याने अनेक आकृत्या काढल्या. मार्लबरो सिगारच्या खोक्याचं त्याने अनेकवार पट्टीने मोजमाप केलं. आता या खेपेला पूर्वीपेक्षा कमी फायदा होईल हे जरी खरं असलं, तरी व्यवहार अगदीच काही तोट्यात जाणार नाही, ही गोष्ट स्पष्ट होती.

जो माणूस तुरुंगात जाण्यापूर्वी आठवड्याला पंचवीस हजार पौंड मिळवत असतो आणि त्यावर एक छदामही टॅक्स न भरता सगळीच्या सगळी रक्कम अलगद खिशात घालत असतो, तो जर तुरुंगात गेला, तर मग शिक्षा भोगून बाहेर पडल्यावर त्याची चांगलीच पंचाईत होते. त्याला बाहेर आल्यावर पूर्वीचे उद्योग परत सुरू करता येत नाहीत. त्याने कुठलीतरी थातूरमातूर नोकरी करून वर्षाला पंचवीस हजार पौंड मिळवावे अशीच सगळ्यांची त्याच्याकडून अपेक्षा असते. मादक द्रव्याची चोरटी वाहतूक व खरेदी-विक्री करणाऱ्यांचीसुद्धा नेमकी हीच अडचण होते.

डगची शिक्षा अखेर संपत आली. आता बाहेर पडायला एका महिन्याहूनही कमी दिवस राहिले होते. डगने सॅलीला फोन करून आपल्या घरची नवी कोरी मर्सिडीज लॉरी विकून टाकायला सांगितली व येतील त्या पैशातून हॉलेज वीकलीमधे जाहिरात आलेली ती अमेरिकन बनावटीची अठरा चाकी लॉरी विकत घ्यायला सांगितली.

त्या प्रमाणे सॅली ती लॉरी बघण्यासाठी गेली. ते अजस्र महाकाय वाहन पाहून ती बुचकळ्यात पडली. आपल्या नवऱ्याने आपली देखणी, नवी कोरी मर्सिडीज लॉरी विकून त्याऐवजी हे राक्षसी धूड का घ्यायचं ठरवलं असावं, हे काही तिला समजेना.

एकदा ती लॉरी विकत घेतली, की आपल्याला स्लीफोर्ड ते मार्सेलचा रस्ता एका दमात पार करता येईल, मधे वाटेत डिझेल भरायला थांबावं लागणार नाही, असा डगने त्यावर युक्तिवाद केला. सॅलीला तो पटला.

''पण अरे, ही लॉरी लेफ्ट हँड ड्राईव्ह आहे,'' ती म्हणाली.

''हो, पण तू एक गोष्ट विसरलीस. माझ्या संपूर्ण प्रवासातील जास्त मोठा प्रवास कॅले ते मार्सेल असाच आहे आणि त्या रस्त्यावर मला गाडी रस्त्याच्या उजव्याच बाजूने चालवावी लागते. तिथे लेफ्ट हँड ड्राईव्हची लॉरी असलेलीच जास्त बरी.''

तो तुरुंगातून सुटून जेव्हा बाहेर पडला तेव्हा त्याची पत्नी सॅली व त्यांची दीड वर्षांची मुलगी केली दारात त्याची वाटच पाहत होत्या. सॅलीने आपल्या जुन्या कारनं त्याला घरी नेलं. घरापाशी पोचल्यावर डगने पाहिलं– त्यांच्या कॉटेजच्या शेजारच्या शेतात ती अमेरिकन बनावटीची महाकाय लॉरी उभी होती. डगच्या आनंदाला पारावार उरला नाही.

''पण काय ग, आपली जुनी मर्सिडीज लॉरी अजून विकली नाहीस तू?'' तो म्हणाला.

त्यावर सॅली उत्तरली, ''अजून तिच्यासाठी चांगले पैसे मोजणारं गिऱ्हाईक आलेलं नाही. म्हणून मी आणखी एका वर्षासाठी ती भाड्याने दिली आहे. निदान त्यापासून थोडी तरी कमाई होते आहे ना.'' डगला तिचं म्हणणं पटलं. त्याने मान हलवली. दोन्ही लॉऱ्या तेलपाणी करून स्वच्छ केलेल्या होत्या. त्याने दोन्ही गाड्यांची इंजिनं जातीने तपासून पाहिली. ती एकदम उत्तम स्थितीत होती. तो खूष झाला.

दुसऱ्या दिवशी सकाळी उठून डग कामासाठी बाहेर पडला. आपण जी चूक एकदा केली, ती परत करणार नाही, असं त्याने सॅलीला वारंवार सांगितलं होतं. अगदी शपथेवर. तो स्लीफोर्डमधील एका लहानशा शेतकऱ्याकडून बीन स्प्राऊट्स आणि मटार आपल्या त्या राक्षसी लॉरीत भरून घ्यायचा तो थेट मार्सेललाच जायचा. त्यानंतर त्याच लॉरीत केळी भरून तो इंग्लंडला परत यायचा. मार्क केननला अगदी अलीककडेच बढती मिळाली होती. डगने परत स्लीफोर्डपासून मार्सेलपर्यंतच्या खेपा सुरू केल्याचं पाहताच त्याच्या मनात संशय उत्पन्न झाला. त्यामुळे तो केळी घेऊन परत निघालेल्या डगला अचानक गाठून थांबवायचा व त्याच्या गाडीची व्यवस्थित झडती घ्यायचा. पण प्रत्येक वेळी ट्रकमधे फक्त केळीच आढळायची, दुसरं काहीच नाही. कुठेतरी नक्की पाणी मुरतंय, असं मार्क केननला वाटायचं. पण तो डगला रंगेहात कधीही पकडू शकला नाही.

परत एकदा डोव्हरपाशी मार्क केननने डगची लॉरी थांबवली. ''अहो साहेब,

माझ्यावर विश्वास ठेवा. मी आता कोणताही काळा धंदा करत नाही. मी पूर्णपणे बदललोय.'' डग म्हणाला. पण कस्टम अधिकारी मार्क केननला मात्र ती गोष्ट मुळीच पटली नाही. हा डग दिसतो तेवढा सरळ मुळीच नव्हता, एवढं नक्की.

डगची नवीन कामाची पद्धत अगदी फुल प्रूफ होती. आता त्याला पूर्वीसारखे दर आठवड्याला पंचवीस हजार पौंड न मिळता त्या ऐवजी फक्त दहा हजार पौंडच मिळत होते. पण त्याला कुणीही पकडू शकलं नसतं, एवढं नक्की. दोन्ही लॉऱ्यांपासून मिळणाऱ्या उत्पन्नाचा हिशेब सॅली अगदी व्यवस्थित ठेवायची, टॅक्स रिटर्न्स वेळच्या वेळी भरायची, त्यामधे काडीइतकीही चूक नसायची व सर्व नियम, कायदेकानून यांचं अगदी काटेकोर पालन केलेलं असे. अर्थात डगला दर आठवड्याला हा जो दहा हजार पौंडांचा खुराक मिळू लागला होता, त्याविषयी त्याने आपली पत्नी सॅली हिला काहीच सांगितलं नव्हतं. त्यावर काहीही टॅक्स न भरता डग ते अलगद खिशात टाकत असे.

अशीच एक गुरुवारची दुपार होती. कस्टमच्या तपासणीतून पार होऊन डग उत्तरेकडे असलेल्या आपल्या स्लीफोर्ड गावी निघाला होता. त्याने सर्वांत आधी आपली लॉरी जवळच्या पंपाकडे नेली आणि त्यात डिझेल भरून घेण्यास सुरुवात केली. त्याच्या मागे रांगेत आणखी एक गाडी डिझेल घेण्यासाठी खोळंबून उभी होती. आता या पुढच्या राक्षसी वाहनात डिझेल भरून कधी होणार आणि आपला नंबर कधी लागणार या चिंतेने अस्वस्थ होऊन मागच्या गाडीतील ड्रायव्हरने मनातल्या मनात चार शिव्या हासडल्या. पण गंमत अशी की त्या महाकाय लॉरीत डिझेल भरण्याचं काम काही क्षणांतच संपलं व ती लॉरी पुढे निघाली. योगायोगाची गोष्ट अशी की मागच्या गाडीत दुसरं तिसरं कोणी नसून खुद्द मार्क केननच ती गाडी चालवत होता. त्याने उत्सुकतेने पुढच्या लॉरीकडे निरखून पाहिलं. लॉरीच्या एका बाजूला मोठ्या अक्षरात डगचं नाव आणि पत्ता लिहिलेला होता. मार्क केननची उत्सुकता आणखी चाळवली. त्याने खाली उतरून पंपाच्या ऑफिसमधे चौकशी केल्यावर त्याला असं कळलं, की डगने त्या ठिकाणी फक्त तेहेतीस पौंडांचं डिझेल टाकलं होतं. केननच्या समोर डगची ती महाकाय लॉरी वळून हायवेला लागली. त्या लॉरीचा आकार, वजन वगैरे लक्षात घेता केवळ काही थोडे किलोमीटर गेल्यावर डगला लगेचच त्यात डिझेल भरावं लागणार, हे तर उघडच होतं.

मार्क केननने डगच्या लॉरीचा पाठलाग सुरू केला. डगच्या ही गोष्ट लक्षात येऊ नये, यासाठी त्याने काही अंतर राखून पाठलाग करण्याची सावधगिरी बाळगली होती. केवळ वीस मैलांचं अंतर काटल्यानंतर डग एका पंपापाशी थांबला. डग तेथून पुढे निघाल्यावर मार्क केननने परत त्या पंपापाशी चौकशी केली. आता या खेपेला डगने चौतीस पौंडांचं डिझेल टाकलं होतं. याच अर्थात तो आणखी वीस मैलच जाऊ

शकला असता. डग मार्गाला लागला आणि मार्क केननने आपली गाडी वळवली व डोव्हरकडे कूच केलं. त्याच्या चेहऱ्यावर समाधानाचं हसू होतं.

पुढच्या आठवड्यात परत एकदा मार्सेलकडून लॉरीत केळी भरून डग जेव्हा परत निघाला होता, तेव्हा मार्क केननने त्याला थांबवलं. डगने लॉरी रस्त्याच्या कडेला उभी केली आणि तो निर्विकार चेहऱ्याने उतरला. त्याच्या मनात कसलीही भीती नव्हती. त्याच्या लॉरीतील प्रत्येक क्रेटमधे फक्त केळीच भरलेली होती. त्याच्याजवळच्या कागदपत्रांमधे त्याची व्यवस्थित नोंदही केली होती. परंतु यावेळी मात्र कस्टम अधिकारी डग केनन यांनी त्याच्या लॉरीत भरलेला माल तपासून पाहण्याची जराही उत्सुकता दाखवली नाही. लॉरीचं मागचं दारसुद्धा त्याने उघडून पाहिलं नाही. तो फक्त हातात एक स्पॅनर घेऊन लॉरीच्या चहूबाजूंनी शोधक नजरेने हिंडला. लॉरीचे अतिप्रचंड असे इंधनाचे टँक बघताच थांबून त्याने त्या स्पॅनरने त्यातील प्रत्येक टँकवर स्पॅनर आपटून टकटक असा आवाज करून पाहिला. लॉरीला एकूण आठ इंधनाचे टँक्स असून त्यातील सात टँक्समधून एकसारखा आवाज ऐकू येत होता, तर आठव्या टँकमधून एकदमच वेगळा आवाज येत होता. अर्थात ते पाहून मार्क केननच्या चेहऱ्यावर आश्चर्य मुळीच उमटलं नाही. त्याला असं घडणार, हे अपेक्षितच होतं. त्यानंतर बऱ्याच गोष्टी घडल्या. कस्टमच्या मेकॅनिक्सची टीम आली. त्यांनी सगळेच्या सगळे इंधनाचे टँक्स खाली काढले. सर्व वेळ डग बाजूला नुसता बसून होता. आठपैकी फक्त एका टँकमधे अर्धअधिक डिझेल भरलेलं होतं. उरलेल्या सातही टँक्समधे उंची सिगारेटची पाकिटं ठासून भरलेली होती. त्या सर्व मालाची किंमत एक लाख पौंडांच्यावर होती.

या खेपेला न्यायमूर्तींनी डगला शिक्षा ठोठावताना फारशी दयाबुद्धी दाखवली नाही. त्याला सहा वर्षांसाठी तुरुंगात पाठवण्यात आलं. खरं तर त्याच्या पत्नीला दुसऱ्यांदा दिवस होते. ही गोष्ट त्याच्या वकिलाने न्यायमूर्तींना सांगून त्याला कमी शिक्षा करावी, अशीही विनंती करून पाहिली. पण न्यायमूर्तींवर त्याचा फारसा परिणाम झाला नाही.

डगने आपला शब्द मोडल्याचं पाहून सॅलीवर तर आभाळच कोसळलं. परत एकदा डगने तिची मनधरणी केली, तिची क्षमा मागितली, परत कधीही असं करणार नसल्याची शपथ वारंवार घेतली. पण सॅलीचा त्याच्यावर विश्वास बसेना. डगची रवानगी तुरुंगात झाल्यावर लगेच तिने त्याची दुसरी लॉरीसुद्धा भाड्याने दिली. परत एकदा इस्टेट एजंटच्या ऑफिसात नोकरीवर रुजू झाली.

या घटनेला एक वर्ष लोटलं. सॅलीला स्वत:चा नियमित पगार मिळतच होता. त्याशिवाय तिला आणखी तीन हजार पौंड दोन ट्रक्सच्या भाड्यापोटीही मिळू लागले.

सॅली ते दोन्ही ट्रक्स रात्रीच्या वेळी कॉटेजशेजारच्या शेतातच उभे करून ठेवत असे. ते शेत सॅलीने खरेदी करावं व ते 'कारपार्क' आहे असं टॅक्स रिटर्नमधे दाखवावं, म्हणजे धंद्यासाठी कराव्या लागलेल्या खर्चात ते दाखवून टॅक्समधे बरीच बचत होईल, असे सॅलीच्या टॅक्स कन्सल्टंटने सुचवलं.

आता डगने आपल्या सहा वर्षांच्या तुरुंगवासाच्या शिक्षेला सुरुवात केली होती. लायब्ररीत काम करून तो दर आठवड्याला साडेबारा पौंड मिळवू लागला होता. त्यामुळे सॅलीला सल्ला द्यायला त्याच्याकडे तोंडच नव्हतं. पुढच्याच वर्षी सॅलीने टॅक्स रिटर्नमधे सदतीस हजार पौंडांचं उत्पन्न दाखवलं. आता मात्र डगला तिचं फारच कौतुक वाटलं. सॅलीने तिसरी लॉरी खरेदी करावी, असा सल्ला तिच्या टॅक्स कन्सल्टंटने तिला दिला.

डगची तुरुंगवासाची शिक्षा जेमतेम अर्धी भोगून झाली असेल, एवढ्यात त्याची सुटका करण्यात आली. तो तुरुंगाबाहेर आला तेव्हा सॅली गाडी घेऊन त्याची वाटच बघत होती. मागच्या सीटवर त्याची नऊ वर्षांची मुलगी केली आणि तिची तीन वर्षांची बहीण सॅम अशा दोघी बसल्या होत्या. सॅलीने आपल्या दोघी मुलींना कधीही तुरुंगात वडिलांच्या भेटीला आणलेलं नव्हतं. डगने जेव्हा छोट्या सॅमला कडेवर घेतलं तेव्हा ती घाबरून रडू लागली. हा अनोळखी माणूस म्हणजे तुझे वडील आहेत, असं तिला समजावून सांगण्याचा सॅलीने बराच प्रयत्न केला.

घरी गेल्यावर नाश्ता करत असताना सॅलीने त्यांच्या आर्थिक परिस्थितीविषयी डगला कल्पना दिली. आपल्या टॅक्स कन्सलटंटने एक लिमिटेड कंपनी फॉर्म करण्याचा आपल्याला सल्ला दिला असल्याचं तिनं त्याला सांगितलं. 'हॅसलेट होलेज' कंपनीने पहिल्याच वर्षी एकवीस हजार पौंडांचा नफा जाहीर केला होता आणि कंपनीच्या मालकीच्या गाड्यांची संख्या हळूहळू वाढत चालली होती. सॅलीने नुकतेच आणखी दोन ट्रक्स विकत घेतले होते. आता आपण आपली इस्टेट एजंटच्या ऑफिसातील नोकरी सोडून या कंपनीची चेअरपर्सन म्हणून काम करायचं ठरवलं आहे, असं सॅलीने डगच्या कानावर घातलं.

डगची या गोष्टीला काहीच हरकत नव्हती. त्याला तर आनंदच झाला. कंपनीच्या अनेक ट्रक्सपैकी एका ट्रकचा ड्रायव्हर म्हणून काम करण्याची मात्र त्याची इच्छा होती. हे सगळं अत्यंत सुरळीतपणे चालू होतं. इतक्यात एक दिवस मार्सेलचा तोच जुना माणूस परत एकदा डगला येऊन भेटला. हा बेटा कधीच तुरुंगात जात नाही!– डगच्या मनात आलं. आत्ताची ही नवी योजना अगदी 'फुल प्रूफ' असून या कानाचं त्या कानाला कळणार नाही, कस्टम अधिकाऱ्यांनाही नाही आणि डगच्या पत्नीला तर मुळीच नाही. अशी हमी त्या माणसाने डगला दिली.

त्या फ्रेंच माणसाच्या शब्दात मुळीच फसायचं नाही, असं डगने ठरवून ठेवलं होतं. बरेच महिने डगने त्याला काहीच उत्तर दिलं नाही. पण एक दिवस डगला जुगारात बराच तोटा झालेला असताना एका बेसावध क्षणी त्याने त्या माणसाच्या 'फुल प्रूफ' योजनेला मान्यता दिली. मार्सेलचा तो फ्रेंच माणूस गालातल्या गालात हसला आणि त्याने साडेबारा हजार पौंड रोख रक्कम असलेला लिफाफा डगच्या हातात हळूच सरकवला.

सॅलीच्या हॅसलेट हॉलेज कंपनीची, दिवसेंदिवस भरभराट चालू होती. डगच्या हातात परत एकदा पैसा खुळखुळत होता. हा पैसा टॅक्स रिटर्नमधे दाखवण्याची काहीच गरज नव्हती, त्यामुळे तो अलगद डगच्या खिशात जात होता.

एक व्यक्ती मात्र हॅसलेट हॉलेज कंपनीवर आणि विशेषत: डगच्या हालचालींवर बारीक नजर ठेवून होती. डोव्हरच्या टर्मिनलमधून बीन स्प्राऊट्स आणि मटार भरून डगची लॉरी नियमितपणे मार्सेलकडे कूच करताना दिसत असे. आता मार्क केनन अँटी स्मगलिंग ऑफिसर म्हणून लॉ-एनफोर्समेंट युनिटमधे काम करत असे. लवकरच एक गोष्ट त्याच्या लक्षात आली. डगची लॉरी मार्सेलहून परतताना त्याने अजून एकदाही पाहिली नव्हती. या गोष्टीने त्याच्या मनात संशय उत्पन्न झाला.

मार्क केननने ऑफिसातील नोंदी काळजीपूर्वक पाहिल्या. अलीकडे हॅसलेट हॉलेज कंपनीच्या मालकीच्या नऊ लॉऱ्या दर आठवड्याला युरोपातील वेगवेगळ्या ठिकाणी माल भरून घेऊन जायच्या. कंपनीची चेअरपर्सन सॅली हॅसलेट हिचं आजपर्यंतचं रेकॉर्ड अगदी धुतल्या तांदळासारखं होतं. कुठे संशयाला जागाच नव्हती. डग आपल्याला लॉरी घेऊन डोव्हर ते मार्सेल अशा प्रवासाला जाताना दिसतो, पण तो मार्सेलहून डोव्हरला परत कसा येताना दिसत नाही, या प्रश्नाचा भुंगा त्याचं डोकं कुरतडत राहिला. त्याने याची उकल स्वत:च करण्याचं मनावर घेतलं.

त्याने डगची चौकशी सुरू केली. अजूनही डग आपल्या लॉरीत बीन स्प्राऊट्स आणि मटार घेऊन मार्सेलला पोचतो आणि नंतर त्याच लॉरीत केळी भरून तो परत निघतो, एवढी माहिती त्याला कळली. पण आता पूर्वीपेक्षा फरक एकच होता. आता परतताना तो न्यूहेवनच्या मार्गाने येत असे. त्यामुळे त्याचा परतीचा प्रवास काही तासांनी वाढत असणार, असा मार्क केननचा अंदाज होता.

प्रत्येक ऑफिसरला वर्षभरातील एक महिन्यासाठी स्वत:चं बंदर सोडून दुसऱ्या ठिकाणी बदली मागून घेण्याचा अधिकार असतो. गेल्यावर्षी मार्क केननने हीथ्रो एअरपोर्टवर एक महिना काम केलं होतं. यावर्षी त्याने 'न्यूहेवन' हे ठिकाण मागून घेतलं.

बंदरात डगची लॉरी कधी येते याची मार्क केनन शांतपणे वाट बघत बसला होता.

पण त्याला बरीच वाट बघावी लागली. अखेर दुसऱ्या आठवड्याच्या शेवटी त्याला आपला जुना शत्रू लांबवर दिसला. ऑल्सन्स फेरीबोटीतून उतरून बंदरात येण्यासाठी ट्रक्स व लॉऱ्यांची भली मोठी रांग लागलेली होती. त्या रांगेत डगची लॉरीसुद्धा होती. मार्क केननने ऑफिसच्या खिडकीतून ते पाहिलं. तो तातडीने खालच्या मजल्यावरील स्टाफरूममधे गेला. त्याने स्वत:साठी एक कप कॉफी घेतली आणि तळमजल्यावरच्या खिडकीपाशी येऊन सर्व काही बारकाईने निरीक्षण करून पाहू लागला. आता डगच्या लॉरीचा तपासणीचा नंबर आला. ड्यूटीवरच्या दोन अधिकाऱ्यांनी त्याच्याकडे पाहून न पाहिल्यासारखं केलं आणि त्याला कोणत्याही तपासणीशिवाय पुढे निघून जाण्याची खूण केली. डगने आपली लॉरी पुढे काढली आणि तो तिथून स्लीफोर्डच्या रस्त्याला लागला. त्याला मधे अडवण्याचा मार्क केननने मुळीच प्रयत्न केला नाही. त्यानंतर आणखी दहा दिवस गेले परत एकदा फेरीबोटीतून डगची लॉरी बंदरात आली. सारं परत पूर्वीसारखंच घडलं. ही गोष्ट मार्क केननच्या नजरेतून सुटलेली नव्हती. हा नक्कीच योगायोग नव्हता.

त्यानंतर पाच दिवसांनी परत डगची लॉरी फेरीबोटीने न्यूहेवन बंदरापाशी आली. आजही कस्टम अधिकाऱ्यांनी नुसती मान हलवून डगला पुढे निघून जाण्याचा इशारा केला. हा खरोखरच योगायोग म्हणता आला नसता. मार्क केननने आपलं हे निरीक्षण न्यूहेवनमधील वरिष्ठांच्या कानावर घातलं आणि त्याची एक महिन्याची न्यूहेवन मधली ड्यूटी संपल्यामुळे तो आपल्या गावी – डोव्हरला – परत गेला.

त्यानंतर डगच्या मार्सेल–न्यूहेवन–डोव्हर या मार्गावर तीन फेऱ्या झाल्या. त्याच्या शेवटच्या फेरीच्या वेळी दोन कस्टम अधिकाऱ्यांना अटक करण्यात आली. डग आपली लॉरी घेऊन कस्टम तपासणीसाठी रांगेत थांबला असताना पाच कस्टम अधिकारी आपल्या लॉरीच्या दिशेने येताना त्याला दिसले. आपला 'फुल प्रूफ' प्लॅन फसला, हे त्याला कळून चुकले.

डगने या वेळी आपल्यावरील आरोप नाकारण्याचे कष्ट घेतले नाहीत. ज्या दोन ऑफिसर्सना अटक झाली, त्यातील एक माफीचा साक्षीदार झाला होता आणि त्याने डग्लस ऑर्थर हॅसलेटचं नाव घेतलं होतं.

आता न्यायमूर्तींनी डगला आठ वर्षांची शिक्षा सुनावली. चांगल्या वागणुकीनेसुद्धा याच्या शिक्षेत कपात करण्यात येऊ नये, असंही त्यात लिहून ठेवलं. परंतु डग जर साडेसात लाख पौंडांचा दंड भरण्यास तयार असला, तर मात्र हे शेवटचं कलम त्याच्या शिक्षेतून वगळण्यात येईल, अशी पुष्टी त्यांनी जोडली. डगकडे एवढा पैसाच नव्हता. पण आठ वर्षं गजाआड काढण्याच्या कल्पनेनेच डग कासावीस झाला. मग त्याने सॅलीच्या विनवण्या केल्या. परत एकदा शपथेवर गैरमार्गाला न जाण्याचं तिला

वचन दिलं. सॅलीने सगळं काही विकलं– कॉटेज, कारपार्क, नऊ लॉऱ्या... अगदी स्वत:ची एंगेजमेंटची अंगठीसुद्धा. अखेर दंडाची रक्कम जमा झाली.

वेलँड कॅटेगरी सी या तुरुंगात एक वर्ष शिक्षा भोगल्यावर डगला नॉर्थ सी कँपच्या तुरुंगात हलवण्यात आलं. परत एकदा त्याला लायब्ररीत काम मिळालं. तिथेच त्याची आणि माझी पहिल्यांदा भेट झाली.

सॅली दर आठवड्याला त्याला भेटायला यायची. तिच्या बरोबर त्यांच्या दोघी मुली पण यायच्या. त्याता मोठ्या झाल्या होत्या. ''आता आम्ही एकमेकांशी धंद्याविषयी बोलतच नाही,'' डग म्हणाला. आपण परत अशी चूक पुन्हा कधीच करणार नसल्याचं डगने सॅलीला आपल्या मृत आईची शपथ घेऊन सांगितलं होतं.

''तू पुन्हा तसलं काही करण्याचा विचारही मनात आणू नकोस.'' सॅलीने डगला बजावलं होतं, ''मी तुझी आवडती लॉरी भंगारात विकून टाकली आहे.''

''मी तरी माझ्या सॅलीला कसा दोष देऊ? मी जन्मभर किती त्रास दिलाय तिला!'' डग माझ्याशी लायब्ररीत गप्पा मारत असताना म्हणाला, ''पण साहेब, इथून सुटल्यावर जर मला कुणी कधीतरी लॉरी चालवायला देणार नसेल, तर मग या आयुष्याला अर्थ तरी काय राहिला?''

माझी सुटका डगच्या काही वर्षं आधी झाली. त्यानंतर बऱ्याच वर्षांनी एका साहित्य संमेलनात भाषण करण्याचा मला योग आला. आमच्या तुरुंगातल्या लायब्ररीयनचं पुढे काय झालं, ते त्यामुळेच तर मला कळलं.

माझं भाषण संपल्यानंतर प्रेक्षकांनी मला प्रश्न विचारायला सुरुवात केली आणि अचानक पुढून तिसऱ्या रांगेत तीन ओळखीचे चेहरे मला दिसले. मी खूप डोकं खाजवलं. पण त्या व्यक्ती नक्की कोण, ते काही लक्षात येईना. मग कुणीतरी उठून तुरुंगातील लेखनाच्या वेळी येणाऱ्या समस्यांविषयी प्रश्न विचारला. तेव्हा अचानक माझ्या डोक्यात लख्ख प्रकाश पडला. मी तुरुंगात असताना सॅलीला पाहिलेलं होतं. ती दर वीकएंडला डगला भेटायला आपल्या दोन मुलींना घेऊन यायची. काय बरं त्यांची नावं?... हं... केली आणि सॅम.

शेवटचा प्रश्न संपून मध्यंतर झालं. मी कडेला उभा राहून कॉफी पीत असताना त्या तिघी मला भेटायला आल्या.

त्या स्वत:चा परिचय करून देणार एवढ्यात मी म्हणालो, ''काय सॅली, डग कसा आहे?'' त्या तिघी थक्क होऊन बघत राहिल्या.

''तो आता निवृत्त झालाय,'' सॅली म्हणाली.

''अरे... पण तो तर माझ्याहून वयाने लहान आहे.'' मी म्हणालो, ''शिवाय तुरुंगातून सुटल्यावर आपण काय काय करायचं ठरवलंय, हे आम्हाला वर्णन करून

सांगायचा ना तो.''

''ते असेल हो. पण तो आता खरोखरचा निवृत्त झालाय.'' सॅली म्हणाली. ''हॅसलेट हॉलेज आता पूर्णपणे मी आणि माझ्या मुली चालवतो. आमच्याकडे एकवीस माणसं नोकरीला आहेत. शिवाय ड्रायव्हर्स वेगळेच.''

''म्हणजे तुमचं अगदी छान चाललंय म्हणायचं,'' मी मुद्दामच म्हणालो, माझी जिज्ञासा आता जागृत झाली होती.

''अरे, तुम्ही वृत्तपत्रातल्या आर्थिक घडामोडी वाचत नाही?'' सॅली मला चिडवत म्हणाली.

''मी जपान्यांप्रमाणे वर्तमानपत्र शेवटपासून वाचायला सुरुवात करतो आणि पुढे वाचत येतो. का बरं? माझ्या नजरेतून काही निसटलं का?''

''आमची कंपनी आता पब्लिक लिमिटेड झाली आहे,'' केलीने माहिती पुरवली, ''चेअरपर्सन मॉम आहे. मी सगळं अकाउंट्‌सचं काम बघते आणि सॅम ड्रायव्हर्सना बघते.''

''आणि माझ्या आठवणीप्रमाणे पूर्वी तुमच्याकडे नऊ लॉऱ्या होत्या ना?'' मी म्हणालो.

''आता एकेचाळीस आहेत,'' सॅली म्हणाली. ''गेल्या वर्षी आमची वार्षिक उलाढाल पन्नास लाखांच्या घरात होती.''

''आणि या सगळ्यात डग नेमकं काय करतो?''

''डग गोल्फ खेळतो,'' सॅली म्हणाली, ''त्यामुळे त्याला आजकाल डोव्हरहून कुठे जावंही लागत नाही आणि न्यूहेवनच्या मार्गाने परतही यावं लागत नाही.'' सॅली एक सुस्कारा टाकून म्हणाली.

डग सभागृहाच्या दारात शांतपणे उभा होता. त्याची नजर आपल्या पत्नीला धुंडाळत होती. त्याचं लक्ष माझ्याकडे जाताच मी त्याला जवळ बोलावलं.

डग सावकाश चालत आमच्यापाशी आला.

''आम्ही कधी कधी त्यांना बोलावून घेतो, आम्हाला गाडीतून घरी घेऊन जायला.'' सॅम डोळे मिचकावत म्हणाली. डग माझ्या शेजारी येऊन उभा राहिला.

मी माझ्या जुन्या दोस्ताचे हात हातात घेऊन दाबले. सॅली व तिच्या मुलींची कॉफी पिऊन संपल्यावर ते सगळे जायला निघाले. मी त्यांच्या गाडीपाशी त्यांना सोडायला गेलो. वाटेत तेवढेच डगशी चार शब्द बोलण्याची संधी मिळाली.

''हॅसलेट हॉलेज कंपनीची एवढी भरभराट झालेली पाहून मला खरंच खूप आनंद झाला,'' मी डगला म्हणालो.

''सगळं अनुभवाचं शहाणपण आहे बरं?'' डग म्हणाला. ''आज त्या तिघी जे काही शिकल्या आहेत ते त्यांना मीच शिकवलंय हे विसरू नका.''

“अरे डग, तुमची कंपनी आता पब्लिक लिमिटेड झाली आहे, असं सॅलीने मला सांगितलं.”

सॅली गाडीत बसत असताना डग म्हणाला, “मी ती सगळी योजना फार पूर्वीपासून ठरवून ठेवली होती.” त्यानंतर तो मागे वळून म्हणाला, “लवकरच एखादी टेक ओव्हरची बातमी एकू आली, तरी तुला आश्चर्य वाटायला नको, जेफ.” त्यानंतर तो ड्रायव्हरच्या सीटमधे बसला आणि गाडी सुरू करण्यापूर्वी म्हणाला,

“आत्ता आमच्या कंपनीच्या शेअर्सची किंमत जरा बेतात आहे, तोपर्यंत जमेल तेवढे खरेदी करून ठेव. भविष्यात चांगला घसघशीत फायदा होईल. नो व्हॉट आय मीन?”

चॅरिटी बिगिन्स ॲट होम

हेन्री प्रेस्टनचे मित्र त्याला हॅरी म्हणत. एखाद्या पबमधे दारू पिणाऱ्या, फुटबॉल मॅचचा आनंद लुटणाऱ्या किंवा कुणाच्या घरी जेवायला जाणाऱ्या मित्रांसारखा मात्र तो नव्हता. तो तसा मूळचा घुमा, अबोलच. जर अशा घुम्या, अबोल लोकांची संस्था स्थापन करायची कुणी ठरवली असती, तर त्या संस्थेचा अध्यक्ष म्हणून हॅरीची नक्कीच निवड झाली असती. इतका अबोल होता तो!

शाळेत असताना त्याला केवळ एकाच विषयात गती होती, ती म्हणजे गणितात. हॅरीच्या आईचं त्याच्यावर निरतिशय प्रेम होतं. हॅरीनं मोठेपणी कुणीतरी बनावं, आयुष्यात काहीतरी करून दाखवावं असं तिला वाटे. त्याचे वडील पोस्टमन होते. हॅरी गणितात इतका हुशार होता, की पुढील आयुष्यात तो कोणत्या क्षेत्रात काम करणार, हे जवळपास ठरल्यासारखंच होतं– बँकिंग किंवा अकाऊंटन्सी. त्याच्या आईने त्याच्यासाठी अकाऊंटन्सीचं क्षेत्र निवडलं.

पिअरसन, क्लटरबक अँड रेनॉल्ड्स या कंपनीत हॅरीने आर्टिकलशिप पूर्ण केली. तो पहिल्यांदा जेव्हा तिथे क्लार्क म्हणून रुजू झाला, तेव्हा त्याच्या डोळ्यांत खूप स्वप्नं होती. त्याच्या टेबलावर जो नोटपेपर होता, त्यावर कधीतरी पिअरसन, क्लटरबक, रेनॉल्ड्स अँड प्रेस्टन असं नाव छापलं जाईल, असं त्याचं आवडतं स्वप्न होतं. पण जसजशी वर्षं जात होती आणि हॅरीचं वय वाढत चाललं होतं, तसतशी नोटपेपरच्या डाव्या बाजूला नवनवीन तरुण महत्त्वाकांक्षी लोकांची नामावली वाढत

चालली होती, पण हॅरीचं नाव त्यात कधी झळकलंच नाही.

काही माणसांना आपल्या अंगच्या उणिवांची व्यवस्थित जाणीव असते. अशी माणसं मग आपल्या आयुष्याला अर्थ यावा म्हणून सेक्स, अमली पदार्थ किंवा मित्रपरिवारात सुख शोधायचा प्रयत्न करतात. पण हॅरी? वेल... मित्रपरिवारात मन रमवायला मुळात माणसाला मित्र तर हवेत. अमली, नशीले पदार्थ? हॅरी तर सिगारेटसुद्धा ओढत नसे. फक्त शनिवारी संध्याकाळी एका ग्लासात अगदी थोडंसं जिन अँड टॉनिक ओतून घ्यायचं आणि एकटं निवांत बसायचं, असा त्याचा प्रघात होता. सेक्सचं म्हणाल तर त्याला स्त्रियांमधे रस निश्चित होता; पण स्त्रियांशी ओळख म्हणा, मैत्री म्हणा... काहीही करण्याच्या बाबतीतला त्याचा सक्सेस रेट शून्य टक्के होता. बिचाऱ्या हेन्रीला एखादा छंदसुद्धा नव्हता.

प्रत्येक माणसाच्या आयुष्यात एक असा क्षण कधी ना कधीतरी येतोच– ज्या क्षणी त्याला जाणीव होते, की आपण काही अमरपट्टा घेऊन आलेलो नाही. हेन्रीच्या आयुष्यात हा क्षण तसा लवकरच आला. तारुण्य संपून मध्यमवय कधी आलं... तेही ओसरून गेलं... काही कळलंच नाही. लवकरच निवृत्ती पत्करावी असे विचार गेल्या काही दिवसांत त्याच्या मनात वारंवार डोकावू लागले होते. त्याच्या फर्ममधले एक भागीदार मि. पिअरसन जेव्हा निवृत्त झाले, तेव्हा त्यांच्या निरोपसमारंभाची छोटीशी पार्टी एका पंचतारांकित हॉटेलात आयोजित करण्यात आली होती. मि. पिअरसन यांची कारकीर्द विलक्षण यशस्वी होती. पण आता निवृत्तीनंतर उर्वरित आयुष्य आपण कोट्सवोल्डस मधल्या आपल्या कॉटेजमधे घालवणार असल्याचं त्यांनी भाषणात सांगितलं. त्यांना स्वत:चे दोन छंद पुरवायचे होते– त्यांना गुलाबाची बाग फुलवायची होती आणि मनमुराद गोल्फ खेळून त्यात प्रावीण्य मिळवायचं होतं. त्यांच्या भाषणानंतर टाळ्यांचा मोठाच कडकडाट झाला. त्या दिवशीच्या कार्यक्रमात हेन्रीच्या एका तरुण सहकाऱ्याने – अटकिन्सने – सहज जाता जाता काढलेले उद्‌गार हेन्रीच्या मनात घर करून बसले. त्या विचारांनी त्याला हैराण केलं. अटकिन्स म्हणाला होता, ''आता थोड्याच दिवसांत तुझ्यासाठीसुद्धा आम्ही असा निरोपसमारंभ आयोजित करू!''

हेन्री पार्टीनंतर बाहेर पडून आपल्या बस स्टॉपच्या दिशेने चालू लागला तेव्हाही तो अटकिन्सच्या या उद्‌गारांचाच विचार करत होता. तो आत्ता चोपन्न वर्षांचा होता. म्हणजे निवृत्तीला फक्त सहाच वर्षं उरली होती. आता जर त्याला तेवढ्यात फर्ममधे सीनिअर पार्टनर होण्याची संधी मिळाली असती, तर त्याला पासष्ट वर्षं पूर्ण होईपर्यंत काम करायला मिळालं असतं. पण जर का तसं झालं नसतं, तर मात्र त्याच्या स्वत:च्या निरोपसमारंभाची वेळ खरोखरच जवळ येऊन ठेपली होती. त्याचे काही निवृत्तीनंतर गुलाबाची बाग फुलवायचे किंवा गोल्फमधे प्रावीण्य मिळवायचे बेत नक्कीच नव्हते.

हेन्री हा अत्यंत प्रामाणिक, भरवसा ठेवण्यालायक, हुशार आणि मेहनती आहे, अशी त्याच्या सर्व सहकाऱ्यांची भावना होती. नेमक्या याच गोष्टीमुळे त्याला आपण आयुष्यात अपयशी ठरलो आहोत, असं वाटे. आजपर्यंत हेन्रीच्या वाट्याला जास्तीत जास्त कोणते कौतुकाचे शब्द आले असतील, तर ते हे– 'हेन्रीवर ना... तुम्ही खुशाल भरवसा टाका. तो कामाला अगदी चोख आहे!'

ज्या दिवशी हेन्रीची आणि अँजेलाची पहिली भेट झाली, तेव्हा हे सर्व काही बदललं.

अँजेला फॉर्स्टर हिची स्वत:ची कंपनी होती– इव्हेन्ट्स अनलिमिटेड. एखाद्या सीनिअर पार्टनरने जातीने लक्ष घालून तिचे अकाऊंट्स सांभाळावे, इतकी ही कंपनी मोठी नव्हती आणि तिचं काम एखाद्या होतकरू नवशिक्या आर्टिकल क्लार्ककडे सोपवण्यात यावं, इतकी ती लहान पण नव्हती. त्यामुळे अखेर अँजेलाच्या कंपनीची फाईल हेन्रीच्या टेबलावर येऊन पडली. त्याने ती काळजीपूर्वक वाचली.

मिसेस अँजेला फॉर्स्टर ही या कंपनीची एकमेव मालक होती. इव्हेन्ट मॅनेजमेंट करणं हा तिचा व्यवसाय होता. कॉन्झर्वेटिव्ह पार्टीच्या स्थानिक संमेलनापासून ते खूप मोठ्या प्रमाणावरच्या बॉल डान्ससारख्या चॅरिटी इव्हेन्टपर्यंत कोणत्याही कार्यक्रमाचं मेजवानीचं आयोजन अँजेलाची कंपनी करत असे. नियोजन कौशल्य अँजेलाच्या अंगात जन्मत:च होतं. अँजेलाच्या पतीने दुसऱ्या एका तरुण सुंदर मुलीसाठी अँजेलाला जेव्हा सोडलं, तेव्हाच अँजेलाने मनाशी ठाम ठरवून टाकलं– आपण स्वत:ची कणव करत रडत-भेकत घरी बसायचं नाही. त्यापेक्षा देवाने आपल्याला जो नियोजन कौशल्याचा गुण दिलाय, त्याचा सदुपयोग करायचा. म्हणजे आपला वेळही जाईल आणि शिवाय जाता जाता थोडी आर्थिक कमाईसुद्धा होईल. गंमत अशी, की अँजेलाला वाटलं होतं, त्यापेक्षा कितीतरी जास्त यश तिला या व्यवसायात मिळालं. म्हणूनच आज तिला हेन्रीची अपॉईंटमेंट घ्यावी लागली.

आधी हेन्रीनं तिला तिच्या हिशोबाची संपूर्ण आकडेमोड तपशीलवार दाखवली. त्यात तिने जो काही खर्च केला होता, त्यातील कोणता खर्च व्यावसायिक खर्च आहे असं दाखवून त्यावर करपात्र सूट दाखवता येईल, हे ही त्याने तिला समजावून सांगितलं. त्यात तिची गाडी, तिचा प्रवासखर्च, अगदी तिचे कपडे यावर होणारा खर्चसुद्धा दाखवता येणं शक्य होतं. एखाद्या पार्टीचं आयोजन करत असताना त्या समारंभाला शोभतील असेच कपडे तिला घालावे लागतात व त्यासाठी खर्च होतो, असं त्याचं स्पष्टीकरण हेन्रीने तिला दिलं. अशा रीतीने हेन्रीने अँजेलाच्या टॅक्सपैकी बरीच रक्कम वाचवली. हेन्रीचं हेच तर वैशिष्ट्य होतं. तो ज्या ज्या लोकांसाठी काम करत असे, ते घरी जाताना नेहमीच खूष होऊन समाधानाने, हेन्रीचे वारंवार आभार

मानून जायचे. “तुम्ही तुमच्या टॅक्स कन्सल्टंटची, म्हणजे आमच्या कंपनीची फीसुद्धा तुमच्या वार्षिक खर्चात दाखवून तुमच्या करात सवलत मिळवू शकता,” हेन्रीने अँजेलास सांगितलं.

कोणत्याही क्लाएंटबरोबरची मीटिंग संपवून क्लाएंट जाण्यासाठी उठताच हेन्री त्यांना म्हणायचा, “आता तुमचा ताळेबंद अगदी चोख आहे, याची खात्रीच बाळगा तुम्ही. टॅक्सचे लोक आता तुम्हाला कधीच सतावणार नाहीत.” पण खरी परिस्थिती अशी होती, की इन्कमटॅक्स खातं ज्याच्या हात धुवून पाठीमागे लागावं असा हेन्रीचा एकही क्लाएंट नव्हता आणि हेन्रीलाही या गोष्टीची कल्पना होती. मीटिंग संपल्यावर तो प्रत्येक क्लाएंटला ऑफिसच्या दरवाजापर्यंत सोडायला जायचा आणि म्हणायचा, “पुढच्या वर्षी भेटूच!” अशाच पद्धतीने तो अँजेलाला दारापर्यंत सोडायला गेला. त्याने तिच्यासाठी अदबीने दार उघडून धरलं तेव्हा अँजेला अचानक त्याला म्हणाली, “मि. प्रेस्टन, मी एवढे मोठमोठे समारंभ आयोजित करत असते. तुम्ही का नाही एखाद्या समारंभाला येत? बघा तरी माझं काम कसं असतं ते!”

आपल्याला अखेरचं बोलावणं कधी, कुठे, कुठल्या समारंभाला आलं होतं, हे हेन्रीला आठवतच नव्हतं. त्यामुळे तो उत्तर देण्यापूर्वी जरा घुटमळला. तेव्हा अँजेलाच पुढे म्हणाली, “आफ्रिकेतील दुष्काळग्रस्तांसाठी निधी उभारायचाय, त्यासाठी एका चॅरिटी बॉलचं आयोजन मी येत्या शनिवारी संध्याकळी करते आहे. आपल्या टाऊन हॉलमधे हा कार्यक्रम आहे. त्यावेळी तुम्ही तिथे का नाही येत?”

त्यानंतर कसे कोण जाणे, पण हेन्रीच्या तोंडून आपोआप शब्द बाहेर पडले, “हो. चालेल. येईन मी. थँक्यू.” पण त्यानंतर ऑफिसचं दार बंद करून तो जेव्हा परत फिरला तेव्हा त्याला वाटलं, कुठून आपण जायचं मान्य केलं! दर शनिवारी सकाळी तो स्काय टी.व्ही.वर एखादा चांगला सिनेमा बघायचा, बाहेरून मागवलेलं चायनीज जेवण आणि सोबतीला जिनचा ग्लास ही त्याची गेल्या कित्येक वर्षांची परंपरा होती. शिवाय काही झालं तरी शनिवारी रात्री दहा वाजता तो झोपायचा, कारण रविवारी सकाळी लवकर उठून चर्चला जायचं असे. शिवाय चर्चचे अकाऊंट्सही तोच बघायचा. अर्थात हे काम आपण कोणतीही फी न घेता करतो, असं त्याने आपल्या आईला शपथेवर सांगितलं होतं.

अखेर तो शनिवार उजाडला. सकाळचा सर्व वेळ हेन्रीने डोकं खाजवून अँजेलाला नकार देण्यासाठी काही सबब सुचते का, ते पाहिलं– डोकं दुखतंय, एक इमर्जन्सी मीटिंग निघालीय, आधीची एक अपॉईंटमेंट आहे हे लक्षातच नव्हतं... वगैरे वगैरे.” आपण सरळ त्या फॉर्स्टरबाईंना फोन करावा आणि काहीतरी कारण पुढे करून संध्याकाळच्या कार्यक्रमाला जाणं टाळावं, असं त्याने मनाशी ठरवलं. पण मग एक गोष्ट त्याच्या लक्षात आली, अँजेलाच्या घरचा फोन नंबर त्याच्याकडे नव्हता.

हेन्री संध्याकाळी सहा वाजता कपडे वगैरे घालून तयार झाला. त्याच्या आईने त्याच्या एकविसाव्या वाढदिवसाला त्याच्यासाठी आणलेलं डिनर जॅकेट त्याने अंगात घातलं. बऱ्याच वर्षांनी त्या जॅकेटला बाहेरची हवा मिळाली होती. मग त्याने आरशात पाहिलं. आपली वेशभूषा फारच जुनीपुराणी तर नाही, असं त्याला वाटत राहिलं. परत एकदा तशा कपड्यांची नव्याने फॅशन आलेली आहे, याची त्याला सुतराम कल्पना नव्हती. टाऊन हॉलमधे शिरणाऱ्या शेवटच्या काही लोकांपैकी हेन्री एक होता. आपण इथून शक्य तितक्या लवकर पळ काढायचा, असं त्याने मनाशी आधीच ठरवून ठेवलेलं होतं.

हेन्रीला अँजेलाने एका खास टेबलापाशी बसवलं. या ठिकाणाहून त्याला संपूर्ण पार्टीत कुठे कुठे काय काय चालू आहे, हे व्यवस्थित दिसत होतं. त्याच्या डाव्या हाताच्या खुर्चीत एक स्त्री बसली होती. मधूनच ती हेन्रीशी बोलण्याचा प्रयत्न करत होती. तो तिला 'हो' 'नाही' अशी तुटक उत्तरं देत होता.

अखेर भाषणं संपली आणि बँडने सुमधुर संगीत वाजवण्यास सुरुवात केली. आता इथून काढता पाय घ्यावा म्हणून हेन्री उठला. अँजेला कुठे दिसते का, याचा त्याने नजरेने शोध घ्यायला सुरुवात केली. संपूर्ण संध्याकाळभर तिची सारखी लगबग चालू होती. तिने अंगात लाल रंगाचा ईव्हिनिंग गाऊन घातला होता. तिने केस मोकळे सोडले होते. ते तिच्या खांद्यावर रुळत होते. ती फार सुंदर दिसत असल्याचं हेन्रीला मनोमन मान्य करावं लागलं.

तो उठून जायला निघाला. एवढ्यात कशी कोण जाणे पण अँजेला तिथे उगवली आणि त्याचा हात पकडून म्हणाली, "तुम्हाला मजा येतेय ना?" आपल्याला या आधी एखाद्या सुंदर स्त्रीने असा स्पर्श कधी बरं केला होता... हेन्रीला काही आठवेना. आता ही आपल्याला तिच्या सोबत नृत्य करण्याची तर विनंती करणार नाही ना... या विचारांनी हेन्री कावराबावरा झाला.

"माझा वेळ अगदी मजेत गेला. तुमचं काय?" हेन्री म्हणाला.

"माझी खूप धावपळ झाली. पण या वर्षी आम्ही फार मोठ्या प्रमाणात निधी गोळा करू शकू, अशी माझी पक्की खात्री आहे," अँजेला म्हणाली.

हा विषय हेन्रीच्या आवडीचा होता. तो सुटकेचा निःश्वास टाकत म्हणाला, "या वर्षी किती रक्कम जमा होईल असं तुम्हाला वाटतं?"

अँजेलाच्या हातात एक अगदी छोटीशी डायरी होती. ती उघडून ती म्हणाली, "बारा हजार सहाशे वस्तुरूपाने, चारशे पन्नास चेकच्या स्वरूपात आणि वीस हजारांच्यावर रोख रक्कम." अँजेलाने ती छोटी डायरी हेन्रीच्या हातात ठेवली. त्याने एकेका आकड्यावर बोट ठेवून ती तज्ज्ञाच्या नजरेने वाचली. पूर्ण संध्याकाळभर वाटत असलेली भीती आणि अनामिक दडपण पार नाहीसं होऊन हेन्री आता मजेत होता.

"तुम्ही या रोख रकमेचं काय करता?"

"मी घरी जाण्याआधी ती वाटेतल्या एखाद्या बँकेच्या ओव्हरनाईट सेफमधे जमा करते. असं करा, आज शेवटपर्यंत थांबून तेही बघा, म्हणजे तुमच्या नजरेखालून सगळं काही गेल्यासारखं होईल." हेन्रीने ते मान्य केलं.

"जरा एक मिनिट थांबा हं, जाण्यापूर्वी बँडच्या लोकांना आणि माझ्या इतर कामगारांना त्यांचे पैसे दिले पाहिजेत. त्यांना रोख पैसेच लागतात, चेक चालत नाहीत."

तिच्या तोंडचं शेवटचं वाक्य ऐकून हेन्रीच्या डोक्यात एक किडा वळवळला. पण सुरुवातीला त्याने तो विचार झटकून टाकला. तो बाहेर येऊन अँजेलाची वाट बघत थांबला.

दोघं टाऊन हॉलच्या पायऱ्या बरोबरच उतरून जेव्हा खाली रस्त्यावर आले तेव्हा हेन्री अँजेलाला म्हणाला, "मला आठवतंय त्याप्रमाणे गेल्या वर्षी तुमच्या कंपनीची वार्षिक उलाढाल पन्नास लाखांहून थोडीशी जास्त होती व त्यापैकी अंदाजे दहा लाख रोख होते."

"बापरे! मि. प्रेस्टन, तुमच्या स्मरणशक्तीची दाद द्यायला हवी!" हायस्ट्रीटकडे वळता वळता अँजेला म्हणाली. "पण खरं सांगू? यावर्षी आमचा टर्नओव्हर त्याहूनही कितीतरी अधिक होईल असा मला विश्वास आहे. मार्च महिन्यासाठी जे उद्दिष्ट मी डोळ्यांसमोर ठेवलं होतं, ते तर मी केव्हाच पार पाडलंय."

"तुमचं म्हणणं खरं असेलही," हेन्री म्हणाला, "पण तरीही गेल्यावर्षी तुमचं स्वत:चं वार्षिक उत्पन्न केवळ बेचाळीस हजार होतं. म्हणजे तुमच्या एकूण वार्षिक उलाढालीच्या एक टक्कादेखील नाही."

"तुम्ही म्हणता ते बरोबर आहे," अँजेला म्हणाली, "पण खरं सांगू? मला माझं काम आवडतं, खूप आनंद मिळतो मला ते करत असताना; शिवाय माझा वेळ चांगला जातो."

"अहो, पण तुम्ही हे जे एवढे प्रचंड कष्ट घेता, त्या कष्टांचा मोबदला म्हणून तुम्हाला याहून जास्त पैसे मिळायला हवेत, असं कधी तुमच्या मनात आलं नाही का?"

"शक्य आहे. पण माझ्या क्लाएंट्सना या कार्यक्रमातून जे काही उत्पन्न मिळेल, जो काही निधी गोळा होईल, त्याच्या केवळ पाच टक्के कमिशन मी माझी फी म्हणून घेते. कधीही मी कमिशन वाढवून देण्याविषयीची भाषा काढली, की आपलं काम हे चॅरिटीचं काम आहे, आपण दुष्काळग्रस्तांसाठी नाहीतर पूरग्रस्तांसाठी हा निधी उभारतोय, असं माझे क्लाएंट्स मला बजावतात."

"पण चॅरिटी ते करत असतील. तुम्ही तर करत नाही ना? तुमचा हा व्यवसाय

आहे. तुम्ही नेमून दिलेलं काम चोख पार पाडता, मग त्याचा योग्य तो मोबदला तुम्हाला मिळायलाच हवा.''

''तुमचं म्हणणं अगदी शंभर टक्के बरोबर आहे,'' अँजेला म्हणाली. एव्हाना ते दोघं कोपऱ्यावरच्या नॅटवेस्ट बँकेच्या नाईट सेफ (रात्रीपुरती रक्कम ठेवण्यासाठी सेफ डिपॉझिट लॉकर) पाशी थांबले होते. अँजेलाने रोख रक्कम तिथल्या लॉकरमधे ठेवली आणि म्हणाली, ''अहो, पण हे सगळे क्लाएंट्स खूप जुने आहेत. सगळ्यांशी फार पूर्वीचे संबंध आहेत माझे.''

''आणि त्या सर्वांनी आज इतकी वर्षं तुमच्या चांगुलपणाचा गैरफायदा घेतला आहे.'' हेन्री म्हणाला.

''तसं असेलही. पण मी याबाबतीत काय करू शकणार?'' अँजेला म्हणाली.

परत एकदा मगाचचा किडा हेन्रीच्या डोक्यात वळवळू लागला. पण तो काही बोलला नाही. ''थँक्यू मिसेस फॉर्स्टर. माझा वेळ आज खूप छान गेला. गेल्या कित्येक वर्षांत इतकी मजा कधी आली नव्हती,'' असं म्हणून हेन्रीने उजवा हात पुढे केला. प्रत्येक वेळी मीटिंग संपल्यावर सर्वच क्लाएंटशी तो हस्तांदोलन करायचा. या खेपेला मात्र 'पुढच्या वर्षी भेटूच' हे जिभेवर आलेले शब्द त्याने आवरले.

अँजेला खळखळून हसली आणि तिने त्याचा औपचारिक निरोप घेण्याऐवजी आपले ओठ त्याच्या गालावर नाजूकपणे टेकवले. हे असलं काही या आधी कधी घडल्याचं हेन्रीच्या स्मरणातच नव्हतं. ''गुड नाईट हेन्री...'' ती म्हणाली. हेन्री... मि. प्रेस्टन नाही... आणि पाठ फिरवून चालू लागली.

''आपण असं केलं तर...'' हेन्री मोठ्यांदा म्हणाला.

''कसं हेन्री?'' ती चालताना थबकून मागे फिरत म्हणाली.

''तुम्ही... तू... कधीतरी माझ्याबरोबर रात्रीचं बाहेर जेवायला येशील?''

''जेवायला? हो. जरूर. पण कधी?''

''उद्या? उद्या रात्री?'' हेन्री धिटाईने म्हणाला.

अँजेलाने आपल्या पर्समधून एक डायरी काढली आणि त्याची पानं चाळत म्हणाली, ''उद्या एक कार्यक्रम आहे.''

''मग परवा?''

''परवा पण खूप बिझी आहे. ब्लू क्रॉसचा बॉल डान्स आहे.''

''येत्या मंगळवारी?'' हेन्री आवाजातली निराशा लपवत म्हणाला.

''ॲम्नेस्टी इंटरनॅशनलचा कार्यक्रम,'' अँजेला डायरीत बघून म्हणाली.

''मग बुधवारी?'' हेन्री म्हणाला. हिने अचानक आपला विचार बदलला तर नाही... असं त्याचा मनात आलं.

''चालेल. बुधवारी चालेल,'' अँजेला डायरीतील रिकाम्या पानाकडे बघत म्हणाली.

“पण कुठे भेटायचं?”

“ला बाचा चालेल?” हेन्री म्हणाला. त्यांच्या फर्मचे सीनिअर पार्टनर आपल्या महत्त्वपूर्ण क्लाएंट्सना नेहमी तिथेच घेऊन जायचे, हे त्याला आठवलं. “आठ वाजता चालेल?”

“हो. अगदी काहीही प्रश्न नाही,” अँजेला म्हणाली.

हेन्री ठरलेल्या वेळेच्या वीस मिनिटं आधीच रेस्टॉरंटमधे उगवला. त्याने संपूर्ण मेनूकार्ड कितीतरी वेळा वाचून काढलं. आज दुपारच्या जेवणाच्या सुट्टीत बाहेर पडून त्याने एक नवा शर्ट आणि सिल्कचा टाय खरेदी केला होता. काचेच्या शोकेसमधे एक सुंदर ब्लेझर कोट लावून ठेवलेला होता. खरं तर आपण तोही घ्यायला हवा होता, असं त्याला राहून राहून वाटत राहिलं.

आठ वाजून गेल्यानंतर अँजेला ला बाचामधे शिरली. तिने कसाबसा गुडघ्यापर्यंत पोचणारा फिकट हिरवा फुलाफुलांचा ड्रेस घातला होता, तिने खूप सुंदर केशभूषा केली होती. पण तसं तिला सांगण्याचं धैर्य काही हेन्रीला झालं नाही. तिच्या चेहऱ्यावर विशेष मेकअप नव्हता आणि गळ्यातली एक नाजूकशी मोत्याची माळ वगळता तिने आणखी काहीही दागिने घातलेले नव्हते. ही गोष्ट तर हेन्रीला फारच आवडली. अँजेला टेबलापाशी येताच हेन्री अदबीने उठून उभा राहिला. गेल्या कित्येक वर्षांत असं कुणी केल्याचं अँजेलाला आठवत नव्हतं.

आता सगळा वेळ हिच्याशी बोलायचं तरी काय– अशी काळजी हेन्रीला मनातून वाटत होती. त्याला लोकांशी गप्पा मारणं मुळीच जमायचं नाही. पण सगळा वेळ अँजेलाचीच बडबड चालली होती. अखेर हेन्रीने वाईनची दुसरी बाटली मागवली. ही गोष्टही आजवर त्याच्या आयुष्यात कधीच घडलेली नव्हती.

जेवणानंतर कॉफी आली. कॉफीचे घुटके घेताना हेन्री म्हणाला, “तुझ्या उत्पन्नाला थोडी जोड नेण्याची एक नवी योजना माझ्या डोक्यात आली आहे,”

“आता आपण धंद्याचं नको ना बोलायला,” अँजेला त्याच्या हाताला हळूच स्पर्श करत म्हणाली.

“अग मी धंद्याचं नाहीच बोलणार,” हेन्री म्हणाला.

अँजेलाला दुसऱ्या दिवशी सकाळी झोपेतून जाग आली. आळस देता देता आदल्या दिवशी हेन्रीबरोबर घालवलेल्या सुखद संध्याकाळच्या आठवणीने तिला हसू फुटलं. जाता जाता तो एक वाक्य म्हणाला होता त्याचा अर्थ तिला नीटसा उमगला नव्हता. ‘जुगारातून मिळवलेल्या पैशांवर टॅक्स पडत नाही एवढं नीट लक्षात ठेव.’ काय असेल बरं त्याच्या म्हणण्याचा अर्थ?

हेन्रीला मात्र संध्याकाळी अँजेलाच्या सहवासात घालवलेला प्रत्येक क्षण नीट आठवत होता. विशेषत: त्याने जाता जाता एक गोष्ट तिला सांगितली होती. ती फारच महत्त्वाची होती. रविवारी तो जरा लवकर उठला आणि त्याने आपण आखलेल्या योजनेची कागदावर तपशीलवार नोंद करण्यास सुरुवात केली. आता त्याला अनेक बँकांमधे खाती उघडावी लागणार होती, असंख्य स्प्रेडशीट्स बनवावे लागणार होते आणि बचतीची एक दीर्घ मुदतीची योजना बनवावी लागणार होती.

त्यानंतर दुसऱ्या दिवशीच्या अखेरीस त्याने पार्क लेनवरील हिल्टन हॉटेलकडे आपला मोर्चा वळवला. तो हॉटेलात पोचला तेव्हा मध्यरात्र उलटून गेली होती. हेन्रीच्या एका हातात एक काळी बॅग आणि दुसऱ्या हातात छत्री होती. त्याने आखलेल्या नाट्यपूर्ण योजनेत त्याला जी महत्त्वाची भूमिका बजावायची होती, त्यासाठी त्याचा अवतार योग्यच होता.

वेस्ट मिन्स्टर आणि सिटी कॉन्झर्वेटिव्ह असोसिएशन तर्फे आजोजित करण्यात आलेला बॉल डान्सचा कार्यक्रम आता संपत आला होता. हेन्री आत शिरला तेव्हा पार्टीला आलेले लोक फुगे फोडत होते. काहीजण ग्लासातले शँपेनचे शेवटचे घोट संपवत होते. एक टोकाशी असलेल्या टेबलापाशी अँजेला बसली होती. तिच्या समोर टेबलावर चेक्स व रोख रक्कम असे दोन ढिगारे केलेले होते. तिचं लक्ष गेलं. हेन्रीला तिथे आलेलं आणि तेही अशा अवतारात आलेलं पाहून तिला आपल्या चेहऱ्यावरचं आश्चर्य लपवता आलं नाही. हेन्रीने आपण येणार असल्याचं खरंतर तिला सांगितलं होतं. आपली योजनाही समजावून सांगितली होती. पण मध्यरात्रीपर्यंत तो आला नव्हता. तो येणारच नाही आणि अगदी जरी आला तरी आपण त्याच्या या बेताला मुळीच मंजुरी द्यायची नाही, असं तिने मनाशी ठरवूनच ठेवलं होतं.

अँजेलाने त्याला पाहून 'हॅलो' वगैरे म्हणण्यापूर्वीच तो तिच्याजवळ बसला आणि म्हणाला, "रोख रक्कम किती?"

"बावीस हजार तीनशे सत्तर पौंड," ती म्हणाली.

हेन्रीने बराच वेळ लावून ती रक्कम मोजली व मगच ती सर्व रक्कम आपल्या जवळच्या जुन्यापुराण्या बॅगेत भरली. अँजेलाचा हिशेब बरोबरच होता. त्याने तिला पावती दिली. ती पावती मात्र एकोणीस हजार चारशे पौंडांची होती.

"सी यू लेटर," असं म्हणून हेन्री तिथून निघाला. अँजेला मंत्रमुग्ध होऊन त्याच्या दूर जाणाऱ्या आकृतीकडे पाहात राहिली. आत्ता काहीतरी करून त्याच्या मागे पळत जायला हवं, त्याला थांबवायला हवं... असे विचार तिच्या मनात गर्दी करू लागले. एवढ्यात तिच्या विचारांची तंद्री मोडत कुणीतरी तिला म्हणाले, "वा, अँजेला वा, नेहमीसारखंच या वेळेसही फार उत्तम आयोजन होतं बरं!" कौन्सिलर पिकरिंग म्हणाले.

"थँक यू," अँजेला बॉलडान्स कमिटीच्या चेअरमनचे आभार मानत म्हणाली.

एवढ्यात हेन्री हॉटेलच्या दारातून घाईने बाहेर पडला होता. आपलं अतिसामान्य, कुणाच्याही लक्षात न राहाण्यासारखं रूप हा आपला दोष नसून गुण आहे, याची जाणीव आज प्रथमच त्याला होत होती. तो सर्वांत प्रथम जवळच्या एच.एस.बी.सी. बँकेतील सेफ डिपॉडिट व्हॉल्टपाशी गेला. त्याने धडधडत्या हृदयाने बॅगेतील रकमेपैकी एकोणीस हजार चारशे रुपये मोजून ते त्या लॉकरमधे ठेवले. उरलेले दोन हजार नऊशे सत्तर पौंड त्याने आपल्या बॅगेतच ठेवले. त्याने नंतर एक टॅक्सी थांबवली आणि टॅक्सी ड्रायव्हरला शहराच्या वेस्ट एंड भागातील एक पत्ता दिला.

थोड्या वेळाने टॅक्सी एका इमारतीबाहेर थांबली. हेन्री आजवर येथे कधीच आलेला नव्हता. तो एक कॅसिनो– जुगाराचा अड्डा होता. गेली वीस वर्षं त्यांचे अकाऊंट्स बघण्याचं काम हेन्रीचंच होतं.

ब्लॅक एस कॅसिनोच्या रात्रपाळीच्या मॅनेजरचं लक्ष गेलं. मि. प्रेस्टन यांना कॅसिनोत शिरताना पाहून तो क्षणभर दचकलाच. आज अचानक रात्रीच्या वेळी तपासणी करायला आले आहेत की काय हे? पण तसं काही नसावं, कारण मि. प्रेस्टन त्याच्याकडे लक्षही न देता थेट एका रौले टेबलाकडे (चक्र फिरवून आकडा लावण्याच्या जुगाराच्या खेळाकडे) वळले.

दर वर्षी एप्रिल महिन्यात या कॅसिनोचा ताळेबंद हेन्री जातीने तपासत असल्यामुळे त्याला इथे नक्की काय चालतं याची व्यवस्थित कल्पना होती. जागा भाडं, कर्मचाऱ्यांचे पगार, पहारेकरी व सुरक्षा यंत्रणेवर होणारा खर्च आणि काही महत्त्वाच्या क्लाएंट्ससाठी मोफत जेवणखाण व ड्रिंक्स असा सगळा खर्च वजा होऊनसुद्धा दरवर्षी या क्लबचा भरमसाठ फायदा होत होता. पण अर्थात इथे येऊन पैसे कमावणं अथवा जवळ असलेले पैसे घालवणं या दोन्हीमधील काहीच हेन्रीला करायचं नव्हतं.

हेन्री त्या रौले टेबलापाशी एका खुर्चीत बसला. आपला आजचा रंग तांबडा, त्याने ठरवलं. त्याने आपल्या बॅगेतून दहा दहा पौंडांच्या दहा नोटा काढल्या व त्या काऊंटरवरच्या माणसाला दिल्या. त्याने त्या शांतपणे मोजल्या व त्या बदल्यात हेन्रीला दहा निळ्या पांढऱ्या चकत्या दिल्या.

रौले टेबलाच्या भोवती काही लोक आधीपासूनच खेळत बसले होते. वेगवेगळ्या आकड्यांवर वेगवेगळ्या रकमा दाखवणाऱ्या चकत्या लावत होते. पाच, दहा, वीस, पन्नास आणि अगदी क्वचित कुणीतरी शंभर पौंड किमतीची सोनेरी चकतीसुद्धा लावत होते. एका माणसाकडे तर केवळ सोनेरी चकत्यांची चळत होती व प्रत्येक वेळेस चक्र सुरू होण्याआधी तो त्यातील चकत्या हिरव्या रंगात असलेल्या वेगवेगळ्या आकड्यांवर वाटेल तशा फेकत होता. अर्थातच सगळ्यांचं लक्ष त्या विक्षिप्त माणसावर खिळलेलं होतं.

सगळे त्याच्याकडे बघण्यात गर्क असताना हेन्रीने गुपचूप आपले दहा पौंड

तांबड्या रंगावर लावले. चक्र सुरू झालं. त्यावरचा पांढरा चेंडू उसळी मारून या आकड्यावरून त्या आकड्यावर झेपावू लागला, चक्र थांबत असताना तो अखेर तांबड्या रंगातील एका चौकोनात एकोणीस आकड्यावर स्थिरावला. काऊंटवर हेन्रीला दहा पौंडाची एक चकती परत मिळाली. टेबलापलीकडच्या सोनेरी चकत्या लावणाऱ्या त्या जुगाऱ्याचा मात्र तोटाच तोटा होत चालला होता.

जिंकलेली एकुलती एक चकती खिशात टाकून हेन्री चक्र सुरू होण्याची वाट बघत बसला. आत्तासुद्धा त्याने जुनी चकती परत तांबड्याच रंगावर लावायचं ठरवलं होतं.

चक्र फिरून यावेळी चेंडू काळ्या रंगाच्या चार आकडा लिहिलेल्या चौकोनात स्थिरावला. हेन्री आपली दहा पौंडाची तांबड्या चौकोनातील चकती हरला. आणखी दोनदा खेळून हेन्रीचा तोटा भरून निघाला. आता त्याने खिशातून आणखी एक दहा पौंडाची चकती काढून तांबड्या रंगावर लावली. आपल्या जवळची सगळी रोख रक्कम या जुगाराच्या चकत्यांमधे बदलायची असेल आणि भरपूर जुगार खेळूनही न जिंकता किंवा न हरता होती तेवढीच रक्कम परत मिळवून घरी जायचं असेल, तर त्यासाठी आपल्याला न दमता, न कंटाळता याच पद्धतीने खूप वेळ खेळत राहावं लागणार हे त्याला माहीतच होतं. हेन्री काही इतर जुगाऱ्यांप्रमाणे अस्वस्थ, उतावीळ झालेला नव्हता. इथे येण्यामागे त्याचं एकमेव उद्दिष्ट होतं– ते म्हणजे इतकं जपून खेळायचं, की सोबत आणलेली रक्कम घरी जाताना फार वाढताही कामा नये आणि फार कमीही होता कामा नये. त्याने परत एकदा एक दहा पौंड किमतीची चकती तांबड्या रंगाच्या चौकोनात ठेवली.

असे तीन तास लोटले. एव्हाना त्याने बरोबर आणलेली सगळीच्या सगळी, म्हणजे एकोणतीसशे सत्तर पौंडांची रक्कम खेळून टाकली होती. कधी जिंकून तर कधी हरून आता त्याच्याकडे जवळपास तेवढ्या रकमेच्या चकत्या जमा झाल्या होत्या. शिवाय त्याच्या वागण्याचा कोणालाही संशय आलेला नव्हता. आता हेन्री रौले टेबलपासून उठला आणि बारकडे निघाला. अगदी हेन्रीवर कुणी पाळत ठेवलीच असती, तर त्याच्या एकंदर जिंकण्याचा आणि हरण्याचा हिशेब मांडल्यानंतर त्याला या सर्व प्रकारात विशेष काही नफा अथवा तोटा झालेला नाही, एवढी गोष्ट त्यांच्या लक्षात आली असती. पण नाहीतरी हे सगळं सव्यापसव्य करण्यामागचा हेन्रीचा हेतू तोच तर होता. आता त्याच्या योजनेचा दुसरा टप्पा चालू होणार होता.

हेन्री बारपाशी जाऊन एका उंच स्टूलवर बसला. त्याची जुनीपुराणी बॅग आता पूर्णपणे रिकामी होती, तर त्याचे खिसे प्लॅस्टिकच्या चकत्यांनी भरलेले होते. शेजारच्याच स्टुलावर एक स्त्री बसली होती. ती एकटीच असावी. तिने हेन्रीकडे लक्षही दिलं नाही. तोही तिच्याशी काही बोलला नाही. थोड्या वेळाने अँजेलानं

आपल्या हातातला आधीचा ग्लास संपवून दुसऱ्यांदा ड्रिंक ऑर्डर केलं. आता हेन्री खाली वाकला. अँजेलाने आपली हँडबॅग दोन्ही स्टुलांच्या मधोमध उघडी करून ठेवली होती. कुणाच्याही नकळत हेन्रीने आपल्या खिशांमधील सर्व चकत्या काढून त्या बॅगेत टाकल्या. त्यानंतर तो तडक उठून दाराकडे चालू लागला.

मॅनेजरने घाईने बाहेरचं दार त्याच्यासाठी उघडून धरलं.

"लवकर परत या, सर." तो अदबीने म्हणाला.

आता हा सगळा खेळ यानंतरचे कित्येक महिने असाच चालणार होता. हेन्री बाहेर पडला तो जवळच्या भुयारी रेल्वेच्या स्टेशनकडे निघाला.

अँजेलाने खाली वाकून आपली बॅग बंद केली. त्यानंतर सावकाश हातातलं ड्रिंक संपवलं. बारमधे आल्यापासून दोन माणसांनी तिच्याशी बोलण्याचा प्रयत्न केला होता. अजूनही आपण कुणाला आकर्षक वाटू शकतो या विचाराने ती मनोमन सुखावली. ती आता स्टुलावरून उतरून हातात बॅग पकडून कॅशिअरच्या खिडकी समोरच्या रांगेत जाऊन उभी राहिली. तिचा नंबर आल्यावर तिने आपल्या जवळच्या दहा दहा पौंड किमतीच्या चकत्या कॅशिअरसमोर ठेवल्या आणि तिथेच वाट पाहत थांबली.

"कॅश का चेक, मॅडम?" कॅशिअरने विचारलं.

"चेक, प्लीज." अँजेला म्हणाली.

"चेक कुणाच्या नावाने काढायचा?" कॅशिअर म्हणाला.

चेहऱ्यावरचे भाव किंचितही न बदलता ती म्हणाली "मिसेस रूथ रिचर्ड्स."

कॅशिअरने मिसेस रूथ रिचर्ड्सच्या नावे चेक बनवला व त्यावर रक्कम लिहिली, एकोणतीसशे तीस पौंड. अँजेलाने ती पाहिली. हेन्री चाळीस पौंड हरला होता. ती गालातल्या गालात हसली. नंतरच्या संपूर्ण एक वर्षाचा हिशेब केला, तर हा तोटा निश्चितच भरून निघेल, असं त्याने तिला समजावून सांगितलं होतं. आपण इथे खरं तर जुगार खेळून पैसे मिळवत नसून, फक्त जवळ असलेल्या रोख रकमेचं चेकमधे (म्हणजेच काळ्या पैशांचं पांढऱ्या पैशांत) रूपांतर करतोय, हे त्यानं तिला नीट पटवून दिलं होतं. शिवाय नंतर तो चेक मिसेस रूथ रिचर्ड्स नामक स्त्रीच्याच खात्यावर जमा होणार होता. त्या बाईंचा व अँजेलाचा काहीच संबंध नव्हता.

अँजेलानं बाहेर जाण्यासाठी सावधगिरीने इकडे तिकडे पाहिलं. मॅनेजर कोणाशीतरी बोलण्यात गुंतला होता. तो माणूस आज बरीच रक्कम हरला होता. मॅनेजर बहुदा त्याचं सांत्वन करत असावा. त्याच्या नकळत अँजेला हळूच बाहेर पडली. कोणत्याही कॅसिनामधे हरणाऱ्यांपेक्षा जिंकणाऱ्यांवर तिथल्या लोकांची बारीक नजर असते, हे हेन्रीने तिला समजावून सांगितलं होतं. त्यामुळे इथून पुढे कधीही आपण कुणाच्या नजरेत भरेल असं वर्तन करायचं नाही, असं तिने ठरवलं होतं.

हेन्रीने आणखी एका गोष्टीची तिला कल्पना दिली होती. इथून पुढे हेन्रीने आणि

अँजेलाने चारचौघांत एकमेकांशी बोलताना दिसणं योग्य नव्हतं. प्रत्येक कार्यक्रमानंतर हेन्री जेव्हा रोकड रक्कम घ्यायला येई, तेव्हा क्षणभर आणि त्यानंतर काही तासांनी एखाद्या कॅसिनोच्या बारमधे एकमेकांच्या शेजारी बसल्यावर क्षणभर ते दोघं एकमेकांच्या सहवासात येत, तेही अगदी ओझरते. त्या दोघांचं एकमेकांशी काहीतरी प्रेमप्रकरण चालू आहे, अशी कोणाचीही समजूत होऊन चालणार नव्हतं. ही गोष्ट मात्र अँजेलाला मनातून मुळीच पटली नव्हती. जराशा नाराजीनेच तिने ते मान्य केलं होतं. हेन्रीने तिला आणखी एक सल्ला दिला होता. चॅरिटीच्या किंवा निधी गोळा करण्याच्या कुठल्याही कार्यक्रमात देणगीदारांकडून अँजेलाने स्वत:च्या हाताने रोख रक्कम कधीच गोळा करू नये, असं हेन्रीचं म्हणणं होतं. ''ते काम स्वयंसेवकांवर सोपव,'' हेन्री म्हणाला होता, ''जर काही गडबड घोटाळा झालाच, तर तुझा संशय कोणालाही यायला नको.''

नुसत्या मध्यवर्ती लंडनमधेच एकशे बारा कॅसिनो आहेत. त्यामुळेच हेन्री आणि अँजेलाला एका वर्षात एकाच कॅसिनोत दुसऱ्यांदा कधीच यावं लागलं नाही.

त्यानंतरची तीन वर्षं हेन्री आणि अँजेला आपली वार्षिक सुट्टी एकाच वेळी घेत, नेहमीच ऑगस्ट महिन्यातच. पण ते एकाच ठिकाणी एकत्र कधीही जात नसत.

ऑगस्ट महिन्यात सुट्टी घेण्याचं कारण एवढंच होतं, की अँजेलाचे क्लाएंट असलेल्या बऱ्याच संस्था आपला वार्षिक स्नेहसंमेलनाचा कार्यक्रम या एका महिन्यात कधी घेत नसत. अँजेलाचा खरा कामाचा मोसम सप्टेंबरपासून डिसेंबरपर्यंत असे. या काळात तर हेन्रीला लंडनमधेच असणं भाग होतं.

त्यांच्या या योजनेतले सगळे नियम जरी हेन्रीनेच आखले असले, तरी अँजेलाने त्यात एक कलम स्वत: वाढवलं होतं. एखाद्या क्लाएंटच्या कार्यक्रमात जमलेली रक्कम त्याच क्लाएंटच्या गेल्या वर्षी जमलेल्या निधीहून कमी असेल, तर त्यावर हेन्री व अँजेलाने हात साफ करायचा नाही, असं ते कलम होतं. आणि असं असूनसुद्धा हेन्रीला रिकाम्या हाताने कार्यक्रमानंतर परत जायची वेळ फार कधी आली नाही. हेन्रीलाही अँजेलाची ही अट मंजूर होती.

दोघं अजूनही वर्षातून एकदा मि. प्रेस्टन यांच्या (म्हणजे हेन्रीच्या स्वत:च्याच) ऑफिसात भेटून मिसेस फॉर्स्टर यांच्या (म्हणजे अँजेलाच्या) अकाऊंटची चर्चा करत. त्यानंतर बरोबर एक आठवड्याने दोघे ला बाचा येथे डिनरलाही जात. गेल्या तीन वर्षांत अँजेलाच्या विविध खात्यांमधे दोन लाख सदुसष्ट हजार नऊशे पौंड, तीन लाख अकरा हजार एकशे पन्नास पौंड आणि तीन लाख चौसष्ट हजार सहाशे दहा पौंड जमा झालेले होते. ही सर्व रक्कम चेकने लंडनमधील वेगवेगळ्या बँकांमधे मिसेस रूथ

रिचर्ड्स यांच्या नावे असलेल्या खात्यांवर जमा झालेली होती. दोघंही या कोणत्याही गोष्टीचा डिनरच्या वेळी उल्लेखसुद्धा करत नसत. हेन्रीच्या शिरावर आणखीही एक जबाबदारी होती. ही रक्कम अत्यंत काळजीपूर्वक गुंतवण्याची. शेवटी तो काही जुगारी नव्हता, तर एक हुशार अकाऊंटंट होता. पण अकाऊंटंट म्हणून काम करण्याचा आणखीही एक फायदा असतो. आपल्याच क्लाएंटपैकी कोणती कंपनी चांगली आहे, कोणाला वाईट दिवस आले आहेत, याची बित्तंबातमी अकाऊंटंटला नेहमीच असते. त्यामुळे गुंतवणूक करणं सोपं जातं. कोणताही चेक हेन्री किंवा अँजेलाच्या नावावर जमा नसल्यामुळे कोणत्याही नफ्याशी त्यांचा थेट संबंध कोणालाही दाखवता आला नाही.

त्यांचे पहिले दहा लाख जेव्हा जमा झाले, तेव्हा थोडा धोका पत्करूनसुद्धा आपण हा आनंद साजरा करायचा, असं हेन्रीने ठरवलं. अँजेलाच्या मनात वेस्ट हॉल्किन स्ट्रीटवरच्या एका हॉटेलात जायचं होतं, पण ती कल्पना हेन्रीला पसंत पडली नाही. त्याने नेहमीप्रमाणे ला बाचामधेच टेबल बुक केलं. उगीच फार महागड्या हॉटेलात जाऊन उगीच कशाला लोकांच्या मनात संशय निर्माण करायचा?– असं त्याचं मत होतं.

जेवता जेवता हेन्रीने आणखी दोन सूचना केल्या त्यातली पहिली सूचना अँजेलाने आनंदाने मान्य केली. दुसरी सूचना ऐकल्यावर ती गंभीर झाली. तिला त्याविषयी आत्ताच बोलायचं नव्हतं.

अँजेलाने आपले पहिलेवहिले दहा लाख पौंड काढून घेऊन ते देशाबाहेर असलेल्या कूक आयलँड्स येथील एका बँकेतील खात्यात जमा करावे व एकीकडे हेन्रीने तिच्यासाठी विविध मार्गांनी गुंतवणूक करत राहावी, ही त्याची पहिली सूचना होती. पुढचे दहा लाख जमा झाले की तेसुद्धा परत देशाबाहेरील याच खात्यात जमा करावे, असंही त्याने सुचवलं.

हे ऐकून अँजेला खूष झाली व आपल्या हातातील ग्लास उंचावून म्हणाली, "मंजूर!" ती हेन्रीला चिडवत म्हणाली, "मि. चेअरमन, आजच्या आपल्या बैठकीतील पुढचा मुद्दा कोणता?" त्यानंतर हेन्री थोडा गंभीर झाला. हा आजपर्यंत जमवून आणलेला सगळा बेत जर का फसला, काही कारणाने त्यांचा खोटेपणा उघडकीला येण्याची शक्यता निर्माण झाली, तर अशा परिस्थितीत अँजेलाने कोणती सावधगिरी बाळगायची, काय काय पावलं उचलायची याचा तपशील त्याने तिला नीट समजावून सांगण्यास सुरुवात केली. पण अँजेलाला ते सगळं ऐकायची फारशी इच्छा नव्हती. तिच्या उत्साहावर विरजण पडल्यासारखं झालं.

पण हेन्रीने तरीही सर्व काही तिला समजावलं व अखेर आपल्या हातातील ग्लास उंचावला. निवृत्त होण्याच्या कल्पनेने आज पहिल्यांदाच त्याला मनातून इतका आनंद

झाला होता. साठाव्या वाढदिवशी आपला निरोपसमारंभ होईल, आपले सहकारी आपल्याला पार्टी देतील ही कल्पना त्याला सुखद वाटत होती.

त्यानंतर बरोबर सहा महिन्यांनी 'पिअरसन, क्लटरबक अँड रेनॉल्ड्स'च्या चेअरमनकडून फर्ममधे काम करणाऱ्या सर्व कर्मचाऱ्यांना निमंत्रणं गेली. जवळच्याच एका थ्री स्टार हॉटेलमधे हेन्री प्रेस्टन यांचा निरोपसमारंभ आयोजित करण्यात आला होता. चाळीस वर्षांच्या निरलस सेवेबद्दल फर्म त्यांची आभारी होती.

हेन्रीला मात्र स्वत:च्याच या निरोपसमारंभाला जाता आलं नाही. त्याने आपला साठावा वाढदिवस तुरुंगाच्या गजाआड साजरा केला आणि तोही केवळ आठशेवीस पौंडांच्या किरकोळ रकमेसाठी.

●●●

असं कसं झालं? हिशोबात आठशेवीस पौंड कमी भरत होते. मिस फ्लॉरेन्स ब्लेन्किन्सोप यांनी आकडेमोड परत परत तपासून पाहिली. त्यांची काहीही चूक झालेली नव्हती. जमा होणारी रक्कम त्यांनी अगदी शेवटी मोजून पाहिली होती. तेव्हा त्यांचा सर्व हिशोब बरोबर होता. पण त्यानंतर तो अनाहूत पाहुणा चट्ट्यापट्ट्याचा सूट घालून, हातात एक कळकट बॅग घेऊन बॉलरूममधे आला आणि सगळे पैसे रोख घेऊन गेला. जाण्यापूर्वी अर्थातच त्याने घेतलेल्या रकमेची पावती स्वयंसेविकेजवळ दिली. पण आता त्यांच्या अंदाजापेक्षा हिशोबात आठशेवीस पौंड कमी भरत होते. या घोटाळ्यात अँजेलाचा काही संबंध असणं शक्यच नव्हतं. सेंट कॅथरीन्स कॉन्व्हेन्टमधे अँजेला त्यांची विद्यार्थिनी होती. मिस ब्लेन्किन्सोप यांनी मनातला विचार दूर ढकलला. आपलीच काहीतरी चूक झाली असेल म्हणून त्या गप्प बसल्या. शिवाय गेल्या वर्षीच्या मानाने या वर्षी बराच जास्त निधी गोळा झालेला होता.

पुढच्या वर्षी त्यांच्या कॉन्व्हेन्टचा शताब्दी महोत्सव होता. त्यावेळी एक मोठा बॉलडान्स आयोजित करण्याचे बेत मिस ब्लेन्किन्सोपच्या मनात आत्तापासूनच सुरू झाले होते. तिने आपल्या सर्व कमिटी मेंबर्सना त्यासाठी कामाला जुंपलं होतं. खरं तर मिस ब्लेन्किन्सोपना सेंट कॅथरीन कॉन्व्हेन्टच्या मुख्याध्यापक पदावरून निवृत्त होऊन चांगली सात वर्षं लोटली होती. पण अजूनही आपल्या कमिटी मेंबर्सना त्या आपल्या तरुण विद्यार्थिनींसारखंच वागवीत.

अखेर शताब्दी महोत्सवाचा बॉलडान्स व्यवस्थित पार पडला. आपल्या भाषणात मिस ब्लेन्किन्सोप यांनी अँजेलाची खूप प्रशंसा केली. तिने वर्षभर घेतलेल्या अपार मेहनतीमुळेच हा कार्यक्रम इतका यशस्वी झाल्याचं त्यांनी सांगितलं. त्यानंतर त्या दिवशी ज्या काही देणग्या जमा झाल्या होत्या त्यापैकी रोख रक्कम मिस ब्लेन्किन्सोप

यांनी आज जातीने मोजून आपल्याजवळच्या एका छोट्या डायरीत तिची तपशीलवार नोंद ठेवली. त्यानंतर परत एकदा गेल्या वर्षीचा तोच अनाहूत पाहुणा परत एकदा तीच कळकट बॅग घेऊन आला आणि जमलेली कॅश बॅगेत घालून अदृश्य झाला. जाण्यापूर्वी त्याने घेतलेल्या रकमेची पावती मात्र दिली होती. चार दिवसांनंतर थोडा निवांतपणा मिळाल्यावर मिस ब्लेन्किन्सोप कार्यक्रमातून जमलेल्या निधीचा हिशोब जातीने मांडण्यासाठी बसल्या. परत एकदा तेच. निधी गेल्या वर्षीच्या मानाने कितीतरी जास्त जमला होता हे जरी खरं असलं, तरी आत्ता हिशोबवहीतील हिशोब आणि मिस ब्लेन्किन्सोप यांच्या डायरीतील घाईघाईने कार्यक्रमाच्या दिवशी खरडलेला हिशोब यात परत एकदा तफावत आली होती. यावेळी ही तफावत गेल्यावर्षीपेक्षा थोडी जास्त, म्हणजे दोन हजार पौंडांच्या वर होती.

संस्थेच्या अध्यक्ष लेडी ट्रॅव्हिन्टन यांच्यापाशी मिस ब्लेन्किन्सोप यांनी सलग दोन वर्षं घडत असलेल्या या गोष्टीचा उल्लेख केला. लेडी ट्रॅव्हिन्टन यांनी ही गोष्ट ताबडतोब आपल्या पतीच्या कानावर घातली. सर डेव्हिड (लेडी ट्रॅव्हिन्टन यांचे पती) यांनी ती गोष्ट लवकरात लवकर चीफ कॉन्स्टेबलच्या कानावर घालण्याचं आपल्या पत्नीला आश्वासन दिलं.

चीफ कॉन्स्टेबलना जेव्हा हिशोबातील गैरप्रकार समजला, तेव्हा त्यांनी त्याचे तपशील आपल्या चीफ सुपरिंटेंडंटकडे सोपवले व त्याला त्यात जातीने लक्ष घालायला सांगितलं. त्याने ते काम आपल्या हाताखालच्या चीफ इन्स्पेक्टरला दिलं. पण तो आत्ता एका महत्त्वाच्या खून खटल्याच्या तपासात गर्क होता. शिवाय लवकरच मादक अमली पदार्थांनं भरलेलं एक जहाज येणार असल्याची खबर हाती आली होती. त्यातील मालाची किंमत दहा लाख पौंडांच्या वर होती. त्याला आपल्या टीमचे काही लोक टेहळणीसाठी बंदरात पाठवायचे होते. त्यामुळे सेंट कॅथरीन कॉन्व्हेन्टच्या हिशोबात कुणी दोन हजार पौंडांची अफरातफर केलेलीच असली, तर त्याला आत्ता या क्षणी त्याचं काहीही सोयरसुतक नव्हतं. तो त्रस्त मुद्रेने कामासाठी बाहेर निघत असताना त्याला पोलीस ठाण्याच्या दारात एक नवीन लागलेली तरुण सार्जंट दिसली. तिला थांबवून तिच्या हातात सेंट कॅथरीन संस्थेच्या हिशोबाच्या अफरातफरीचे तपशील खरडलेला कागद देऊन तो म्हणाला, ''सार्जंट, पुढच्या महिन्यातील कमिटी मीटिंगपूर्वी या प्रकरणाचा नीट तपास करून व्यवस्थित अहवाल बनवा आणि तो मला आणून द्या.''

डिटेक्टिव्ह सार्जंट जेनेट सीटन नव्यानेच भरती झालेली होती. एखादी केस स्वतंत्रपणे सोडवायला मिळाल्याचा तिला इतका आनंद झाला की तिने त्याचा जातीने, सर्व शक्तीनिशी पाठपुरावा केला.

तिने सुरुवातीला मिस ब्लेन्किन्सोपचा इंटरव्ह्यू घेतला. त्यांनी तिला हवी ती सर्व

माहिती पुरवली. पण त्याच बरोबर या प्रकरणात आपल्या मुलींपैकी (त्या सर्व कमिटी मेंबर्सचा उल्लेख असाच करत!) कुणाचाही हात असणं शक्य नाही, याची त्यांनी ग्वाही दिली. एवढंच नव्हे, तर 'तुम्ही त्यांना या प्रकरणात मुळीच गोवू नका, त्यांचा इंटरव्ह्यू वगैरे घेऊ नका,' असंही जाता जाता सार्जंट जेनेटला बजावायला त्या विसरल्या नाहीत. त्या नंतर दहा दिवसांनी डिटेक्टिव्ह जेनेट सीटन हिने 'बेबिन्टन हंट बॉल'च्या कार्यक्रमाचं एक तिकीट विकत घेतलं. खरं तर हॉर्स रायडिंग कशाशी खातात हेही तिला माहीत नव्हतं.

डिटेक्टिव्ह जेनेट सीटन बेबिन्टन हॉलमधे आली आणि थोड्याच वेळात माईकवरून 'डिनर इज सर्व्हड्' अशी घोषणा झाली. जेनेट सीटनने कोपऱ्यातील एक टेबल निवडलं. आपल्या जागी बसण्याआधीच तिने अँजेला फॉर्स्टरला पाहिलं होते. जेनेट सीटनच्या टेबलापाशी आणखी काही तरुण बसले होते. तिला नाइलाजाने त्यांच्याशी थोडंफार औपचारिक संभाषण करणं भाग पडलं, पण तिची नजर मात्र अँजेलावरच खिळून होती. अखेर जेवण संपून कॉफी आली. आपली गाठ एका अत्यंत निर्ढावलेल्या गुन्हेगाराशी पडली आहे, हे एव्हाना डिटेक्टिव्ह जेनेट सीटन हिला कळून चुकलं होतं. मिस अँजेला फॉर्स्टर एकाच वेळी आलेल्या निमंत्रितांशी बोलणं, बँड, किचन, या सर्व गोष्टींवर लक्ष ठेवणं अशी तारेवरची कसरत अत्यंत लीलया करत होती. पण त्याहीपेक्षा अत्यंत महत्त्वाची गोष्ट अशी, की देणग्या गोळा करण्याच्या कामी मात्र तिचा जराही सहभाग नव्हता. स्वयंसेविकांचा एक घोळका ते काम एकीकडे पार पाडत होता. त्या अँजेला फॉर्स्टर हिच्याशी संपूर्ण वेळात एकदाही बोलल्या नाहीत.

थोड्या वेळाने बँडवर नृत्याचं संगीत वाजू लागलं. अनेक जोडपी नृत्य करण्यासाठी उठली. कितीतरी तरुण डिटेक्टिव्ह जेनेट सीटनला आपल्यासोबत नृत्य करण्याची विनंती करून गेले. पण नाइलाजाने तिने त्यातील प्रत्येकाला नकार दिला.

बघता बघता मध्यरात्र उलटून गेली. एक वाजण्याचा सुमार असावा. अचानक डिटेक्टिव्ह जेनेट सीटनला ज्या माणसाची प्रतीक्षा होती, तो उगवला. मिस ब्लेन्किन्सोप यांनी दिलेल्या वर्णनाशी मिळताजुळता अवतार होता त्याचा. बुटका, जाड, टक्कल, साठीच्या घरातला माणूस होता. हंट बॉलच्या या वातावरणात तो फारच विशोभित दिसत होता. तो खरं तर एखाद्या अकाऊंटंटच्या फर्ममधेच शोभला असता. जेनेट सीटनने त्या क्षणानंतर आपली नजर त्याच्यावरून एकदाही काढली नाही. बँडच्या मागच्या बाजूला तो माणूस अदृश्य झाला. डिटेक्टिव्ह जेनेट सीटन त्याच्या मागोमाग जाऊन जरा आड जागी उभी राहिली. आता तिला दुरून सर्व काही व्यवस्थित दिसत होतं. तो माणूस आणि मिस अँजेला फॉर्स्टर एका टेबलापाशी बसून नोटा मोजत होते. आपल्यावर कुणी पाळत ठेवून आहे, याची त्यांना मुळीच कल्पना नव्हती. अँजेला

व तो माणूस एक शब्दही एकमेकांशी बोलले नाहीत. त्या माणसाने चेकचे आणि रोख रकमेचे दोन वेगवेगळे ढीग केले.

हेन्रीने परत रोख रक्कम नीट मोजली. त्याने अँजेलाकडे पाहिलंसुद्धा नाही. त्याने सर्व रक्कम आपल्या जवळच्या कळकट बॅगेत भरली आणि अँजेलाच्या हातात एक रिसीट ठेवली. त्यानंतर तो हळूच बाहेर आला आणि प्रवेशद्वारातून बॉलरूमच्या बाहेर निघून गेला. तो फक्त सात मिनिटं त्या ठिकाणी होता. डिटेक्टिव्ह सीटनने तशी मनात नोंद करून ठेवली. हेन्री झपाझप चालत होता. काही अंतरावरून आपला कुणीतरी पाठलाग करतंय, याची त्याला मुळीच जाणीव नव्हती.

रात्रीचं आकाश निरभ्र होतं. रस्ते रिकामे होते. त्याचा पाठलाग करणं डिटेक्टिव्ह जेनेट सीटनच्या दृष्टीने फारसं अवघड काम नव्हतं. त्या माणसाला भलताच आत्मविश्वास वाटत असावा, कारण त्याने चोरट्या नजरेने एकदाही मागे वळून पाहिलं नाही. त्याच्या हालचालीत सराईतपणा होता. डिटेक्टिव्ह जेनेट सीटनला एकदाच झाडाआड लपावं लागलं, कारण ती ज्याचा पाठलाग करत होती तो माणूस नॅट वेस्ट बँकेच्या एका शाखेपाशी थांबला. त्याने हातातील बॅग उघडून एक पाकीट काढलं आणि ते बँकेच्या नाईट सेफमधे ठेवलं. त्यानंतर तो पूर्वीच्याच वेगाने पुढे निघाला. तो कुठे चालला होता बरं?

डिटेक्टिव्ह जेनेट सीटनपुढे आता दोन पर्याय होते. एक तर या अनोळखी माणसाचा पाठलाग करून तो कुठे जातो त्याचा तपास करायचा किंवा बेबिन्टन हॉलमधे परत जाऊन मिस अँजेला फॉर्स्टरच्या कारवायांवर नजर ठेवायची. पाठलाग हा नेहमी पैशाचा करायचा असतो– तिच्या अभ्यासक्रमातील प्रशिक्षक वारंवार म्हणायचा. ती बॅगवाल्या माणसाच्या मागावर निघाली. बघता बघता तो माणूस ट्रेन स्टेशनपाशी आला. डिटेक्टिव्ह जेनेट सार्जंटने मनातल्या मनात त्याला शिव्यांची लाखोली वाहिली. एक गोष्ट नक्की होती– कुठलं काम किती मिनिटात करायचं याचं अगदी व्यवस्थित, योजनाबद्ध वेळापत्रक त्या माणसानं आखलेलं होतं. तो माणूस गाडीत चढला. डिटेक्टिव्ह जेनेट सीटन शेजारच्या डब्यात चढली.

वॉटर्लू स्टेशन आल्यावर तो माणूस उतरला व थेट टॅक्सी स्टँडकडे चालू लागला. डिटेक्टिव्ह मात्र टॅक्सीसाठी वाट बघणाऱ्यांच्या रांगेत उभी न राहाता जरा आडोशाला उभी राहिली. त्या माणसाचा नंबर आल्यावर जी टॅक्सी पुढे आली, त्यात तो शिरला व ती टॅक्सी निघाली. डिटेक्टिव्ह जेनेट सीटनने धावत जाऊन लगेच मागे थांबलेली टॅक्सी अडवली व ड्रायव्हरला आपलं ओळखपत्र दाखवलं. त्या टॅक्सीकरता खोळंबून थांबलेल्या प्रवाशाची क्षमा मागून ती त्या टॅक्सीत शिरली आणि तिने ड्रायव्हरला पुढच्या टॅक्सीचा पाठलाग करण्याची सूचना दिली.

थोड्या वेळाने पुढची टॅक्सी ब्लॅक एस कॅसिनोच्या दारासमोर थांबली. आतला

बॅगवाला माणूस बाहेर पडला व टॅक्सीचे पैसे चुकते करून आत गेला. तो आत जाईपर्यंत डिटेक्टिव्ह जेनेट सीटन आपल्या टॅक्सीतच बसून होती. आता मात्र ती उतरली व टॅक्सीभाडं चुकतं करून कॅसिनोत शिरली. तिने आत गेल्यावर तात्पुरत्या सदस्यत्वाचा फॉर्म भरून दिला. आपण आत्ता इथे ड्यूटीवर आलो आहोत, ही गोष्ट तिला कॅसिनोच्या माणसांपुढे उघड करायची नव्हती.

डिटेक्टिव्ह सीटन आत शिरली व तिने गॅम्बलिंग टेबलांच्या भोवती फेरफटका मारला. तिला हवा असलेला माणूस एका रौले टेबलापाशी बसलेला तिला दिसला. टेबलाभोवती बघ्यांचा घोळका जमला होता. डिटेक्टिव्ह जेनेट सीटनही त्यांच्यात जाऊन उभी राहिली. आपल्याकडे बॅगवाल्याचं लक्ष तिला मुळीच वेधून घ्यायचं नव्हतं, कारण तिच्या अंगात उंची रेशमी निळा ईव्हिनिंग गाऊन होता. येथील वातावरणाला विसंगत अशी तिची केशभूषा आणि वेशभूषा होती. तो कदाचित आपल्याला ओळखेल, आपण बेबिन्टन हॉलपासून त्याचा इथवर पाठलाग करत आलो आहोत, हे त्याला कळेल, अशी भीती तिला वाटत होती.

नंतर बराच वेळ ती त्याच्या हालचालींवर लक्ष ठेवून उभी होती. दर थोड्या वेळाने तो आपली बॅग उघडून त्यातून नोटांचा एक जुडगा काढत होता व त्याच्या बदल्यात प्लॅस्टिकच्या (जुगार खेळण्याच्या) चकत्या घेत होता. असा आणखी एक तास गेला. आता बहुदा त्याच्या बॅगेतले सगळे पैसे संपले असावे, कारण तो उठला आणि थेट बारच्या दिशेने चालू लागला. त्याच्या चेहऱ्यावर दु:खी भाव होते.

त्याचं नक्की काय चाललं होतं ते डिटेक्टिव्ह जेनेट सीटनला कळून चुकलं. तो भामटा चॅरिटीच्या कार्यक्रमातून गोळा झालेल्या पैशांमधून आपला जुगाराचा नाद पुरवत होता. पण त्याच्या या भामटेगिरीत अँजेला फॉर्स्टरचा सहभाग होता का नाही, ते काही अजून समजलं नव्हतं.

डिटेक्टिव्ह जेनेट सीटन बारमधे जाऊन एका मोठ्या सुशोभित संगमरवरी खांबाआड उभी राहिली. तो माणूस आता एक उंच बार स्टुलावर बसला. त्याच्या शेजारच्या स्टुलावर तोकड्या निळ्या कपड्यातली एक स्त्री बसली होती.

या वेश्येला द्यायला त्याच्याकडे काही पैसे शिल्लक तरी आहेत का?– असा विचार डिटेक्टिव्ह जेनेट सीटनच्या मनात तरळून गेला. त्याचं जवळून निरीक्षण करण्यासाठी ती संगमरवरी खांबाआडून जरा पुढे झाली आणि बाहेर निघालेल्या हेन्रीशी तिची जवळपास टक्करच झाली. या माणसाने बारमधे येऊन एखादं ड्रिंकसुद्धा घेतलं नाही– ही गोष्ट डिटेक्टिव्ह जेनेट सीटनला जरा विचित्रच वाटली. कदाचित शेजारच्या स्टुलावर बसलेल्या त्या तोकड्या कपड्यातील बाईने त्याला झिडकारलं असेल.

हेन्रीने कॅसिनोच्या बाहेर पडतात एक टॅक्सी थांबवली. तो आत शिरला.

डिटेक्टिव्ह जेनेट सीटनने लागोपाठ आलेली दुसरी टॅक्सी पकडली. पुढची टॅक्सी प्युटनी ब्रिज पार करून नदीच्या दक्षिणेला जात राहिली. अखेर बऱ्याच वेळाने ती वँड्सवर्थमधील एका अपार्टमेंट बिल्डिंगसमोर थांबली. डिटेक्टिव्ह सीटनने आपल्या डायरीत त्या ठिकाणाचा पत्ता नोंदवून ठेवला व ती टॅक्सीने आपल्या घरी गेली.

दुसऱ्या दिवशी सकाळी डिटेक्टिव्ह जेनेट सीटनने आपला अहवाल चीफ इन्स्पेक्टरच्या समोर ठेवला. त्याने तो वाचला आणि तो गालातल्या गालात हसला व तसाच उठून थेट चीफ सुपरिंटेंडंटच्या ऑफिसात गेला. चीफ सुपरिंटेंडंटने ताबडतोब चीफ कॉन्स्टेबलला फोन लावला. चीफ कॉन्स्टेबलने ठरवलं– गुन्हेगाराला अटक झाल्याशिवाय वॉच कमिटी चेअरमन सर डेव्हिड यांना काहीही सांगायचं नाही. सरळ गुन्हेगारालाच नेऊन त्यांच्या समोर हजर करायचं. प्रकरण जेव्हा कोर्टापुढे जाईल तेव्हा इतक्या सबळ पुराव्यानिशी खटला उभा करायचा, की ज्युरींनी आरोपीला दोषी ठरवून तुरुंगातच पाठवलं पाहिजे.

आज बटरफ्लाय बॉलडान्सची पार्टी झाली होती. डान्सच्या हॉलपासून अगदी जवळच लॉईड्स बँकेचा ओव्हनाईट व्हॉल्ट होता. बटरफ्लाय बॉलमधून आणलेली रोकड हेन्रीने त्या लॉकरमधे ठेवली आणि तेथून तो चालतच निघाला. तो जेमतेम तीस यार्डसुद्धा चालला नसेल एवढ्यात मागून एक पोलीस गाडी आली व त्याला अडवून थांबली. आता पळ काढण्यात काहीच अर्थ नव्हता. एवढी ताकदही त्याच्या पायात नव्हती. शिवाय हा क्षण येणार हे त्याने अगदी सुरुवातीपासूनच गृहीत धरलेलं होतं आणि तसं घडलंच, तर काय काय करायचं याची मनोमन अनेकवार उजळणीसुद्धा केली होती. अगदी बारीकसारीक तपशीलासह. वॉच कमिटी मीटिंगच्या दोन दिवस आधी हेन्रीला अटक झाली.

हेन्रीने आपले वकील म्हणून मि. क्लिफ्टन-स्मिथ यांची निवड केली. गेली वीस वर्षं त्यांच्या फर्मचे अकाऊंट्स हेन्रीच बघत होता.

हेन्रीने अथपासून इतिपर्यंतची सर्व हकिकत आपल्या वकिलांना सांगितली. हे असं करण्यामागचं कारण त्यांना पटवून देण्यासाठी त्याने बराच युक्तिवाद केला. वकिलांनी त्याचं म्हणणं शांतपणे ऐकून घेतलं, ऐकता ऐकता बऱ्याच नोट्सही काढल्या. अखेरीस त्यांनी हेन्रीला एकच सल्ला दिला ''आपला गुन्हा क़बूल करून टाका!'' ते पुढे म्हणाले, ''अर्थात योग्य वेळी मी न्यायमूर्तीसाहेबांना गुन्हा घडण्यास कारणीभूत झालेल्या दु:खद परिस्थितीची कल्पना देईन आणि त्यांच्यापुढे दयेची याचनासुद्धा करीनच!''

खटल्याचं कामकाज चालू असताना अँजेलाशी संपर्क साधण्याचा हेन्रीने एकदाही प्रयत्न केला नाही. अँजेलाची या गुन्ह्यात हेन्रीला नक्की साथ होती, असं पोलिसांना वाटत होतं, पण ती गोष्ट ते सिद्ध करू शकत नव्हते. आपण दुसऱ्यांदा हेन्रीला त्या कॅसिनोत जाऊ द्यायला हवं होतं, उगाच घाईने आधी अटक केली... असं त्यांना वाटत राहिलं. शिवाय त्या बारमधे स्टुलावर बसलेली ती स्त्री कोण होती? ती तिथे हेन्रीची वाट बघत बसली होती का? हेही कळायला मार्ग नव्हता. स्पेशल क्राईम ब्रँचने नंतरचे कित्येक आठवडे वेगवेगळ्या कॅसिनोत भेटी दिल्या व त्यांच्याकडून ज्या कोणाला चेक्स इश्यू करण्यात आले, त्याच्या काऊंटरफाइल्स जप्त केल्या. परंतु आजपर्यंत कोणत्याही कॅसिनोने मिस अँजेला फॉर्स्टर अथवा मिस्टर हेन्री प्रेस्टन यांच्या नावे एकही चेक दिलेला नव्हता. याचा अर्थ हा बेटा हेन्री प्रत्येक वेळी जुगारात हरूनच परत येत होता का?

त्यानंतर त्यांनी अँजेलाने आयोजित केलेल्या प्रत्येक कार्यक्रमाचे हिशोब तपासले. त्यांना असं आढळलं, की दरवेळी रोख रक्कम मोजण्याची जबाबदारी हेन्रीचीच असे आणि तो रक्कम घेऊन जाण्यापूर्वी तशी रिसीटही देत असे. त्यानंतर पोलिसांनी कॉम्प्युटरवर तिच्या बँक अकाऊंटचीही पूर्ण तपासणी केली. त्यातील प्रत्येक नोंद तपासली. तिच्या खात्यात केवळ अकरा हजार तीनशे अठरा पौंड होते. गेल्या पाच वर्षांत त्या खात्यात फार मोठ्या रकमेची उलाढाल एकदाही झालेली नव्हती. डिटेक्टिव्ह जेनेट सीटन परत एकदा मिस ब्लेन्किन्सोप यांना जाऊन भेटली. अँजेलाच्या निर्दोषत्वाबद्दल त्यांना जराही शंका नव्हती. खऱ्या गुन्हेगाराला अटक झाली, याचा त्यांना फार आनंद झाला. "सेंट कॅथरीन कॉन्व्हेन्टची विद्यार्थिनी असलेली कोणतीही मुलगी इतकं निंद्य कृत्य करूच शकणार नाही," असं त्या म्हणाल्या.

चीफ सुपरिंटेंडंट अजूनही खून खटल्याच्या तपासात अडकलेलेच होते. मादक द्रव्यांच्या चोरट्या आयातीचं प्रकरणही अजून संपलेलं नव्हतं. तेव्हा सेंट कॅथरीन संस्थेच्या अफरातफर प्रकरणावर पडदा टाकण्यात यावा, ती फाईल आता क्लोज करावी असं त्यांनी घोषित केलं. गुन्हेगाराला अटक झालेलीच होती. शेवटी वर्षभरात घडलेल्या गुन्ह्यांचं आणि पकडण्यात आलेल्या आरोपीचं महत्त्व इतकंच, की वार्षिक अहवालाच्या स्टॅटिस्टिक्समधे त्यांचा अंतर्भाव करता यावा.

ट्रेझरी बँकेच्या लोकांना या प्रकणातील पैशांचा कोणत्याही चेक डिपॉझिटच्या स्वरूपात तपास लागू शकला नाही. त्यामुळे पोलिसांना वाटली तेवढी काही ही केस मजबूत उभी राहू शकत नव्हती. अखेर हेन्रीच्या वकिलाने पोलीस खात्याशी एक समझोता केला. आपले अशील मि. हेन्री प्रेस्टन हे एकंदर एक लाख तीस हजार पौंडांचा अपहार केल्याचं कबूल करतील आणि तेवढी नुकसान भरपाई स्वतःच्या

खिशातून भरतील. त्याबद्दल पोलीस खात्याने न्यायमूर्तींपाशी रदबदली करून त्यांना कमीत कमी शिक्षा होईल असं बघावं, असा तो समझोता होता.

खटला संपत आल्यावर न्यायमूर्तींनी आरोपीच्या वकिलांना जरा उपरोधाने विचारलं, "तुमच्या अशिलाच्या हातून हा गुन्हा घडण्यासाठी नक्कीच काहीतरी दुर्दैवी परिस्थिती कारणीभूत घडली असेल, नाही?"

आपल्या खुर्चीवरून सावकाश उठत हेन्रीचे वकील म्हणाले, "होय माय लॉर्ड. माझ्या अशिलाला दुर्दैवाने जुगार खेळण्याचं व्यसन आहे. ते या व्यसनाच्या पुरते आहारी गेलेले आहेत. पण ही गोष्ट त्यांनी कोर्टापासून लपवण्याचा जराही प्रयत्न केलेला नाही. त्यांचं आयुष्यात हे इतकं अध:पतन होण्यास दुर्दैवाने हे जुगाराचं व्यसनच कारणीभूत आहे. पण माय लॉर्ड, माझ्या अशिलाच्या हातून घडलेला हा पहिलाच गुन्हा आहे, हे कोर्टानं विचारात घ्यावं. यापूर्वी, हा गुन्हा घडण्यापूर्वी, त्यांनी समाजाचा एक आधारभूत घटक म्हणून काम केलेलं आहे. एक ऑनररी खजिनदार म्हणून स्थानिक चर्चमधे गेली कित्येक वर्षं त्यांनी अगदी प्रामाणिकपणे काम पाहिलेलं आहे. त्याची साक्ष तर खुद्द आपल्यासमोर त्या चर्चच्या धर्मगुरूंनीच दिली आहे, माय लॉर्ड."

एवढं बोलून हेन्रीच्या वकिलांनी थांबून जरा घसा खाकरला आणि ते पुढे म्हणाले, "माय लॉर्ड, आज आपल्या समोर एक निर्धन, निष्कांचन माणूस उभा आहे. पार मोडून, खचून गेलेला माणूस. निवृत्तीनंतरचं उर्वरित आयुष्य एकट्यानं काढायचंय त्याला. आपल्या कर्जदारांचं ऋण फेडण्यासाठी त्याला आपलं राहतं घरही विकावं लागलं." त्यांनी एक नाट्यमय पॉज घेतला आणि पुढे म्हणाले, "माय लॉर्ड, माझ्या अशिलाला झाली एवढी शिक्षा पुष्कळ झाली, असं आपल्यालाही नाही का वाटत? त्यांच्यावर दया करावी, एवढीच प्रार्थना माय लॉर्ड!" असं बोलून हेन्रीचे वकील खाली बसले.

न्यायमूर्तींनी एकदा त्यांच्याकडे रोखून पाहिलं आणि म्हणाले, "तुमचं म्हणणं तितकंसं योग्य नाही, कौन्सेलर. मि. प्रेस्टन हे एक व्यावसायिक असून त्यांनी आपल्या व्यावसायिक ज्ञानाचा दुरुपयोग केलाय. आणि मला एकदा तुमच्या अशिलांनाही चार गोष्टी सांगायच्या आहेत." असं म्हणून ते हेन्रीकडे वळले. "व्यसनाधीनता हे एक दुखणं आहे, मनाला जडलेला तो रोग आहे आणि आरोपीने तुरुंगातून सुटताक्षणीच या रोगावर इलाज करून घेतला पाहिजे."

त्यानंतर न्यायमूर्ती बराच वेळ थांबले. ते हेन्रीकडे टक लावून बराच वेळ बघत होते. अखेर ते म्हणाले, "मी तुम्हाला तीन वर्षांच्या तुरुंगवासाची शिक्षा देत आहे."

हेन्रीला सुरुवातीला फोर्ड ओपन प्रिझनमधे ठेवण्यात आलं. तो तुरुंगात भरती

कधी झाला आणि तिथून बाहेर कधी पडला हे कुणाच्या लक्षातसुद्धा आलं नाही. तुरुंगाच्या बाहेर जसा तो कुणाच्याही नजरेत न भरता जगायचा, तसाच इथेही तो होता. त्याला बाहेरून कुणी कधी पत्र पाठवत नसे, की तो कधी कुणाला फोन करत नसे. त्याला भेटायलाही कुणी कधी आलं नाही. त्याची शिक्षा अर्धी भोगून झाल्यावर, अठराच महिन्यांनंतर त्याची सुटका करण्यात आली. तो तुरुंगाबाहेर पडला तेव्हा तिथे त्याची प्रतीक्षा करत कुणीही थांबलेलं नव्हतं.

तुरुंगातून सुटताना सर्वच कैद्यांना मिळतात तसे त्यालाही पंचेचाळीस पौंड मिळाले, ते त्याने घेतले आणि तडक रेल्वे स्टेशनकडे गेला. त्यावेळी त्याच्या हातात एक जुनीपुराणी कळकट बॅग आणि थोडेफार कपडे तेवढे होते.

माजोर्का आयलंडवर मिस्टर आणि मिसेस ग्रॅहम रिचर्ड्स नामक जोडपं अत्यंत सुखासमाधानाने राहात आहे. खाडीच्या अगदी तोंडाशी त्यांचं सुरेखसं, लहानसं घर आहे. स्थानिक लोकांमधे दोघेही पतीपत्नी अल्पावधीतच लोकप्रिय झाले आहेत.

नुकतीच आयलंडवरच्या रॉयल ओव्हरसीज क्लबची वार्षिक सर्वसाधारण सभा झाली. सभेमधे चेअरमन आपल्या भाषणात अत्यंत अभिमानाने म्हणाले, ‘‘मला सांगण्यास अत्यंत अभिमान वाटतो, की नायजेरियन नॅशनल ऑईल कंपनीचे निवृत्त फायनान्स डायरेक्टर श्री. ग्रॅहम रिचर्ड्स यांनी आपल्या संस्थेचे खजिनदार म्हणून सूत्रे हाती घेतली आहेत. त्यांनी ज्या दिवसापासून हे पद स्वीकारलं, त्या दिवसापासून आपल्या संस्थेचा आर्थिक कारभार अत्यंत चोखपणे, सुसूत्रतेने व योजनाबद्ध रीतीने ते हाताळत आहेत.’’

एवढं बोलून त्यांनी जमलेल्या श्रोतृवर्गावर एक दृष्टिक्षेप टाकला आणि ते पुढे म्हणाले, ‘‘आणि हो. आणखी एक गोष्ट– त्यांच्या सुविद्य पत्नी रूथ यांनी आपल्या वार्षिक बॉलडान्सचं आयोजन करण्याची जबाबदारी स्वत:च्या शिरावर घेतली आहे.

द अलिबी

"खून करून पुन्हा नामानिराळा राहिला साला!" माईक म्हणाला.

"पण त्याला हे जमलं तरी कसं?" मी विचारलं.

"दोघा शाण्यांकडून कळलंय मला... म्हणजे ते खरंच असणार!" मिक म्हणाला, "आणखी कितीही पड्ढ्यांची साक्ष काढायला गेलात, तरी हाती वेगळं काही गावणार नाही. समजलं?"

"खरं तर मुळीच नाही समजलं," मी म्हणालो.

"मग आता तुम्हाला समजावून सागावंच लागणार." मिक म्हणाला. "हे बघा, गुन्हेगारांचे पण काही उसूल असतात. त्यातला एक उसूल म्हणजे, आपल्या दोस्ताच्या पोरीबरोबर काही लफडा करायचा नाही आणि त्यात आपला दोस्त जर कोठडीत बंद असेल, तर मग त्याच्या बायलीकडे मान वर करूनसुद्धा पाहायचं नाही. असा अलिखित नियमच आहे."

"पण अरे मिक, समजा एखाद्याला चांगली भली मोठी शिक्षा झाली असली, तर तेवढी वर्षं त्याच्या त्या बायलीने काय 'तसं'च... म्हणजे सोवळं राहायचं का रे? तिनं आपली भूक का मारायची?

"मुद्दा तो नाहीच आहे मुळी." मिक म्हणाला. "पीट पण तिच्यासाठी तसाच थांबणार होता ना? त्याने तसं मुळी वचन दिलं होतं."

"अरे, पण त्यात काय? त्याला नाहीतरी सहा वर्षं तुरुंगातच काढायची होती.

त्याच्यापाशी दुसरा पर्याय तरी होता का?''

"जेफ, जेफ, तुम्हाला माझ्या बोलण्यातला मुद्दा मुळी कळलेलाच नाहीये. उसूलच तसा आहे. आणि खरं सांगू, कॅरनसुद्धा पहिले सहा महिने अगदी धुतल्या तांदळासारखी राहात होती. मग त्यानंतर मात्र तिचं पाऊल वाकडं पडलं,'' मिक म्हणाला, "एक खरी अंदरकी बात सांगू? पीटचा जो जिवलग दोस्त ब्रायन, त्याने पूर्वी एकदा या कॅरनशी लफडं केलेलं होतं... नाही असं नाही. पण ते कधी? पीटचं आणि तिचं सूत जुळण्याआधी. पीट, ब्रायन आणि कॅरन तिघंही एकाच शाळेत जायचे ना? पण त्याचा तसा काही संबंध नाही. कारण पीटचं आणि कॅरनचं जमल्यानंतर मात्र कॅरनने तिचे सगळे धंदे पार बंद करून टाकले होते. ती पीटकडेच राहात होती. आता तरी कळलं का?''

"थोडं थोडं कळतंय,'' मी म्हणालो.

"एक लक्षात घ्या. हा नियम पीटला लागू पडतच नाही. कारण शेवटी किती झालं तरी तो पडला बाप्या गडी. यात आक्षेप घेण्यासारखं काय आहे. पुरुष तो पुरुषच. आपण सिंहासारखे असतो. त्या शेळ्या असतात शेळ्या.'' मिक म्हणाला. माझ्या मनात आलं– शेळ्या कसल्या, चांगल्या सिंहिणी असतात. पण मी माझे विचार माझ्यापाशीच ठेवले. मिक म्हणाला, "उसूल म्हणजे उसूल. आपला दोस्त खडी फोडत असताना त्याच्या पोरीबरोबर लफडा करायचा नाही!''

मी शेवटी माझ्या हातातलं पेन खाली ठेवलं. मिक ही जी नीतितत्त्वं आणि आचारविचारांचे नियम विषद करून सांगत होता, ते मी कान देऊन ऐकू लागलो. सेंट मिक म्हणजे एक वेगळंच प्रकरण होतं. तो इतके वेळा तुरुंगातून शिक्षा भोगून बाहेर पडायचा आणि परत गुन्हा करून लगेच आत यायचा, की जणू या दरवाज्यानं जाऊन लगेच त्या दरवाज्यातून परत यायचा. जाऊ दे, याच्या कथा नुसत्याच ऐकाव्या, डायरीत काही टिपणं वगैरे करायच्या फंदात पडूच नये, असं मी ठरवून टाकलं. मिक आता गोष्ट सांगण्याच्या रंगात आला होता. त्याच्या जिभेवर सरस्वती नृत्य करत होती. आता त्याला थांबवणं शक्य नव्हतं. निदान मला तरी. त्यामुळे आमच्या कोठडीचे दरवाजे बंद करून मला आत कोंडल्यानंतर माझी सुटका नव्हतीच. मग मी जिवाचा कान करून त्याची कथा एकू लागलो. पण पुढचं सगळं सांगण्याआधी थोडी पार्श्वभूमी सांगितली पाहिजे.

लिंकन जेलमधे मिक बॉईल आणि मी एकाच कोठडीत होतो. गेल्या सतरा वर्षांत मिक नवव्यांदा शिक्षा भोगण्यासाठी तुरुंगात दाखल झालेला होता. प्रत्येक वेळी गुन्हा एकच– घरफोडी. "बाकी काही असो, पण आपल्याला खूनखराबा आवडत नाही. कधीच नाही.'' मिक म्हणाला. माझ्या नजरेत स्वतःची प्रतिमा उजळ करण्यासाठी ही सगळी धडपड चाललेली होती. त्याला स्वतःला एकूण सहा मुलं

होती. ती त्याला पाच वेगवेगळ्या बायांपासून झालेली होती. ही माहितीही त्यानेच मला एकदा पुरवली होती. त्याच्या तोंडून हे ऐकल्यावर बहुदा माझ्या चेहऱ्यावर बरंच आश्चर्य उमटलं असावं. कारण तो म्हणाला, ''काळजी नका करू. सरकार त्या सगळ्यांची नीट काळजी घेतंय.''

मिक पुढे म्हणाला. ''बाईच हवी असेल, तर बाजारात काय कमी आहेत का? आपल्या दोस्ताच्या पोरीबरोबर लफडा करायची काय गरज आहे? काही झालं तरी आपल्यापैकी बरेचसे आत-बाहेर, आत-बाहेर करतच असतो की.'' आपल्या बोलण्यातील शाब्दिक कोटीवर स्वत:च खूष होऊन तो मोठ्यांदा हसला.

तर या मिकचा मित्र म्हणजे पीट बेली – आपल्या या कथेचा नायक म्हणा नाहीतर खलनायक म्हणा, ते तुमच्या बघण्याच्या दृष्टिकोनावर अवलंबून आहे. या पीट बेलीच्या नावे अनेक गुन्हे नोंदवण्यात आहे होते. चोरी, घरफोडी, दरोडेखोरी असे अनेक. शिवाय हा या वेळेचा गुन्हा पहिलाच नव्हता. पूर्वीचे अशाच स्वरूपाचे एकशेबारा गुन्हे त्याच्या नावावर होतेच. अर्थातच कोर्टाने त्याला दयाबुद्धी दाखवण्याची काडीमात्र शक्यता नव्हती.

''परिणाम? पीटला सहा वर्षांची सक्तमजुरी झाली.'' असं म्हणून मिक थांबला. त्याने एक प्रदीर्घ श्वास घेतला. ''आणि पीट तुरुंगात खडी फोडत असतानाच त्याने आपल्या जिवलग दोस्ताचा खून केला. एवढंच नव्हे, तर कोणाला त्याच्यावर ठपकासुद्धा ठेवता आला नाही.''

''खरंच, कसा काय आला नाही खुनाचा आळ त्याच्यावर?'' मी न राहवून विचारलं.

''तो त्यातून सहीसलामत सुटला. तुरुंगातलं त्याचं वागणं म्हणजे एकदम बेस्ट होतं. त्यामुळे जास्तीत जास्त तीन वर्षं शिक्षा भोगल्यावर आपली सुटका होणार, हे त्याला माहीतच होतं. तसं बेट्याचं लॉजिक पक्कं!'' मिक म्हणाला. ''त्यामुळेच त्या वेकफील्डच्या नरकात पंधरा महिने काढल्यावर त्यांनी त्याची रवानगी 'होल्सले बे' तुरुंगात केली.... खुल्या तुरुंगात. राहिलेली शिक्षा तिथे भोगण्यासाठी. तुरुंग कसला... साला हॉलिडे कॅंपच म्हणा ना.'' मिक म्हणाला, ''त्यामागची थिअरी अशी आहे, की शिक्षा भोगून आल्यानंतर बाहेरच्या समाजात परत जाण्याआधीची पूर्वतयारी म्हणून कैद्यांना या खुल्या तुरुंगात ठेवतात. कसली पूर्वतयारी... कप्पाळ माझं! या पीटनं सगळा वेळ या खुल्या तुरुंगात काय केलं... माहितीय? कुण्या भल्या माणसानं तुरुंगाच्या लायब्ररीत 'कंट्रीलाईफ' मासिकांच्या जुन्या अंकाचा एक गठ्ठाच आणून टाकला होता. पीटने ते सगळे अंक वाचून संपवले. अगदी शब्दन्‌शब्द. सुटल्यावर कुठल्या कुठल्या घरांवर दरोडा घालायचा याची नीट आखणीच करून ठेवली त्या पठ्ठ्यानं. आता या खुल्या तुरुंगात आणखी एक सवलत असते, त्याला आम्ही

आमच्या भाषेत 'एन्हान्समेंट' म्हणतो.''

''एन्हान्समेंट?'' मी न समजून म्हणालो.

''अहो, म्हणजे आणखी जास्त सवलती,'' मिक म्हणाला. ''आणखी थोडी मोकळीक... तुमची वागणूक जर चांगली असेल आणि गेल्या संपूर्ण महिन्याभरात तुरुंगातील इतर कैद्यांनी तुमच्याविषयी काही लेखी तक्रार नोंदवली नसेल, तर मग तुम्हाला आठवड्यातून एकदा तुमच्या नातेवाइकांना भेटण्याची परवानगी मिळते. नाहीतर इतर वेळी फक्त महिन्यातून एकदा अशी परवानगी असते.''

''एवढीच सवलत की आणखी काही?'' मी विचारलं.

''समजा एखादा कैदी सलग तीन महिने चांगला वागलेला असेल, त्याच्या नावावर काहीही रिपोर्ट नसेल, तर मग त्याला आणखी बरंच स्वातंत्र्य मिळतं. त्याला कोठडीत कमी वेळ डांबून ठेवतात. त्यातल्या त्यात चांगलं काम देण्यात येतं. काही तुरुंगात तर चक्क बरा पगारही मिळतो.''

''आणि ही रिपोर्टची काय भानगड आहे?''

''नावावर रिपोर्ट जमा व्हायला काही विशेष करावं लागत नाही. पहारेकऱ्याला नाहीतर दुसऱ्या कैद्याला शिवीगाळ करायची, कामावर उशिरा उगवायचं. समजा त्यांनी तुमची ड्रग टेस्ट घेतली आणि ती पॉझिटिव्ह आली, तर लगेच तुमच्या नावावर रिपोर्ट लिहिण्यात येतो. एकदा तर मी तुरुंगाच्या किचनमधून एक संत्रं पळवलं, तर माझ्या नावावर रिपोर्ट लिहिण्यात आला.''

''मग तुझा हा मित्र पीट? त्याच्यावर नाही का कधी अशी वेळ आली?''

''पीटवर? छे, कधीच नाही,'' मिक म्हणाला, ''अगदी सोन्यासारखं वागणं होतं त्याचं. कारण काय? त्याला आपल्या पोरीला भेटायचं होतं. मग हा पठ्ठा काय करतो ठाऊक आहे? तीन महिने गुराढोरासारखी मेहनत करतो, स्टोअरमधे काम करतो. स्वच्छता पाळतो. लगेच बॉस खूष. मग मिळतात सगळ्या सवलती. पुढच्या आठवड्यात पोरगी येऊन भेटते तुरुंगात.

''खुल्या तुरुंगात या अशा भेटी सगळ्यांत मोठ्या खोलीत होतात. कधी जिममधे तर कधी कँटीनमधेसुद्धा. शिवाय नेहमीच्या बंदिस्त तुरुंगात अशा भेटीच्या वेळीसुद्धा आजूबाजूला पोलिसांचे कुत्रे असतात, पहारेकऱ्याची नजर असते, शिवाय क्लोजसर्किट टी.व्ही.चाही वॉच असतोच. पण इथे खुल्या तुरुंगात... हे असलं काही नसतं. त्यामुळे रांड आणली की तिच्याबरोबर मजा मारता येते.'' एवढं बोलून मिक जरा वेळ गप्प बसला. मग पुढे म्हणाला, ''आता मजा मारता येते म्हणजे तशी जरा लिमिटमधेच. अगदी सगळं काही करता येत नाही. स्वीडनमधल्या तुरुंगासारखी इथे सेक्सला परवानगी नसते. काय बरं म्हणतात त्याला?''

''कॉंजुलग व्हिजिट,'' मी म्हणालो.

''जे काय असेल ते. पण शेवटी सेक्सच ना. आणि इकडे ते तसं काही करता येत नाही. फक्त जर कैद्यानं आपल्या रांडेशी जरा सलगी केलीच, तर पहारेकरी काणाडोळा करतो इतकंच. मागे तर एकदा एका तुरुंगात...''

''पीट. पीटचं काय झालं?'' मी त्याला मधेच थांबवून आठवण करून दिली.

''ओ, वेल. खरचं की. पीट. पुढच्याच आठवड्यात शनिवारी त्याची कॅरन त्याला भेटायला आली. सगळं काही ठीक चाललेलं. गप्पाटप्पा... सगळं व्यवस्थित. आणि अचानक पीट आपल्या दोस्ताचा, ब्रायनचा विषय काढतो. कॅरन गोरीमोरी होते. एक अक्षर बोलत नाही. पीटला काय ते लगेच कळतं. रांड साली... आपण तुरुंगात असताना आपल्याच दोस्तासोबत मजा मारते म्हणजे काय? म्हणजे आधीच पीट भडक डोक्याचा. त्यात हिच्या या असल्या वागण्यानं आगीत तेलच ओतल्यासारखं नाही का होणार? मग काय... पीट तिच्या अंगावर धावून गेला. कॅरनला पार भुईसपाट केलं त्यानं तिथल्या तिथे. भोंगा वाजला. गार्ड पळत आले. नुसती बोंबाबोंब झाली. शेवटी गार्डांनी झटापट करून त्याला कॅरनपासून लांब केलं आणि एकट्याला नेऊन एका कोठडीत डांबलं. तुम्ही कधी एकटे एका कोठडीत राहिला आहात का, जेफ?''

''नाही बुवा. अजून तरी तशी वेळ आलेली नाही.''

''आणि तशी येऊच नये. रिकामी कोठडी. पलंग नाही. जमिनीवर अंथरूण टाकून झोपायचं. कोपऱ्यात भिंतीला स्टीलचं बेसिन आणि कमोड. त्याचा फ्लश कधी चालत नाही. दुसऱ्याच दिवशी पीटच्या नावावर रिपोर्ट लिहिण्यात येतो. त्याला धरून गव्हर्नरच्या समोर उभा करतात. गव्हर्नर म्हणजे इथे तुरुंगात साक्षात परमेश्वरच तो! तुम्ही खरोखर दोषी आहात की नाही, हे तोच ठरवणार, जज्ज नाही. ज्यूरी नाही. साक्षी पुरावा काही काही नाही. होम ऑफिस रेग्युलेशन्स पुरेशी असतात.''

''मग पीटचं पुढे काय झालं?''

''मग काय? परत बंदिस्त तुरुंगात रवानगी झाली. दुसरं काय? त्याच दिवशी त्यांनी त्याला लिंकन जेलमधे धाडलं. शिवाय त्याच्या शिक्षेत तीन महिने वाढसुद्धा करण्यात आली. असं इतर काही गुन्हेगारांच्या बाबतीत तर घडलं ना, तर ते खुल्या तुरुंगातून बंदिस्त तुरुंगात गेल्यावर डोकं फिरल्यासारखं वागतात. तोडफोड करतात. मारामाऱ्या करतात, ड्रग्ज घेतात. कधी कधी तर स्वतःच्या कोठडीला आगसुद्धा लावतात. एकदा लिव्हरपूलमधे असताना माझ्याच कोठडीत अशा एका माथेफिरूला त्यांनी आणून ठेवलं. सुरुवातीला त्याला तीन वर्षांची शिक्षा झाली होती. पण अकरा वर्षांनंतर अजूनही तो तुरुंगातच आहे. त्याला गव्हर्नरसमोर जेव्हा उभं केलं होतं ना, तेव्हा तर– ''

''पीट,'' आवाजातला वैताग शक्य तेवढा लपवण्याचा प्रयत्न करत मी म्हणालो.

''हो, हो. पीट. पीटचं मात्र याच्या बरोबर विरुद्ध झालं.''

''याच्या विरुद्ध?''

''लिंकन जेलमधे त्याला नेऊन टाकल्यानंतर सगळा वेळ तो परत अगदी शहाण्यासारखा राहिला. तीन महिन्यांनंतर त्याला परत खुल्या तुरुंगात पाठवण्यात आलं. पूर्वीच्या सगळ्या सवलती परत चालू झाल्या. आता त्याला परत किचनमधे काम मिळालं. राब राब राबायचा तिथे. असे सहा महिने गेल्यावर त्याने एक विनंती केली. त्याचा एक जुना दोस्त नुकताच सुटला होता. पीटला त्याची भेट घ्यायची होती. त्याने आपल्या दोस्ताला तुरुंगात बोलावून घेतलं. पीटची वागणूक इतकी चांगली होती, की त्याला कोणाचीही भेट घेण्याची मुभा देण्यात आली होती– फक्त एक कॅरन स्लेटर सोडून. पण त्या बाजारबसवीचं तोंड परत बघण्याची पीटला मुळीच इच्छा नव्हती. तर पीटचा तो दोस्त त्याला भेटायला येतो. पीटला त्याच्याकडून काय कळतं?– ब्रायनचं आणि कॅरनचं लफडं जोरात चाललंय. इतकंच नव्हे, तर आता पीट गजाआड असल्यामुळे कॅरन खुशाल ब्रायनच्या घरीच जाऊन राहिली आहे. काय उलट्या काळजाची बाई आहे बघा,'' मिक म्हणाला. ''पीटचा दोस्त खराच जिवाभावाचा होता. तो तर पीटसाठी त्या ब्रायनचा काटा काढायलासुद्धा तयार होता.''

''पण मग?''

'' 'छे, छे. असला काही विचारही मनात आणू नको,' असं पीटनं त्याला सांगितलं. 'मी स्वत:च काय ते करीन त्याचं. योग्य वेळ आली की!' पण आपण काय करणार आहोत, कसं करणार आहोत, ह्या बद्दल मात्र पठ्ठ्यानं एक अक्षर काढलं नाही तोंडातून. त्याचं कारण असं, की कधी ना कधी तरी, कोणी ना कोणीतरी आपलं गुपित फोडेल, अशी त्याला भीती वाटत होती. तुमच्या राजकारणातही असंच असतं ना, जेफ?''

''पीट. पीटचं काय?''

''वेल. तर पीट अगदी शहाण्यासारखा वागत होता. कोठडी स्वच्छ ठेवायचा, कामचुकारपणा न करता व्यवस्थित काम करायचा, तोंडातून कधी अपशब्द बाहेर पडणार नाही. कधी शिवीगाळ नाही. त्याच्याबद्दल कधी रिपोर्ट झाला नाही. परिणाम? बारा महिन्यानंतर होलस्ले बेच्या खुल्या तुरुंगात त्याची रवानगी झाली. आता त्याच्या शिक्षेचे फक्त नऊ महिने उरले होते.''

''मग एकदा होलस्ले बेच्या तुरुंगात आल्यावर तिथून त्या कॅरनला भेटायचा प्रयत्न केला असेलच ना त्यानं?''

''नाही. मुळीच नाही. कुणालाही भेटायची इच्छा त्याने व्यक्त केली नाही. अगदी तिचं नावसुद्धा त्याने तोंडातून काढलं नाही.''

''त्याचा डाव तरी काय होता?'' मी अधिरतेने विचारलं.

“त्याचा फक्त एकच डाव होता जेफ. त्याला काहीही करून तुरुंगाच्या तिकडच्या भागात– एन्हान्समेंट ब्लॉकमधे आपली बदली करून घ्यायची होती.”

“मला नाही समजलं,” मी म्हणालो.

“त्याची तीच तर खेळी होती. तुम्हाला आधी जेव्हा होलस्ले बे मधे आणण्यात येतं, तेव्हा एक विसरू नका... तो खुला तुरुंग आहे. तर पहिल्या प्रथम तुम्हाला पहिल्या दोन ब्लॉक्सपैकी अलीकडच्या ब्लॉकमधल्या एका खोलीत ठेवण्यात येतं,”

“खरंच का?”

“होय. तिथे नॉर्थ ब्लॉक आणि साऊथ ब्लॉक आहेत. तिथे आणखी तीन महिने साधू संतासारखं वागायचं की मग तिथून तुम्हाला तिकडच्या एन्हान्समेंट ब्लॉकमधे पाठवतात. तिथे मग पाहिजे तेवढ्या सवलती!”

“म्हणजे कशा प्रकारच्या?”

“दर शनिवारी तुम्हाला तुमच्या दोस्ताला किंवा मैत्रिणीला भेटायची परवानगी असते. पण पीटला त्यात इंटरेस्ट नव्हता. तुम्हाला सोमवार ते शुक्रवार तुरुंगाबाहेरची नोकरीसुद्धा करण्याची मुभा असते. खरं तर सुटका होण्यापूर्वी पीटला चार पैसे कमावण्याची संधी आयती चालून आली होती. पण त्याचंही त्याला काहीच नव्हतं.”

“पण मग मिळत असलेल्या सवलतींचा जर काहीच फायदा करून घ्यायचा नसेल, तर त्या सवलती पदरात पाडून घेण्यासाठी एवढी धडपड करायची तरी कशाला?” मी विचारलं.

“तोच तर पीटचा डाव होता. जेफ, तुमचा एकच प्रॉब्लेम आहे बघा. तुम्हाला एखाद्या गुन्हेगारासारखा विचार करता येतच नाही.”

“पण मग पीटला काही झालं तरी स्वत:ची बदली त्या एन्हान्समेंट ब्लॉकमधे कशासाठी करून घ्यायची होती?”

“गुड क्वेश्चन, जेफ. पण त्यासाठी तुम्हाला आधी या संपूर्ण प्रकरणाची पार्श्वभूमी समजावून घ्यावी लागेल. पलीकडच्या एन्हान्समेंट ब्लॉकमधे रोज ड्यूटीवर पाच पहारेकरी दिवसा असतात. पण रात्रपाळीला मात्र दोनच असतात; ही माहिती पीटने आधीच काढून घेतलेली होती. त्याचं कारण असं, की जर एखादा कैदी एन्हान्समेंट ब्लॉकमधे आला असेल, तर त्याचा अर्थच त्याच्यावर भरवसा टाकायला हरकत नाही, असा असतो. त्यामुळेच तुरुंगात पहारेकरी कमी असले, तरी अडचण नसते. एक गोष्ट लक्षात घ्या, खुल्या तुरुंगात कोठड्या नसतात, खोल्यांना गज नसतात, कुलूप नसतं, तुरुंगाबाहेरच्या परिसराला उंच संरक्षक भिंतीपण नसतात. इथून कोणताही कैदी पळ काढत नाही.”

“पण असं कसं? इथून कुणीच कधी पळ कसा काय नाही काढत?”

“त्याचं कारण, एन्हान्समेंटपर्यंत जो कैदी पोचला आहे, जो खुल्या तुरुंगात

राहतोय, तो कशासाठी पळ काढेल?''

''का नाही काढणार?''

''साधं लॉजिक आहे. त्यांची शिक्षा अगदी संपत आलेली असते. आणि पळ काढू पाहणाऱ्या दहा कैद्यांपैकी नऊ मूर्ख नेहमीच पकडले जातात, हे जर आपण लक्षात घेतलं, तर अशा पकडलेल्या कैद्याला ते परत बंदिस्त तुरुंगात पाठवून देतात. शिवाय शिक्षेत वाढ होते ती वेगळीच. मग कुणी सांगितली आहे ही नसती उठाठेव? त्यात काही अर्थ नाही. मला अजून आठवतं. एक असाच भामटा होता. त्याचं नाव डेल. तो इतका मूर्ख होता, की– ''

''पीट. पीटचं काय झालं?'' मी आठवण करून दिली.

''किती उतावीळपणा जेफ. तुम्हाला एवढी घाई कसली आहे? तुम्ही पण इथेच आहात, मी पण इथेच आहे... तर मी काय सांगत होतो?''

मी माझ्या वहीतील पानावर नजर टाकून म्हणालो, ''दिवसा पाच पहारेकरी असतात पण रात्री मात्र फक्त दोनच असतात.''

''हां. बरोबर. पण एन्हान्समेंट ब्लॉकमधे आणखी एक नियम असतो. रोज सकाळी सात वाजता फ्रंट ऑफिसरपुढे जाऊन हजेरी लावावी लागते. त्याचप्रमाणे रात्री नऊ वाजताही त्याला तोंड दाखवावं लागतं. मी तुम्हाला सांगितलंच– पीटला प्रिझन स्टोअर्समधे नोकरी होती. नवीन भरती झालेल्या कैद्यांना गणवेष द्यायचे आणि आठवड्यातून एकदा इतर कैद्यांच्या लाँड्रीची व्यवस्था बघायची. त्यामुळे पीट कोणत्या वेळी कुठे असतो हे पहारेकऱ्यांना माहीत असायचं. हाच तर सगळा पीटचा डाव होता. अर्थात, काहीही असलं तरी रोज सकाळी सात वाजता आणि रात्री नऊ वाजता फ्रंट डेस्कवर जाऊन हजेरी लावणं त्यालाही बंधनकारक होतंच. त्यात एक दिवस जरी चूक झाली असती, तरी त्याच्या नावावर रिपोर्ट लिहिण्यात आला असता. आणि एकदा का तसं झालं असतं, की परत त्याची रवानगी नॉर्थ ब्लॉकमधे झाली असती आणि सगळ्या सवलती बंद झाल्या असत्या. म्हणूनच पीट सकाळी आणि रात्री फ्रंट डेस्कवर जाऊन हजेरी लावण्यास कधीही चुकत नाही, आपली खोली चकाचक स्वच्छ ठेवतो आणि रात्री अकरा वाजायच्या आत दिवा पण मालवून टाकतो.''

''हा ही सगळा पीटचा डाव असतो ना?''

''तुम्ही हुशार आहात हं. अगदी बरोबर ओळखलंत,'' मिक म्हणाला, ''पण पीटच्या मार्गात एक अडचण उभी राहिली– असंच म्हणतात ना, जेफ?''

मी नुसती मान हलवून होकार दिला. त्याच्या बोलण्यात खंड पडू देण्याची इच्छा नव्हती माझी.

''हं, तर रात्रीच्या वेळी साधारण एक वाजण्याच्या सुमारास एक पहारेकरी गस्त

घालून जायचा. परत पहाटे चार वाजताही एकदा तो सर्व काही जागच्या जागी आहे ना हे तपासून जायचा. खोलीच्या दाराचा पडदा बाजूला करून दाराच्या काचेतून आत बघायचा आणि एकदा पलंगाच्या दिशेने टॉर्चचा उजेड टाकून कैदी व्यवस्थित झोपलेला आहे ना, याची नीट खात्री करून जायचा. या दोन्ही वेळा पीटला पाठ होत्या. तो मध्यरात्री एकला दहा मिनिटं कमी असताना, त्याचप्रमाणे पहाटे चारला दहा मिनिटं कमी असताना बरोबर गजर लावून उठायचा आणि पहारेकरी तपासणीला आला की झोपल्याचं नाटक करून पडून राहायचा. महिनाभर नीट निरीक्षण केल्यावर एक गोष्ट पीटला शंभर टक्के कळून चुकली– रात्री एकला येणारा पहारेकरी आणि पहाटे चारला येणारा पहारेकरी हे दोघं वेगवेगळे असत. म्हणजे रात्रीच्या वेळी एकूण दोनच पहारेकरी असतात हे आता नक्की झालं. पण त्यातही जेव्हा मि. चेंबर्स आणि मि. डेव्हिस हे दोन पहारेकरी रात्रपाळीच्या ड्यूटीवर हजर होत, तेव्हा त्यांच्यापैकी कुणीच रात्री एक वाजता आणि पहाटे चार वाजता गस्त घालायला उठून येण्याचे कष्ट करत नसे. चेंबर्स झोपायचा, तर डेव्हिस टी.व्ही.समोरून हलतही नसे. आता पीट फक्त एकाच संधीची वाट बघत होता– चेंबर्स आणि डेव्हिस यांची एकत्र ड्यूटी कधी लागते याची.''

मिक पुढे म्हणाला, ''आता पीटच्या सुटकेला केवळ सहाच आठवडे उरले होते. पीट त्या रात्रीची हजेरी लावून खोलीत परत आला, तेव्हा ड्यूटीवर मि. डेव्हिस आणि मि. चेंबर्स होते. नऊ वाजता पीटने हजेरीपटावर सही केली तेव्हा चेंबर्स टी.व्ही.वरची फुटबॉल मॅच बघण्यात दंग होता. डेव्हिस टेबलावर पाय ठेवून कोक पीत 'द सन' मधलं स्पोर्ट्स पेज वाचत बसला होता. पीट वरच्या मजल्यावर आपल्या खोलीत गेला, त्याने दहा वाजेपर्यंत टी.व्ही. पाहिला आणि लगेच दिवा मालवला. त्याने अंगात ट्रॅकसूट घातलेला होता, तो तसाच ठेवला आणि डोक्यावरून पांघरूण घेऊन तो झोपला. रात्रीचा एक वाजून गेल्यावर त्याने जरा इकडची तिकडची चाहूल घेतली आणि तो हळूच खोलीबाहेरच्या पॅसेजमधे आला. आजूबाजूला कुणी नाही ना, ते त्याने नीट बघून घेतलं. चेंबर्स आणि डेव्हिस या दोघांपैकी कुणीही नव्हतं. मग तो पॅसेजच्या टोकाला गेला व तिथून त्याने संकटकाळी वापरण्याच्या जिन्याचं दार हळूच उघडलं. त्या दाराच्या फटीत एक कागदाचा जुडगा खुपसून मग ते दार हलकेच बंद केलं आणि जिन्याने बाहेर पळाला. त्यानंतर रात्रीच्या अंधारात जॉगिंग करत तो वूडब्रिजला पोचला. पीट रात्री आपलं काम उरकून किती वाजता परत आला कोण जाणे, पण दुसऱ्या दिवशी सकाळी सात वाजता तो हजेरी देण्यासाठी अगदी वेळेत हजर होता. मि. चेंबर्सने त्याच्या नावापुढच्या चौकटीत टिक केली. पीटने हजेरीबुकात नीट बघितलं. त्याच्या नावापुढे रात्रीचे नऊ, मध्यरात्रीचा एक, पहाटेचे चार आणि सकाळचे सात अशा चारही चौकटीत हजेरीचा टिकमार्क केलेला होता. मग पीटने

कँटीनमधे जाऊन सकाळचा नाश्ता केला आणि स्टोअर्समधे कामावार हजर झाला.''

''म्हणजे, तो खून करून त्यातून सहीसलामत सुटला?''

''अगदी तसंच काही म्हणात येणार नाही,'' मिक म्हणाला, ''दुसऱ्या दिवशी सकाळी पोलीस आले आणि त्यांनी तुरुंग अख्खा पिंजून काढला. पण त्यांचा संशय फक्त एकावर होता. तो माणूस त्यांना स्टोअरमधे सापडला. तो अर्थात पीट होता. त्यांनी त्याला अटक करून वूडब्रिजजवळच्या तुरुंगात नेलं आणि तिथे त्याच्यावर प्रश्नांची सरबत्ती सुरू केली. ब्रायन पॉवेल आणि कॅरन स्लेटर यांच्या खुनांच्या संदर्भात त्यांनी एक तास पीटला प्रश्न विचारून भंडावून सोडलं, त्या दोघांचे मृतदेह बिछान्यात आढळले होते. कुणीतरी गळा दाबून त्यांना ठार मारलं होतं. मी तर असं ऐकलं की दोघांची बिछान्यात गडबड चालू असतानाच त्यांचा कुणीतरी जीव घेतला म्हणे. पीटने फक्त एकच पालुपद लावलं होतं. 'गव्हर्नरसाहेब, मी कसा खून करणार? त्यावेळी मी तर तुरुंगात बंद होतो. तुम्ही मि. डेव्हिस आणि मि. चेंबर्सना विचारा. त्या रात्री तेच दोघं ड्यूटीवर होते.' या खून खटल्याचा तपास करणारे अधिकारी मग पीटच्या तुरुंगात तपासणीसाठी आले. त्यांनी हजेरीबुकातील नोंदी तपासल्या. ब्रायन आणि त्याच्या त्या रांडेला मध्यरात्री तीन ते पहाटे पाचच्या दरम्यान कुणीतरी गळा दाबून मारलं होतं. डॉक्टरांच्या म्हणण्याप्रमाणे मि. चेंबर्स यांनी जर स्वत:च्या डोळ्याने पीटला चार वाजता आपल्या खोलीत झोपलेला पाहिला असेल, तर त्याच वेळी तो वूडब्रिजमधे कसा असणार, नाही का?'' मिक म्हणाला.

''होम ऑफिसने या प्रकरणाची स्वतंत्रपणे चौकशी सुरू केली. आपण प्रत्येक कैद्याची मध्यरात्री एक वाजता आणि परत पहाटे चार वाजता जातीने तपासणी केली होती, असं चेंबर्स आणि डेव्हिस या दोघांनीही शपथेवर सांगितलं. दोन्ही वेळी पीट आपल्या बिछान्यात गाढ झोपलेला होता, असंही त्यांनी सांगितलं. त्यांच्या या बोलण्याला अर्थातच इतर अनेक कैद्यांनी आनंदाने पुष्टी दिली. चेंबर आणि डेव्हिस यांनी रात्री एकला तसंच पहाटे चारला गस्त घातली, आपल्या खोलीचा पडदा सारून आपल्या डोळ्यांवर फ्लॅश लाईट टाकला व त्यामुळे आपण जागे झालो, असंही अनेकांनी सांगिलं. त्यामुळे अर्थातच पीटची बाजू भक्कम झाली. रात्री एक आणि पहाटे चार वाजता पीट आपल्या बिछान्यात झोपलेला असल्यामुळे त्याने हा गुन्हा केला असणं शक्यच नाही, असा चौकशी समितीने निर्णय दिला.''

''छान... म्हणजे पीट गुन्हा करून त्यातून सहीसलामत सुटला म्हणायचा!'' मी म्हणालो.

''सहीसलामत सुटणं तुम्ही नक्की कशाला म्हणता त्यावर ते अवलंबून आहे,'' मिक म्हणाला, ''कारण पोलिसांनी पीटच्या नावे गुन्हा जरी दाखल केला नसला, तरी तपास अधिकाऱ्याने आपल्या अहवालात एक वाक्य लिहून ठेवलं होतं– 'अजून

कोणाचीही साक्ष काढायची नसल्यामुळे ही चौकशी येथेच थांबवण्यात येत आहे.' यातून त्याला काय सुचवायचं होतं, ते समजलं ना? चेंबर्स आणि डेव्हिस या दोघाही पहारेकऱ्यांच्या भविष्याच्या दृष्टीने ही गोष्ट मुळीच चांगली घडली नव्हती. या पीटला चांगली अद्दल घडवायची, असं दोघांनी ठरवलं.''

''पण पीटचे तर आता शिक्षा भोगण्याचे फक्त सहाच आठवडे राहिले होते. शिवाय त्याच्या वागण्यात कुठे काही खोट काढायला जागाच नव्हती ना?'' मी मिकला आठवण करून दिली.

''हो. पण पीटच्या सुटकेला थोडेच दिवस उरले असताना, चेंबर्सचा दोस्त असलेल्या एका पहारेकऱ्याने पीटवर स्टोअरमधून एक नवी कोरी जीन पँट चोरल्याचा आळ घेतला व त्याच्या नावावर तसा रिपोर्ट नोंदवला.''

''मग काय– पीटच्या शिक्षेत आणखी तीन महिने वाढ झाली असेल ना?''

''ही गोष्ट सहा वर्षांपूर्वीची आहे,'' मिक म्हणाला, ''आणि पीट अजूनही लिंकन जेलमधेच आहे.''

''पण असं कसं जमवून आणलं त्यांनी?''

''काही थोडे आठवडे गेले, की एखादा पहारेकरी पीटवर नवा एखादा आरोप ठेवतो, त्याच्या नावे रिपोर्ट लिहितो. पीट गव्हर्नरच्या समोर आला की त्याला आणखी तीन महिने शिक्षा मिळते. मला तर वाटतं, पीट आता जन्मभर लिंकन जेलमधे खितपत पडणार. वा... काय स्वातंत्र्य म्हणायचं हे!''

''पण हे असं चालतं?'' मी विचारलं.

''जेफ, इतका वेळ मी तुम्हाला काय सांगतोय? तुम्ही नीट लक्ष देऊन ऐकलं नाही वाटतं? दोन पहारेकरी मिळून जर एखादी गोष्ट खरोखर घडल्याचं सांगत असेल, तर त्याबद्दल कोणी शंका घेतच नाही. पाहिजे तर तुम्ही इथल्या कुठल्याही कैद्याला विचारा,'' मिक म्हणाला, ''आता तरी नीट समजलं का?''

''हो, हो. अगदी नीट समजलं.'' मी म्हणालो.

१२ सप्टेंबर २००२ रोजी सर्व्हिस इन्स्ट्रक्शन नं. ४७/२००२ जाहीर करण्यात आलं. त्यात असं म्हटलं होतं– एझे आणि कॉनर्स खटल्यात युरोपिअन कोर्ट ऑफ ह्यूमन राईट्सने दिलेल्या निर्णयानुसार, एखादा कैदी तुरुंगात शिक्षा भोगत असताना त्याच्या हातून आणखी एखादा गुन्हा घडला आणि त्याबद्दल जर त्याच्या शिक्षेच्या मुदतीत वाढ करण्याची गरज भासली, तर युरोपिअन कन्व्हेन्शन ऑफ ह्यूमन राईट्स

आर्टिकल नं. ६ मध्ये नमूद केल्यानुसार ही वाढ करण्याबाबातचा निर्णय देण्यासाठी एका स्वतंत्र चौकशी समितीची स्थापना करण्यात यावी. त्या समितीसमोर खटल्याची सुनावणी करण्यात यावी व त्यासाठी कैद्यांना कायदेशीर सल्ला सरकारतर्फे मोफत पुरवण्यात यावा.

१९ ऑक्टोबर २००२ रोजी पीट बेली याची लिंकन जेलमधून सुटका करण्यात आली.

अ ग्रीक ट्रॅजेडी

जॉर्ज टीसाकिरीस– एक धनाढ्य ग्रीक. जॉर्ज खरं तर खूप भाग्यवान आहे. भाग्यवान अशासाठी, की त्यानं स्वत:चं अर्धं आयुष्य लंडनमधे व्यतीत केलंय, तर अर्धं आपल्या मातृभूमीमधे म्हणजे अथेन्समधे. जॉर्ज आणि त्याचे दोन लहान भाऊ निकोलस आणि अँड्र्यू यांची एक यशस्वी साल्वेज कंपनी आहे. ही कंपनी त्यांच्या वडिलांकडून वारसाहक्काने त्यांच्याकडे चालत आली आहे.

जॉर्जची आणि माझी ओळख होऊन कित्येक वर्षं लोटली. एका लिलावाच्या कार्यक्रमात. हा लिलाव चॅरिटीसाठी मुद्दाम आयोजित केलेला होता. त्यातून जमा होणारा निधी रेड क्रॉसला देण्यात येणार होता. या कार्यक्रमाच्या संयोजक मंडळावर जॉर्जची पत्नी ख्रिस्तीना ही होती. तिने मला मुद्दाम खास निमंत्रण दिलं होतं. हा लिलाव माझ्याच हस्ते होणार होता.

मी आजपर्यंत अनेकदा अशा प्रकारच्या चॅरिटीसाठी आयोजित केलेल्या लिलावांना उद्घाटक म्हणून उपस्थित राहिलो आहे, लिलाव पुकारण्याचं कामही केलेलं आहे. प्रत्येक वेळी लिलावात विक्रीसाठी ठेवण्यात आलेल्या वस्तूंपैकी एक तरी वस्तू अशी निघते, की ती विकत घ्यायला कुणी पुढे येतच नाही. आजची रात्र पण त्या गोष्टीला अपवाद नव्हती. या लिलावासाठी संयोजक मंडळापैकीच एका सदस्याने एक तैलचित्र देणगी म्हणून दिलं होतं. ते चित्र लिलावात मांडण्यात आलं होतं. त्याचा लिलाव होऊन जी रक्कम हाती येईल, ती चॅरिटीच्या निधीमधे जमा करण्यात येणार

होती. ते तैलचित्र त्या सदस्याच्या मुलीने काढलेलं होतं. पण अगदी खरं सांगायचं तर ते इतकं सुमार दर्जाचं होतं, की गावच्या जत्रेतसुद्धा कोणी गिऱ्हाइकानं त्याच्याकडे ढुंकून पाहिलं नसतं. मी व्यासपीठावर चढून एकवार जमलेल्या प्रेक्षकांवर नजर फिरवल्यावर एक विचार माझ्या मनात चमकून गेला– आज या चित्रावर या प्रेक्षागारातून एकही जण उठून बोली लावणार नाही.

परंतु जॉर्ज किती दिलदार आणि मोठ्या मनाचा होता, हे तोपर्यंत मला माहीत नव्हतं.

त्या चित्राची पाळी येताच ते उंच उचलून सर्वांना दाखवत मी मोठ्यांदा म्हणालो, "या सुंदर चित्रासाठी पहिली बोली एक हजार पौंड. आहे का कुणी तयार?" मी अस्वस्थ होऊन इकडे तिकडे पाहिलं. पण मला त्या संकटातून सोडवायला कुणीच आलं नाही. "एक हजार पौंड?" मी परत एकदा आवाजामधली निराशा लपवण्याचा प्रयत्न करत म्हणालो. मी हताश होऊन खाली बसणार इतक्यात समोर जमलेल्या काळं डिनर जॅकेट परिधान केलेल्या उच्चभ्रू धनाढ्य लोकांच्या समुदायातून एक हात वर आला. तो हात जॉर्जचा होता.

"दोन हजार," मी परत म्हणालो. पण कुणालाही त्या चित्रात रसच नव्हता. "तीन हजार." आता मात्र मी जॉर्जच्या डोळ्यांत रोखून बघत म्हणालो. त्याने परत आपला हात उंचावला. "चार हजार." मी आता जरा जास्तच धिटाई दाखवत म्हणालो. पण इतर कोणी हालचालसुद्धा केली नाही. मी परत जॉर्जच्या रोखाने बघत ओरडलो, "पाच हजार." पुन्हा एकदा जॉर्जने हात उंचावला. त्याची पत्नीच संचालक मंडळावर होती ही गोष्ट लक्षात घेऊन मी आणखी ताणायचं नाही असं ठरवलं. "हे चित्र पाच हजार पौंडाला विकण्यात येत आहे." मी घोषणा केली; "मि. जॉर्ज टीसाकिरीस यांना." जॉर्जची पत्नी ख्रिस्तीना हिच्या चेहऱ्यावर सुटल्याचे भाव स्पष्ट उमटले होते.

त्यानंतर अशा कितीतरी चॅरिटीसाठी आयोजित केलेल्या लिलावांमधे गरीब बिचारा जॉर्ज– खरं तर श्रीमंत बिचारा जॉर्ज माझ्या मदतीला धावून आला. जी वस्तू विकत घ्यायला कोणीही तयार व्हायचं नाही, ती वस्तू जॉर्ज खरेदी करायचा. चॅरिटीच्या नावाखाली गेली कित्येक वर्षं मी जॉर्जला लुबाडून त्याच्याकडून किती पैसे काढले आहेत, ते देवच जाणे.

गेल्या वर्षी अशाच एका लिलावात मी त्याला उजबेकिस्तानच्या ट्रिपचा प्लॅन विकला, सोबत एरोफ्लोट कंपनीची इकॉनॉमी क्लासची दोन तिकिटंसुद्धा. त्यानंतर त्याच्या दानशूरपणाबद्दल त्याचे आभार मानण्यासाठी मी व्यासपीठावरून खाली उतरून त्याच्याकडे गेलो.

मी त्याच्या जवळच्या खुर्चीत बसत असताना जॉर्ज म्हणाला, "माझे आभार

मानायची काही आवश्यकता नाही. मी रोज सकाळी उठल्यावर देवाला हात जोडतो आणि जिवंत असल्याबद्दल त्याचे आभार मानतो. तुम्हाला कल्पना नाही... पण आज मी जो जिवंत आहे, तो केवळ नशीब म्हणूनच.''

''मी जिवंत आहे, तो केवळ नशीब म्हणूनच?'' मी आश्चर्याने विचारलं.

इथे मी एक गोष्ट नमूद करू इच्छितो. आपल्यापैकी प्रत्येक व्यक्ती म्हणजे एक जितंजागतं पुस्तक असतं– अशा अर्थाचं काहीतरी म्हणतात, ते काही मला तितकंसं खरं वाटत नाही. पण गेल्या इतक्या वर्षांच्या निरीक्षणानंतर आता एक गोष्ट मला कळून चुकली आहे. प्रत्येक व्यक्तीच्या आयुष्यात एक ना एक तरी घटना घडलेली असते... ही घटना त्या व्यक्तीच्या जिवाला चटका लावून, तिच्या आयुष्याला वेगळं वळण लावून जाते. निदान त्या व्यक्तीला तरी तसं वाटत राहातं. व त्या घटनेतून एक छानशी कथा जन्माला येऊ शकते. जॉर्जसुद्धा याला अपवाद नव्हता.

जॉर्ज आणि त्याच्या दोघा भावांमध्ये त्यांच्या कामाची व्यवस्थित वाटणी झालेली आहे. जॉर्ज कंपनीचं लंडन ऑफिस सांभाळतो तर निकोलस अथेन्समधील ऑफिसची व्यवस्था बघतो. ग्लोबल ऑपरेशन्स अर्थातच अँड्र्यू सांभाळतो, त्यामुळे एखाद्या क्लाएंटचं जर अगदीच दिवाळं वाजण्याची वेळ आली, तर त्याचं तारू किनाऱ्याला नेऊन लावण्यासाठी जी काही पडेल ती धावपळ तोच करतो.

जॉर्जच्या हाताखाली लंडन, न्यूयॉर्क आणि सेंट पॉल द व्हॅन्स येथील ऑफिसेस आहेत. पण तरीसुद्धा तो आपल्या मायदेशी म्हणजे साक्षात देवभूमी असलेल्या ग्रीसच्या भेटीला वारंवार परतून येत असतो. आपल्या भल्या मोठ्या कुटुंबाची भेट घेण्यासाठी! बहुतेक सर्व खानदानी श्रीमंतांची कुटुंबं ही भली मोठीच असतात, नाही का?

असाच एकदा डोर्चेस्टर येथे रेड क्रॉसच्या मदतीसाठी चॅरिटी बॉलचा कार्यक्रम होता. तिथेसुद्धा एक टीशर्ट लिलावात विक्रीला काढला होता. हा ब्रिटनच्या लायन्स या रग्बी टीमचा टीशर्ट असून त्यावर हरणाऱ्या संघाच्या सर्वच्या सर्व खेळाडूंनी स्वाक्षऱ्या केलेल्या होत्या. या टीशर्टकडे कोणीही ढुंकून बघायला तयार नव्हते, विकत घेण्याची तर बातच सोडा. मी शोधक नजरेने जॉर्ज कुठे दिसतो का, ते पाहिलं. पण आज तो आलेला नव्हता. तो आपल्या पुतणीच्या लग्नासाठी ग्रीसला गेला होता. ही पुतणी त्याची अत्यंत लाडकी होती. जॉर्जने आपल्या आयुष्यात घडलेल्या ज्या घटनेचा माझ्यापाशी उल्लेख केला, ती घटना नेमकी याच लग्नात घडली होती. जॉर्जच्या नशिबाची दोरी खरोखरच बळकट म्हणायची. अन्यथा त्याची आणि माझी परत काही गाठ पडू शकली नसती. तर त्या दिवशी तो लायन्स संघाचा टीशर्ट काही विकला गेला नाही.

जॉर्जची पुतणी इझाबेला ही सिफॅलोनिया मधे राहात असे. ग्रीसमधील हे एक निवांत रमणीय असं बेट आहे. आयोनियन समुद्रात एखाद्या पाचूप्रमाणे लखलखणारं हे बेट आहे. त्या बेटावरच्याच एका तरुणाच्या ही इझाबेला प्रेमात पडली. त्या मुलाच्या वडिलांच्या प्रचंड मोठ्या द्राक्षाच्या बागा होत्या आणि वाईन बनवण्याचा कारखाना होता. इझाबेलाचे वडील हयात नसल्यामुळे तिचं लग्न थाटामाटात करून देण्याची जबाबदारी जॉर्ज आणि ख्रिस्तीना यांनी आपल्या शिरावर घेतली. लग्नाचं रिसेप्शन वरपक्षाच्या निवासस्थानी करायचं ठरलं.

इंग्लंडमधे लग्नाचा सोहळा झाला की आप्तेष्ट, मित्रपरिवार आणि इतर निमंत्रित यांच्यासाठी एका मोठ्या रिसेप्शनचं आयोजन करण्यात येतं. हे नेहमी वधूच्या घराबाहेरील लॉनवर करण्यात येतं. पण तिथे पुरेशी जागा उपलब्ध नसेल, तर मग टाऊन हॉलमधे ते करतात. तिथे सुरुवातीला थोडीशी भाषणं होतात आणि वधू-वर जमलेल्या निमंत्रितांबरोबर थोडा वेळ घालवून तिथूनच थेट हनीमूनला रवाना होतात. त्यानंतर निमंत्रितही थोड्या वेळात आपापल्या घरी निघून जातात.

परंतु ग्रीसमधे मात्र लग्नाच्या रिसेप्शनची पार्टी मध्यरात्र उलटून गेल्यानंतरसुद्धा चालून असते. अगदी दुसऱ्या दिवशीची पहाट झाली तरी पार्टी रंगात असते. मद्याचे तर अक्षरश: पूर वाहत असतात. त्यात जर वराच्या वडिलांचाच द्राक्षाचा मळा आणि वाईनचा कारखाना असेल, तर मग काही विचारूच नका. ग्रीसमधे अनेक छोटी बेटं आहेत. एखाद्या बेटावरच्या तरुण तरुणीचं लग्न असलं, की अख्ख्या गावालाच निमंत्रण असतं. गावातला प्रत्येकजण समारंभाला हजेरी लावतो आणि वधूवरांना शुभाशिर्वाद देऊन मनसोक्त दारू पितो. त्यामुळे 'बिन बुलाए मेहमान' वगैरे संकल्पना ग्रीकांमधे नाहीच.

पण एक गोष्ट खरी– मुलीची आई जेव्हा लोकांना निमंत्रणं पाठवते, तेव्हा निमंत्रण पत्रिकेवर डाव्या कोपऱ्यात सोनेरी अक्षरात आर.एस.व्ही.पी. अशी अक्षरं काही थाटामाटात लिहिलेली नसतात. खरं तर आर.एस.व्ही.पी. असं जेव्हा निमंत्रण पत्रिकेवर लिहिलेलं असतं, तेव्हा आपण त्या कार्यक्रमाला नक्की उपस्थित राहणार असल्याची आगाऊ सूचना पत्राने अथवा फोनने कार्यक्रमाच्या आयोजकांना देणं आवश्यक असतं. पार्टीला साधारपणे किती लोक उपस्थित असतील, याचा अंदाज घेणं सोयीचं पडावं म्हणून ही पद्धत अस्तित्वात आली. पण ग्रीसमधे मात्र ही पद्धत कुचकामी ठरेल. कारण पत्रिकेवर आर.एस.व्ही.पी. असे शब्द कुणी जरी छापले, तरी एकही माणूस त्याच्या उत्तरादाखल आपण येत असल्याचं फोनने अथवा पत्राने कळवण्याचे कष्ट घेणार नाही. पण येतील मात्र सगळेच्या सगळे.

ग्रीस आणि इंग्लंड या दोन महान राष्ट्रांच्या परंपरांमधे आणखी एक फरक आहे. इंग्लंडमधे लग्नाच्या रिसेप्शनसाठी गावातील छत असलेलं बंदिस्त लॉन किंवा

टाऊन हॉल भाड्याने घ्यावा लागतो. परंतु ग्रीसमधे मात्र तशी गरज भासत नाही. ऐन उन्हाळ्यात इथे पाऊस कधीच पडत नाही. ग्रीसचं हवामान कोणत्या ऋतूमधे कसं असेल हा अंदाज कोणीही वर्तवू शकतो.

तर ठरल्याप्रमाणे लग्नाचा आदला दिवस उजाडला. 'आपण या कार्यक्रमाचे यजमान आहोत, त्यामुळे निदान आज तरी तू दारू पिऊन तर्र होऊ नको, आल्यागेल्याचं स्वागत करण्यासाठी शुद्धीत राहा.' असं ख्रिस्तीनानं जॉर्जला आधीच बजावून ठेवलं होतं. वराच्या वडिलांच्या मालकीचा वाईनचा कारखाना आहे, हे लक्षात घेता एकंदर कार्यक्रम व्यवस्थित पार पाडण्यासाठी निदान एका तरी माणसाचं डोकं ठिकाणावर असलं पाहिजे, असं तिचं मत होतं. जॉर्जने जरा नाइलाजानेच ही गोष्ट मान्य केली.

प्रत्यक्ष लग्नाचा सोहळा गावातील एका लहानशा चर्चमधे संपन्न झाला. वधूवरांनी उपस्थितांच्या साक्षीने एकमेकांना जन्मभर साथ देण्याच्या आणाभाका घेतल्या. चर्च पाहुण्यांनी खच्चून भरलं होतं. अर्थात त्यातील सगळेच निमंत्रित होते, असंही नाही. अनेकजण 'बिन बुलाए मेहमान'सुद्धा होते. जॉर्जने यजमानपद मोठ्या जबाबदारीने सांभाळलं. आपली पुतणी आणि तिचा प्रियकर यांचं लग्न लागलं, तेव्हा त्याचा ऊर अभिमानाने भरून आला. आज त्याच्या पुतणीच्या – इझाबेलाच्या – चेहऱ्यावर पांढराशुभ्र तलम बुरखा होता. पण तिच्या सौंदर्याचे त्या गावातील अनेक तरुण दिवाणे होते. तिचा पती ॲलेक्सिस कुलुकुंडिस उंचापुरा आणि सडपातळ होता. तो एक भल्यामोठ्या वाईनच्या कारखान्याचा वारस होता, हे आजतरी त्याच्या कमरेच्या घेराकडे बघून खरं वाटलं नसतं.

लग्नाचा सोहळा तर यथासांग पार पडला. इथे परत ब्रिटिश आणि ग्रीक परंपरेमधे थोडंफार साम्य आढळतं– अर्थात थोडंच, फार जास्त नाही. सोनेरी अंगरखे आणि उंच काळ्या हॅट्स परिधान केलेल्या दाढीवाल्या धर्मगुरूंनी लग्नविधी यथासांग पार पाडला. चर्चमधे सर्वत्र धुपाचा सुगंध दरवळू लागला. मंत्रोच्चारांनी अवघं वातावरण पवित्र होऊन गेलं.

लग्नाचा सोहळा एकदा पार पडल्यावर सर्व उपस्थित हळूहळू चर्चच्या बाहेर पडू लागले. सर्वांत प्रथम ख्रिस्तीना आणि जॉर्ज बाहेर पडले. रिसेप्शन जिथे आयोजित केलं होतं, तिथे लवकरात लवकर पोचून सर्व पाहुण्यांचं स्वागत करायचं होतं त्यांना.

रिसेप्शन वरपित्याच्या भल्या मोठ्या प्रासादतुल्य बंगल्याच्या बाहेरच्या लॉनवर ठेवण्यात आलं होतं. हा बंगला गावाबाहेर असलेल्या एका टेकडीच्या उतारावर होता. बंगल्याबाहेर प्रचंड मोठ्या द्राक्षाच्या बागा होत्या. तिथेच मोकळ्या जागेत रिसेप्शनची व्यवस्था केलेली होती. हळूहळू निमंत्रित जमा होऊ लागले. हसण्याखिदळण्याला आता ऊत आला होता. सर्वांत शेवटी वर आणि वधू पण आले.

वर आणि वधू येऊन पोचण्याआधी जॉर्जने किमान दोनशे पाहुण्यांशी हस्तांदोलन

केलं असेल. वर आणि वधू अवतरले ते मित्रांच्या घोळक्यासमवेतच. यातील बहुतेक सर्व मित्र दारूच्या धुंदीत तर्र होते. त्यांच्या हातात भरलेल्या बंदुका होत्या. ते मधूनच आनंदाने हातातल्या बंदुका उंच करून हवेत गोळ्यांच्या फैरी झाडत होते. ही खूप जुनी ग्रीक परंपरा आहे. मला वाटतं ही परंपरा इंग्लिश लोकांच्या पचनी पडणं फार कठीण आहे, मग तो समारंभ गावातील एखाद्या लॉनवर का असेना.

सगळं गाव त्या रिसेप्शनच्या समारंभाला लोटलं होतं. वधू-वर आणि त्यांचे कुटुंबीय वगळता बाकी विशेष कुणाला जॉर्ज आणि ख्रिस्तीना ओळखतही नव्हते.

वधूवरांसाठी अग्रभागी एक टेबल मांडण्यात आलं होतं. जॉर्ज मधोमध बसला होता. त्याच्या उजव्या हाताला इझाबेला तर डाव्या हाताला ॲलेक्सिस बसला होता. मेजवानीला सुरुवात झालेली. खाद्यपदार्थांचे नानाविध प्रकार बनवण्यात आले होते. वाईनचा तर जणू काही पूरच वाहत होता. हे लग्नाचं रिसेप्शन आहे, का मद्यधुंद पार्टी हेच कळत नव्हतं. पण अखेर बॅकस म्हणजे वाईनदेवता स्वत: ग्रीक होती ना!

दूरवर कॅथीड्रलच्या घड्याळात रात्रीच्या अकराचे टोले पडले आता बेस्ट मॅनने उठून वधूवरांना आणि जमलेल्या लोकांना उद्देशून छोटं औपचारिक भाषण करावं, असं जॉर्जनं त्याला सुचवलं. पण तो काही जॉर्जसारखा शुद्धीत नव्हता. त्याल दारू भरपूर चढली होती. तो उठून भाषणादाखल चार शब्द बोलला खरा. पण तो काय बोलत होता, ते त्याचं त्यालाही कळत नसावं आणि पाहुण्यांनाही. उद्या सकाळी उठल्यावर त्याला स्वत:च्या भाषणातला एक शब्दही आठवणार नव्हता, एवढं मात्र अगदी नक्की. त्यानंतर खुद्द नवरदेव भाषणासाठी उठले. इझाबेलासारखी सुंदर आणि गुणी मुलगी आपल्याला पत्नी म्हणून लाभली त्याबद्दल त्याने ईश्वराचे आभार मानले. त्याचे ते शब्द ऐकताच त्याचे दारू पिऊन तर्र झालेले मित्र उठले आणि त्यांनी आनंद व्यक्त करण्यासाठी हातातील बंदुका आकाशाकडे रोखून गोळ्यांच्या फैरी झाडल्या.

भाषणासाठी उठलेला शेवटचा वक्ता होता जॉर्ज. उशीर खूप झाला होता. पाहुण्यांच्या डोळ्यांत कंटाळल्याचे भाव होते. आजूबाजूला रिकाम्या बाटल्यांचा खच पडला होता. त्यामुळे त्याने आपलं भाषण थोडक्यात आवरलं. वरवधूंना सुखी वैवाहिक जीवन मिळावं अशी मनापासून प्रार्थना केली. (याचा सरळ सोप्या भाषेत अर्थ त्यांच्या वंशवेलीवर लवकरच पुष्कळ फुलं फुलू दे, असा होता!) त्यानंतर जे लोक आपल्या पायावर उठून उभं राहण्याइतपत शुद्धीत होतेत ते सर्वजण उठून उभे राहिले आणि त्यांनी टाळ्यांचा कडकडाट करून वधूवरांना शुभाशीर्वाद दिले. सर्वांनी इझाबेला आणि ॲलेक्सिसच्या नावांच्या घोषणा दिल्या.

टाळ्यांचा कडकडाट सुरू झाला आणि वाद्यवृंदाने सरगम छेडले. नवरदेव आपल्या जागेवरून उठला आणि आपल्या वधूकडे वळून त्याने उजवा हात पुढे करून तिला नृत्यासाठी पाचरण केलं. दोघं डान्स फ्लोअरवर आले व संगीताच्या

तालावर नृत्य करू लागले. लगेच नवरदेवाच्या उत्साही व मद्यधुंद मित्रांनी उठून बंदुका हवेत उंचावून गोळ्यांची फैर झाडली. त्यानंतर वरपिता व वरमाय नृत्य करण्यासाठी आले. थोड्याच वेळाने जॉर्ज व ख्रिस्तीनासुद्धा नृत्यात सामील झाले.

जॉर्जने सुरुवातीला आपल्या पत्नीबरोबर, त्यानंतर नववधूबरोबर आणि त्यानंतर तिच्या आईबरोबर नृत्य केलं. त्यानंतर मात्र तो परत समारंभाच्या अग्रस्थानी मांडलेल्या टेबलापाशी गेला. अनेक पाहुण्यांनी त्याच्याजवळ येऊन त्याच्याशी हस्तांदोलन केलं.

आता जॉर्ज आपल्या खुर्चीत जरा निवांत रेलून बसला आणि त्याने हातातल्या ग्लासात वाईन ओतून घेतली. आजचा कार्यक्रम आत्तापर्यंत तरी व्यवस्थित पार पडलेला होता. कुठे काही उणीव राहिली नव्हती. इतक्यात तो म्हातारा उगवला.

जॉर्जचं लक्ष गेलं, तर दूरवर मुख्य प्रवेशद्वारापाशी हातातल्या दोन काठ्यांचा आधार घेऊन तो उभा होता, एकटाच. जॉर्जने तातडीने आपल्या हातातला वाईनचा ग्लास समोरच्या टेबलावर ठेवला आणि तो उठून समोरच्या हिरवळीवरून चालत त्या पाहुण्याच्या स्वागताला गेला.

अँद्रियास निकोलस दोन्ही हातातल्या काठ्यांवर शरीराचा भार तोलत रेलून उभा राहिला होता. बिचाऱ्याला गावातल्या आपल्या कॉटेजपासून चालत, हा एवढा सगळा चढ चढून इथपर्यंत येताना किती श्रम झाले असतील– जॉर्जच्या मनात आलं. जवळपास अर्धा डोंगर चढून वर आला होता तो! जॉर्जने कमरेत झुकून अँद्रियासचं अभिवादन केलं. अँद्रियासची ख्याती केवळ सिफॅलोनिया गावापुरतीच मर्यादित नव्हती, तर अथेन्सच्या गल्ल्याबोळांतील लोकसुद्धा त्याचं नाव ऐकून होते. खरं तर तो इथली माती सोडून कुठेही कधीही गेलेला नव्हता. त्या गोष्टीबद्दल अँद्रियासला जर कुणी विचारलंच, तर तो म्हणायचा– ''नंदनवन सोडून कुणी कुठे जाईल का कधी?''

१९४२ साली सिफॅलोनिया बेटावर जर्मनांनी आक्रमण केलं होतं, तेव्हा अँद्रियास निकोलसने इथून पळ काढला होता. तो डोंगराळ भागात पळून गेला होता. वयाच्या अवघ्या तेविसाव्या वर्षी तो क्रांतिकारकांच्या चळवळीचा नेता बनला होता. जोपर्यंत त्याच्या मातृभूमीवर जर्मनांचा कब्जा होता, तोपर्यंत तो त्या डोंगराळ भागातच लपून छपून राहिला होता. त्याला पकडून देणाऱ्यास जर्मनांनी भलं मोठं बक्षीस जाहीर केलं होतं. परंतु अलेक्झांडरप्रमाणेच अँद्रियाससुद्धा आपल्या शत्रूला तडीपार केल्यानंतर मगच मायदेशी परतला.

१९४५ साली युद्धबंदी जाहीर झाल्यावर अँद्रियास परतला. त्यानंतर त्याची सिफॅलोनियाचा मेयर म्हणून निवड झाली. त्यानंतरची तीस वर्षं सतत तो बिनविरोध त्या पदावर निवडून येत राहिला. आता त्याने वयाची जवळपास नव्वदी गाठली होती. अवघ्या सिफॅलोनिया बेटावर एकही कुटुंब असं नसेल, ज्यांना अँद्रियासने आपल्या मातृभूमीसाठी केलेल्या त्यागाची जाणीव नसेल. अखखं गावच त्याचं ऋण मानत होतं.

आपण अँद्रियासचे नातेवाईक असल्याचं अनेक लोक मोठ्या अभिमानाने सांगत असत.

"गुड ईव्हिनिंग, सर," जॉर्ज आदरपूर्वक पुढे होत म्हणाला, "तुम्ही माझ्या पुतणीच्या लग्नाला मुद्दाम आलात, म्हणून आम्हाला सर्वांनाच खूप बरं वाटलं."

"अरे.... असं काय? खरं तर इथे यायला मिळणं हे मी माझंच भाग्य समजतो!" अँद्रियासही कमरेत वाकून अभिवादन करत म्हणाला. "त्यातून तुझ्या पुतणीचे आजोबा आणि मी युद्धात खांद्याला खांदा लावून लढलो. त्यातच त्यांना वीरमरण आलं," एवढं बोलून तो मिस्कीलपणे डोळे मिचकावत म्हणाला, "शिवाय म्हातारा असल्याने या बेटावरच्या प्रत्येक नववधूला किस करण्याचा हक्क मला आहेच."

जॉर्जने या सन्माननीय पाहुण्याला हाताला धरून अगदी सावकाश, सांभाळून, डान्स फ्लोअरच्या कडेकडेने आपल्या टेबलापाशी आणलं. त्या दोघांना जात असताना पाहून सर्व लोक नृत्य करायचे थांबले आणि त्यांनी टाळ्यांच्या कडकटात अँद्रियासचं स्वागत केलं. जॉर्जने टेबलापाशी पोचल्यावर आपली स्वत:ची मानाची खुर्ची त्याला दिली. आता जॉर्जच्या ऐवजी अँद्रियास वधूवरांच्या मधे बसला. जरा आढेवेढे घेतच. आपल्या शेजारी खुद्द अँद्रियासला बसलेलं पाहून इझाबेलाच्या डोळ्यांत पाणी तरारलं. तिने दोन्ही हात पसरून त्याला मिठीच मारली आणि म्हणाली, "आत्ता या लग्नाच्या समारंभाला खरी शोभा आली."

अँद्रियास मनापासून हसला आणि जॉर्जकडे बघून म्हणाला, "मी जेव्हा तरुण होतो तेव्हा सुंदर मुलींनी मला बघून अशी प्रतिक्रिया, अशा प्रकारे व्यक्त केली असती, तर काय मजा आली असती!"

त्यानंतर जॉर्जच्या त्या मानाच्या खुर्चीत बसून अँद्रियास खुशीत वधूवरांशी गप्पा मारू लागला. त्याला तिथेच सोडून जॉर्ज निघाला. तो जेवणाच्या टेबलापाशी गेला. एका प्लेटमधे त्याने उत्तमोत्तम खाद्यपदार्थ अँद्रियाससाठी वाढून घेतले. त्याला या वयात काय पचेल, काय सोसेल याचा विचार करून त्याने पदार्थ निवडले. तिथे खूप जुन्या, अत्यंत उंची वाईनने भरलेल्या बाटल्या ठेवलेल्या होत्या. त्यातील एक बाटली जॉर्जच्या स्वत:च्या लग्नात त्याच्या वडिलांनी त्याला भेट म्हणून दिलेली होती. ती उघडून त्यातील वाईन त्याने अँद्रियाससाठी एका ग्लासात भरून घेतली. प्लेट आणि ग्लास हातात जपून धरून तो सावकाश चालत अँद्रियासकडे निघाला. इतक्यात घड्याळात मध्यरात्रीचे बाराचे टोले पडण्यास सुरुवात झाली. नव्या दिवसाच्या आगमनाची चाहूल.

ते ठोके पडू लागताच नवरदेवाचे सगळे तरुण मित्र धावतच डान्स फ्लोअरवर आले आणि त्यांनी हातातील बंदुका आभाळाकडे रोखून गोळ्या झाडण्यास सुरुवात केली. जमलेल्या पाहुण्यांनी टाळ्यांचा कडकडाट करून त्यांना प्रोत्साहन दिलं. ते पाहून जॉर्जच्या कपाळावर नाराजीची आठी पडली. पण लगेच त्याला स्वत:च्या

तरुणपणीची आठवण झाली. हातातील प्लेट आणि वाईनचा ग्लास सांभाळत त्याने डान्स फ्लोअरला वळसा घालून पलीकडच्या वधूवरांच्या टेबलाच्या रोखाने जाण्यास सुरुवात केली. अँद्रियास जॉर्जच्या खुर्चीत बसून वधूवरांशी गप्पा गोष्टी करण्यात मग्न होता.

इतक्यात कुणाच्याही काही ध्यानात येण्याआधीच मद्यधुंद अवस्थेतील एक तरुण (नवरदेवाच्या मित्रांपैकी एक) धडपडत डान्स फ्लोअरच्या दिशेने धावला आणि बंदुकीच्या गोळ्या आकाशाच्या रोखाने उडवत डान्स फ्लोअरच्या पायऱ्या चढण्याचा प्रयत्न करू लागला. चढता चढता त्याचा पाय अडखळून तो पडला. त्याच्या बंदुकीतून शेवटची गोळी सुसाटत बाहेर पडली. काय घडलं ते कुणालाच कळलं नाही. हातात प्लेट आणि वाईनचा ग्लास घेऊन तिकडे निघालेला जॉर्ज जागच्या जागी थिजला. अँद्रियास समोरच्या टेबलावर कोसळला होता. नववधू उभी राहून किंचाळत होती. जॉर्जने आपल्या हातातील प्लेट व ग्लास तिथेच हिरवळीत फेकले आणि तो पळत टेबलापाशी गेला. पण फार उशीर झाला होता. अँद्रियास गतप्राण झाला होता.

इतका वेळ रंगलेल्या, हास्यविनोदाच्या कल्लोळात बुडालेल्या पार्टीवर शोककळा पसरली. लोक घाबरून सैरावैरा पळू लागले. काही किंचाळू लागले, काही जमिनीवर गुडघे टेकून रडू लागले. पण बहुतांशी लोक सुन्न होऊन बसून राहिले. काय घडलं होतं, ते त्यांच्या समजुतीच्या पलीकडचं होतं.

जॉर्जने अँद्रियासची ही कहाणी अशाच एका लिलावाच्या वेळी सांगितली. या लिलावात त्याने एका संगीताच्या कार्यक्रमाच्या चॅरिटी शोची दोन तिकिटं भरमसाठ किमतीला विकत घेतली होती.

''खरंच... त्या दिवशी बिचाऱ्या अँद्रियासने स्वत:तर मरण पत्करलंच, पण तिथे उपस्थित असणाऱ्या सर्वांचे प्राण वाचवले,'' असं म्हणत जॉर्जने आपल्या हातातील ग्लास उंचावून मृतात्म्याच्या स्मृतीला वंदन केलं आणि पुढे म्हणाला, ''माझेसुद्धा!''

८ कमिशनर

"पण तो मला कशासाठी भेटायचं म्हणतोय?" कमिशनर वैतागून म्हणाले.

"सर, तो म्हणतो, खाजगी काम आहे."

"त्याला तुरुंगातून सुटून किती दिवस झाले?"

कमिशनरसाहेबांच्या सेक्रेटरीने हातातील फाईलवर एक नजर टाकली. ती फाईल राज मलिक याची होती. "त्याची सहा आठवड्यांपूर्वीच सुटका झाली."

कमिशनर नरेश कुमार उठून उभे राहिले त्यांनी आपली खुर्ची मागे ढकलली आणि ते आपल्या खोलीत येरझाऱ्या घालू लागले. एखाद्या समस्येवर विचार करायचा झाला, की ही त्यांची नेहमीची पद्धत होती. शिवाय खोलीत अशा नियमित येरझाऱ्या घातल्याने आपल्याला चांगला व्यायाम होतो, अशी त्यांनी स्वत:ची समजूत करून घेतली होती. आपल्या तरुणपणी दुपारच्या वेळी हॉकी खेळायची आणि त्याच सायंकाळी स्क्वाशचे तीन गेम्स खेळून पोलीस हेडक्वार्टर्सकडे जॉगिंग करत परतण्याचा त्यांचा शिरस्ता होता. पण हे सर्व आता भूतकाळात जमा झालं होतं. त्यानंतर त्यांना अनेक बढत्या मिळाल्या होत्या, विविध मानसन्मान प्राप्त झाले होते आणि कमरेचा घेरही बऱ्याच इंचांनी वाढलेला होता.

"मी रिटायर झालो आणि मला जरा वेळ मिळायला लागला ना, की मी परत व्यायामाला सुरुवात करणार आहे." कमिशनर आपल्या सहकाऱ्याला म्हणाले. हा सहकारी म्हणजे डेप्युटी कमिशनर श्री. अनिल खान. अर्थात कमिशनर साहेबांच्या त्या

शब्दांवर त्यांचा स्वत:चा, तसेच श्री. खान यांचा विश्वास बसला नव्हता.

कमिशनर थोडा वेळ खिडकीबाहेर बघत राहिले. चौदाव्या मजल्यावरून खालचे रस्ते दिसत होते. मुंबई शहरातील रस्त्यांचं जाळं. लक्षावधी लोक. जगातील गरिबातील गरिबापासून श्रीमंतातील श्रीमंत व्यक्तींपर्यंत सगळे या मुंबईत राहात होते. भिकाऱ्यापासून ते कोट्यधीशांपर्यंत. आणि या सर्वांना पोलीस संरक्षण देण्याची जबाबदारी त्यांची स्वत:ची होती. त्यांचे वरिष्ठ अधिकारी जेव्हा सेवानिवृत्त झाले, तेव्हा त्यांनी नरेश कुमार यांच्याकडे आपल्या पदाची सूत्रं सोपवताना चार उपदेशाचे शब्द ऐकवले होते. ते म्हणाले होते, ''भांड्यावर झाकण ठेवायला जमलं तरी पुरेसं आहे.'' ही गोष्ट गेल्या वर्षीची. आता या वर्षी आपण स्वत: निवृत्त होताना आपल्या डेप्युटीला बहुतेक हाच सल्ला देऊ– असं त्यांच्या मनात आलं.

नरेशकुमार हे खरेखुरे पोलीस होते. पोलिसीबाणा अगदी हाडीमाशी भिनला होता त्यांच्या. त्यांचे वडीलही पोलीस खात्यातच होते. आणि वडिलांचे वडीलसुद्धा. खरं तर आपल्या कामातली त्यांना सर्वांत आवडलेली गोष्ट म्हणजे, कधी काय घडेल याचा मुळी अंदाजच व्यक्त करता यायचा नाही. रोज नावीन्य, रोज वैविध्य. आजही सगळं तसंच होतं. एक मात्र खरं– काळ बराच बदलला होता. पूर्वी जर एखादं कार्ट समोरच्या झाडावरचे आंबे चोरताना दिसलं, तर पोलीस त्याचं बकोट धरून त्याला दम भरू शकत होते. पण आजकालच्या जमान्यात जर एखाद्या पोलिसाने असं काही केलं– तर प्रकरण उलटं त्याच्यावरच शेकेल अशी स्थिती आहे. त्या पोरट्याचे आईवडील थेट तुमच्यावरच दावा लावतील आणि त्या पोराला मानसोपचार तज्ज्ञाकडेसुद्धा पाठवण्यात येईल. काय सांगावं? सुदैवाने त्यांचे डेप्युटी कमिशनर अनिल खान यांनी आधुनिक पोलिसाच्या आयुष्यात घडत असलेल्या सगळ्या गोष्टी स्वीकारलेल्या होत्या– मादक द्रव्याचे विक्रेते, रस्त्यावर बंदुकांची विक्री, अतिरेकी संघटना... सगळं काही.

कमिशनर साहेबांच्या मनात राज मलिकचे विचार घोळू लागले. गेल्या तीस वर्षांत एकूण तीन वेळा त्यांनी स्वत:च या राज मलिकला तुरुंगात धाडलं होतं. या बदमाशाला आज आपली भेट का बरं घ्यायची असेल? त्यांनी सेक्रेटरीकडे मोहरा वळवून सांगितलं, ''ठीक आहे. त्या मलिकला भेटीची वेळ देऊन टाक. पण पंधरा मिनिटं फक्त. त्याहून एक मिनिटही जास्त नाही.

आपण राज मलिक याला भेटीची वेळ दिली आहे ही गोष्ट कमिशनरसाहेबांच्या ध्यानातून पूर्णपणे गेली होती. ठरलेल्या वेळेला पाच मिनिटं कमी असताना त्यांच्या सेक्रेटरीने राज मलिकची फाईल त्यांच्या पुढ्यात टेबलावर ठेवली.

''त्याने एक मिनिट जरी उशीर केला ना, तरी सरळ हाकलून दे त्याला.''

कलेक्टर साहेब सेक्रेटरीला म्हणाले.

"पण सर, तो केव्हाच येऊन थांबला आहे." ती म्हणाली.

नरेश कुमारांच्या कपाळावर एक आठी स्पष्ट उमटली. त्यांनी फाईल उघडून मलिकचं क्रिमिनल रेकॉर्ड वाचायला सुरुवात केली. त्यातील बऱ्याचशा गोष्टींशी ते स्वत: परिचित होतेच. त्याच्या पहिल्या गुन्ह्याच्या वेळी ते स्वत: डिटेक्टिव्ह सार्जंट होते, तर दुसऱ्या गुन्ह्याच्या वेळी त्यांना नुकतीच बढती मिळून ते इन्स्पेक्टर झाले होते. त्या गुन्ह्यात त्याला त्यांनी स्वत:च अटक केली होती.

मलिक गुन्हेगार असला तरी तो पांढरपेशा, सभ्य कपड्यातील गुन्हेगार होता. एखाद्या मोठ्या पगाराची नोकरी करण्याची खरं तर त्याची व्यवस्थित पात्रता होती. परंतु तरुण वयातच त्याला स्वत:विषयी एक गोष्ट कळून चुकली होती. तसंच त्याचं व्यक्तिमत्त्व रुबाबदार होतं, राहणी झकपक आणि बोलणं मिठ्ठास. त्यामुळे जरा म्हाताऱ्या, भोळ्या भाबड्या लोकांना फसवणं हे त्याच्या दृष्टीने फारच सोपं होतं. त्याचं लक्ष्य म्हणजे एकट्या राहणाऱ्या, वृद्ध श्रीमंत स्त्रिया. गोड गोड बोलून, तो त्यांच्याकडून भरमसाठ रकमा उकळत असे. गंमत अशी, की त्यासाठी त्याला फार काही प्रयत्नही करावे लागत नसत.

त्याने फसवणुकीचा जो पहिला गुन्हा केला, तो मुंबईकरांना तसा नवा नव्हता. त्यासाठी त्याला विशेष काही भांडवलसुद्धा लागलं नव्हतं. फक्त एक लहानसा प्रिंटिंग प्रेस, काही लेटरहेड्स आणि श्रीमंत विधवांची एक यादी. ही यादी मिळवण्यासाठी तो रोज टाईम्समधील दिवंगत लोकांच्या पुण्यस्मरणाच्या बातम्यांची कात्रणं काढून ठेवी. पुरेशी नावं जमा झाली आणि तो या धंद्यात उतरला. तो अस्तित्वात नसलेल्या परदेशी कंपन्यांचे बनावट शेअर्स अशा स्त्रियांना विकू लागला. त्यातून त्याला नियमित उत्पन्न सुरू झालं. पण एकदा मात्र त्याची फसगत झाली. अगदी त्याच्यासारख्याच भामटेगिरीत उस्ताद असणाऱ्याच्या विधवेला हे बनावट शेअर विकण्याचा त्याने प्रयत्न केला आणि त्यात तो पकडला गेला.

मलिकवर गुन्हा दाखल करण्यात आला. आपल्या कबुलीजबाबात मलिकने लोकांना फसवून सुमारे दहा लाख रुपये जमा केल्याचं म्हटलं होतं. पण प्रत्यक्षात त्याहूनही कितीतरी अधिक रक्कम त्याने हडपली असावी असा नरेश कुमार यांचा अंदाज होता. पण या उमद्या, देखण्या तरुणाच्या व्यक्तिमत्त्वाची आपल्याला भुरळ पडल्यामुळेच आपण त्याच्या जाळ्यात सापडलो, ही गोष्ट किती विधवा स्त्रिया आपण होऊन पुढे येऊन भर कोर्टात कबूल करणार? मलिकला पाच वर्षांची शिक्षा होऊन पुण्याच्या तुरुंगात त्याची रवानगी झाली. त्यानंतर नरेश कुमारांचा आणि त्याचा संबंध जवळपास दहा वर्षं आला नाही.

त्यानंतर मलिकला आणखी एका फसवणुकीच्या गुन्ह्याबद्दल अटक झाली. एका

मोकळ्या प्लॉटवर एक गगनचुंबी इमारत उभी होत असल्याचं सांगून त्याने तिथले अनेक फ्लॅट्स विकले. पण प्रत्यक्षात तो प्लॉट दलदलीने भरलेला होता. या खेपेस न्यायमूर्तींनी त्याला सात वर्षांसाठी गजाआड पाठवलं. नरेश कुमारांची मलिकशी ओळख होऊन आणखी एक दशक लोटलं.

मलिकचा तिसरा गुन्हा तर फारच अप्रतिम होता. त्यात पकडला गेल्यावर त्याला आणखी मोठी शिक्षा झाली. त्याने आपण इन्शुअरन्स एजंट असल्याचं भासवून लोकांकडून हप्त्याच्या मोठमोठ्या रकमा उकळल्या. पण त्याने उतरवलेली एकही पॉलिसी कधीच मॅच्युअर झाली नाही. म्हणजे पॉलिसी कधीही मॅच्युअर झाली, तरी त्याची रक्कम विमाधारकाला न मिळता मलिकच्याच खिशात जाऊन पडे.

मलिकच्या वकिलाच्या म्हणण्याप्रमाणे या सगळ्या गडबड घोटाळ्यात मलिकने बारा लाख रुपये खाल्ले होते. परंतु त्याच्या या भामटेगिरीला बळी पडलेले जे काही विमाधारक अजून जिवंत होते, त्यांच्या पैशांची परतफेड करण्याइतकी रक्कम मलिकजवळ नव्हतीच. त्यामुळे मलिकच्या या पॉलिसीला बारा वर्षांची मुदत घालून न्यायमूर्तींनी त्याला गजाआड पाठवलं.

एव्हाना कमिशनर साहेबांनी मलिकची संपूर्ण फाईल नजरेखालून घातली होती. त्यांनी शेवटचं पान वाचून फाईल मिटली. या मलिकचं आपल्याकडे नक्की काय काम असावं, हे कोडं काही केल्या उलगडत नव्हतं. त्यांनी आपल्या टेबलावरची बेल वाजवली. सेक्रेटरीने मलिकला आत सोडावं अशी ती सूचना होती.

दार हळूच उघडलं. कमिशनर कुमार यांनी मान वर करून पाहिलं. मलिक फारच वेगळा दिसत होता. ओळखू न येण्याइतका बदल झाला होता त्याच्यात. हा मलिक खरंतर नरेश कुमारांपेक्षा किमान दहा वर्षांनी लहान असणार. पण आता मात्र तो त्यांच्याएवढाच दिसत होता. मलिकच्या फाईलमधे असलेल्या नोंदीनुसार तो पाच फूट नऊ इंच उंच, एकशे सत्तर पौंडांचा दणकट माणूस होता. पण आत्ता त्यांच्या ऑफिसात त्यांच्या समोर बसलेला माणूस मात्र तसा मुळीच नव्हता.

त्याच्या चेहऱ्यावर आणि हातापायांवर सुरकुत्या पडल्या होत्या. पाठीला कुबड आलं होतं. त्यामुळे तो जरा लहानसर चणीचा वाटत होता. अर्धं आयुष्य तुरुंगात खडी फोडत घालवल्याचा परिणाम शरीरावर दिसत होता. त्याने अंगात पांढरा शर्ट घातला होता. तो कॉलरपाशी आणि बाह्यांवर झिजून फाटला होता. तीस वर्षांपूर्वी आपण ज्या उद्दाम माणसला अटक केली, तो हा नव्हेच, असं नरेश कुमार यांच्या मनात आलं. त्याकाळी आपण त्याची केवढी कसून उलट तपासणी घेतली होती, पण त्याच्यापाशी आपल्या प्रत्येक प्रश्नाला उत्तर होतं– त्यांच्या मनात आलं.

मलिकची आणि कमिशनरसाहेबांची नजरानजर झाली. तो त्यांच्याकडे बघून केविलवाणं हसला.

"माझी भेट घेतल्याबद्दल आभारी आहे, सर!" तो लाचारीने म्हणाला. त्याचा आवाजही खोल गेला होता.

कमिशनर जरा कडक आवाजात म्हणाले, "मलिक, मला खूप महत्त्वाची कामं आहेत, तेव्हा मुद्द्याचं काय ते बोल."

"ऑफकोर्स सर," तो म्हणाला, "सर, थोडक्यात सांगायचं तर मला नोकरी हवी आहे."

या मलिकचं आपल्याकडे नक्की काय काम असावं याविषयी कमिशनरसाहेबांनी जेव्हा मनात विचार केला होता तेव्हा त्यांना वेगवेगळे पर्याय सुचले होते. पण तो आपल्याकडे नोकरी मागायला येईल असं त्यांना स्वप्नातसुद्धा वाटलं नव्हतं.

"साहेब, गरिबाला हसू नका. त्या आधी माझं म्हणणं तर ऐकून घ्या."

त्याच्या तोंडचे शब्द ऐकून कमिशनर खुर्चीत रेलून बसले. दोन्ही हातांची बोटं एकमेकांत अडकवून त्याचं बोलणं लक्षपूर्वक ऐकू लागले.

"मी माझं बरंचसं आयुष्य जेलमधे घालवलं आहे," मलिक म्हणाला, तो क्षणभर थांबला, "नुकतीच माझी पन्नाशी झाली. देवाशपथ सांगतो साहेब, परत काही आत जाण्याची माझी इच्छा नाही."

कमिशनर साहेबांना मान हलवली, पण ते काही बोलले मात्र नाहीत.

"कमिशनर साहेब, गेल्याच आठवड्यात मुंबई चेंबर ऑफ कॉमर्सची वार्षिक सर्वसाधारण सभा झाली," मलिक म्हणाला, "त्या सभेपुढे तुम्ही जे भाषण केलंत, ते टाईम्समधे छापून आलं होतं. ते मी अगदी मन लावून वाचलं. या शहरातील मोठ्या उद्योजकांना आणि व्यावसायिकांना तुम्ही एक आवाहन केलंत– तुरुंगात सजा भोगून सुटून आलेल्या गुन्हेगारांनापण सर्वांनी एक संधी द्यायला हवी, त्यांचं पुनर्वसन आपणच पुढे होऊन केलं पाहिजे, त्यांना रोजगार उपलब्ध करून द्यायला पाहिजे. तसं जर झालं नाही, तर हे लोक परत कुमार्गाला वळू शकतील. तुमच्या या विचारांशी मी पूर्णपणे सहमत आहे, साहेब."

"हो, पण त्याचबरोबर मी आणखी एक गोष्ट सांगितली होती. ज्यांच्या हातून केवळ एकदाच गुन्हा घडला आहे, अशा लोकांना समाजाने सुधारण्याची संधी द्यावी, असं मी म्हणालो होतो."

"तुम्ही माझ्या मुद्याला पुष्टीच दिली आहे साहेब. केवळ एक गुन्हा हातून घडलेल्या लोकांचं समाजात पुनर्वसन होणं जर इतकं कठीण आहे, तर मग माझ्या सारख्यांची परिस्थिती किती बिकट असेल, याचा विचार करा." असं म्हणून मलिक क्षणभर थांबला. त्याने आपला टाय सारखा केला आणि पुढे म्हणाला, "तुम्ही ते भाषण जर खरोखरच मनापासून केलेलं असेल, जर केवळ लोकप्रियता मिळवण्यासाठी उच्चारलेले ते पोकळ शब्द नसतील, तर आज तुम्ही तुमच्या कृतीतून, तुमच्या

आचरणातून जगाला दाखवून द्या, की तुम्ही बोले तैसा चाले अशा वचनाप्रमाणे वागणारे खरोखरच आहात.''

''आणि त्यासाठी तुझ्या मते मी नेमकं काय केलं पाहिजे?'' कमिशनर म्हणाले, ''कारण पोलीस खात्यात नोकरी करण्यासाठी आवश्यक ती पात्रता तुझ्या अंगात नाही एवढं निश्चित.''

कमिशनर साहेबांच्या बोलण्यातून स्पष्टपणे व्यक्त होणाऱ्या उपरोधाकडे दुर्लक्ष करत मलिकने आपलंच घोडं पुढे दामटलं. ''ज्या वृत्तपत्रात तुमचं भाषण छापून आलं होतं, त्याच वृत्तपत्रात तुमच्याच खात्याच्या रेकॉर्डविषयाची एक जाहिरात आली होती. त्या खात्यात एक क्लार्कची जागा भरायची आहे. मी अगदी तरुण असताना पहिली नोकरी धरली होती ती पी. अँड ओ. शिपिंग कंपनीत क्लार्क म्हणून. इथे, या मुंबईतच. तुम्ही माझी जुनी रेकॉर्ड्स तपासून बघा हवं तर. मी माझ्या कामात फार चोख होतो. मी ती नोकरी सोडली तेव्हाही त्यांनी मला तसाच दाखला दिला होता.''

''पण ही गोष्ट तीस वर्षांपूर्वीची आहे,'' कमिशनर म्हणाले. त्यासाठी त्यांना मलिकची फाईल उघडून बघण्याचीही गरज पडली नाही. सगळे तपशील त्यांना पाठच होते.

''मी माझी कारकीर्द जशी सुरू केली, तशीच संपवणार आहे. अगदी धुतल्या तांदळासारखी. फाइलिंग क्लार्क म्हणूनच.'' मलिक म्हणाला.

कमिशनर विचारात पडले. ते थोडा वेळ काहीच बोलले नाहीत. थोड्यावेळाने ते जरा पुढे झुकून बसले. त्यांनी आपले दोन्ही हात टेबलावर ठेवले आणि म्हणाले, ''मी तुझ्या विनंतीचा विचार करीन, मलिक. तुझा पत्ता तू माझ्या सेक्रेटरीकडे देऊन ठेव.''

''आधीच ठेवलाय, सर,'' मलिक खुर्चीतून उठत म्हणाला, ''मी रोज रात्री व्हिक्टोरिया स्ट्रीटवरील वाय.एम.सी.ए.च्या होस्टेलवर सापडेन. मी एवढ्यात तरी कुठे हलण्याचा विचार केलेला नाही.''

ऑफिसर्स डायनिंग रूममधे लंच ब्रेकच्या वेळी कमिशनर कुमार यांनी मलिकच्या या मुलखावेगळ्या विनंतीची गोष्ट आपले डेप्युटी अनिल खान यांच्या कानावर घातली.

अनिल खान मोठमोठ्यांदा हसू लागले, ''तुमचे दात तुमच्याच घशात घातले की बेट्याने... सांभाळून चीफ.''

''खरं आहे,'' कमिशनर आपल्या हातातल्या प्लेटमधे थोडा भात वाढून घेत म्हणाले, ''आणि पुढच्या वर्षी तू जेव्हा माझ्याकडून कामाची सूत्रं आपल्या ताब्यात घेशील, तेव्हा तूही माझ्यावर बेतलेला हा प्रसंग विसरू नको. आपण एखाद्या सार्वजनिक समारंभात भाषण करायला जातो, तेव्हा तिथे काय बोलावं आणि काय

नाही याचं भान राखावं लागतं.''

''याचा अर्थ तुम्ही खरंच त्या मलिकला नोकरी देण्याचा विचार वगैरे करताय की काय?'' अनिल खान आपल्या बॉसकडे रोखून बघत म्हणाला.

''कदाचित तसं करीनसुद्धा,'' कमिशनर म्हणाले, ''का रे बाबा? तुझा विरोध आहे का त्या कल्पनेला?''

''सर, हे तुमच्या करियरमधलं शेवटचं वर्ष आहे. तुमचा प्रामाणिकपणा, तुमची कार्यतत्परता सर्वश्रुत आहे. आजवरचं तुमचं रेकॉर्ड इतकं निष्कलंक आहे. हा असला धोका कशासाठी पत्करायचा म्हणतो मी?''

''हे बघ अनिल, तू जरा फारच बाऊ करतोयस छोट्याशा गोष्टीचा,'' कमिशनर म्हणाले, ''तो मलिक एक मोडून, खचून गेलेला माणूस आहे. तू जर त्यावेळी तिथे हजर असतास, तर तू स्वतःच्या डोळ्यांनी ते पाहिलं असतंस.''

''पण खरं सांगू? काही झालं तरी बदमाष हा बदमाषच राहणार. तो काही सुधारणार नाही.'' खान म्हणाले, ''म्हणूनच तर मी म्हणतोय, उगीच धोका कशाला पत्करायचा?''

''त्याचं कारण असं, की प्राप्त परिस्थितीत तसंच करणं योग्य ठरेल,'' कमिशनर म्हणाले, ''मी जर आत्ता मलिकची विनंती धुडकावून लावली, तर इथून पुढे माझ्या बोलण्यावर कुणी विश्वास तरी ठेवणार आहे का?''

''सर... पण फायलिंग क्लार्कचं काम तसं फार महत्त्वाचं असतं. कितीतरी गोपनीय माहिती त्या फायलींमधे समाविष्ट असते. अशा जागी शंभर टक्के प्रामाणिक माणूसच नेमावा लागतो.''

''त्या गोष्टीचा मीही विचार केलाय,'' कमिशनर म्हणाले, ''हे पाहा, आपल्याकडे एकूण दोन फायलिंग डिपार्टमेंट्स आहेत. त्यातलं एक तर याच बिल्डिंगमधे आहे. तू म्हणतोस त्याप्रमाणे तिथे अतिमहत्त्वपूर्ण व गोपनीय माहिती साठवलेली आहे. पण दुसरं डिपार्टमेंट अगदी लांब, शहराबाहेर आहे. तिथे सगळ्या बंद पडलेल्या, 'डेड' केसेसच्या फायली आहेत. त्यातल्या काही केसेस सोडवून निकालात काढलेल्या आहेत, तर काही केसेस न सुटण्यासारख्या असल्याने त्या प्रकरणांवर कायमचा पडदा टाकण्यात आलेला आहे.''

''तरीही हा धोका पत्करू नये, असंच मला वाटतं.'' अनिल खान म्हणाले. त्यांनी आपलं जेवण संपवून प्लेट खाली ठेवली.

''हा धोका आणखी कमी कसा करता येईल, याचाही विचार केलाय मी,'' कमिशनर म्हणाले, ''मी या मलिकला त्या डिपार्टमेंटमधे एक महिन्याच्या ट्रायलवर ठेवणार. एक सुपरवायझर त्याच्यावर अगदी बारकाईने लक्ष ठेवेल. तो थेट मलाच रिपोर्ट करेल. मलिकने अगदी तसूभर जरी चूक केली, तरी त्याला त्याच दिवशी

हाकलून देईन मी.''

''बघा हं. मला वाटतं असा धोका मुळात पत्करावाच कशाला?'' खान म्हणाले.

एक तारखेला मलिक शहराबाहेर ४७, महात्मा ड्राईव्हवर असलेल्या पोलीस रेकॉर्ड्स डिपार्टमेंटच्या ऑफिसात कामावर रुजू झाला. सकाळी आठ ते सायंकाळी सहा, आठवड्यातील सहा दिवस त्याला काम होतं. पगार होता महिना नऊशे रुपये. मलिकला रोज शहराच्या बाहेरील भागात असलेल्या प्रत्येक पोलीस चौकीला भेट देऊन तेथील बंद केलेल्या खटल्यांच्या फाइल्स गोळा करून आणाव्या लागत. या कामासाठी त्याला एक सायकल देण्यात आली होती. एकदा त्या फाइल्स आणल्या की त्या तो आपल्या वरिष्ठांकडे सुपूर्द करायचा. त्याचे वरिष्ठ त्या फाइल्स तळघरात सुरक्षित ठेवून देत. परत कधीही त्या फाइल्स उघडून बघण्याची वेळसुद्धा येत नसे.

मलिकला नोकरीवर रुजू होऊन एक महिना झाल्यावर त्याच्या सुपरवायझरने त्याच्या कामाचा अहवाल कमिशनर साहेबांना दिला, ''माझ्या हाताखाली असे डझनभर मलिक असायला हवे होते,'' सुपरवायझर म्हणाले, ''तो काही आजकालच्या तरुण पोरांसारखा नाहीये. तो कामावर अगदी वेळेत हजर असतो. मधल्या सुट्टीत एक मिनिटही जास्तीचं घेत नाही. शिवाय नेमून दिलेल्या कामाव्यतिरिक्त आणखी काही काम जरी त्याला सांगितलं, तरी तो कधी तक्रार नाही करत. तुमची जर संमती असेल, तर मला वाटतं, त्याचा पगार शंभर रुपयांनी वाढवून महिना हजार रुपये करावा.''

सुपरवायझरने दुसऱ्या महिन्याच्या शेवटी परत एकदा मलिकविषयीचा अहवाल सादर केला. तो तर आधीच्या अहवालापेक्षाही चांगला होता. ''गेल्या आठवड्यात माझ्या कर्मचाऱ्यांपैकी एकजण आजारपणामुळे गैरहजर होता. तर या मलिकने त्याचं सगळं काम सांभाळून शिवाय आपलं कामही व्यवस्थित पार पाडलं.''

तिसऱ्या महिन्याच्या शेवटी तर सुपरवायझरचा अहवाल त्याहूनही अधिक चांगला होता. त्यानंतर कमिशनर साहेबांना मुंबई रोटरी क्लबच्या वार्षिक डिनरला प्रमुख अतिथी म्हणून उपस्थित राहण्याची वेळ आली. त्यावेळी आपल्या भाषणात त्यांनी परत एकदा आपला जुना मुद्दा मांडला. गुन्हेगार, तुरुंगातून सजा भोगून सुटून आल्यावर त्यांचं पुनर्वसन करण्याची जबाबदारी समाजाचीच आहे, असं सांगून ते म्हणाले, ''मी हे नुसतं बोलत नाहीये, तर मी हे प्रत्यक्षात अनुभवलेलं आहे. जर तुम्ही गुन्हेगारांना समाजात सन्मानाने जगण्याची संधी दिलीत, तर ते परत गुन्हा करत नाहीत.''

दुसऱ्या दिवशी मुंबई टाईम्समधे ठळक मथळा छापून आला.

'कमिशनर कुमार यांनी स्वत:च्या कृतीने उदाहरण घालून दिले.'

बातमीत कमिशनर कुमार यांचे विचार तपशीलवार दिले होते. त्या शिवाय राज

मलिक याचा फोटोही छापलेला होता. 'गुन्हेगाराचे हृदयपरिवर्तन' अशी छोटीशी ओळ त्या फोटोखाली छापण्यात आली होती. कमिशनर साहेबांनी त्या लेखाचं कात्रण आपले डेप्युटी अनिल खान यांच्या टेबलावर ठेवलं.

आपला सुपरवायझर लंच ब्रेकसाठी निघून जाईपर्यंत मलिक वाट बघत थांबला होता. सुपरवायझर रोज दुपारी लंचसाठी घरी जात असे व आपल्या पत्नीबरोबर आरामात वेळ घालवून तासभर उशिरा परत येत असे. आपल्या बॉसची गाडी फाटकातून बाहेर पडून दिसेनाशी होईपर्यंत मलिक थांबला आणि नंतर ताबडतोब इमारतीच्या तळघरात जाऊन त्याने आपल्या कारवाया सुरू केल्या. पण त्या आधी तळघरात पुढच्या भागात असलेल्या काऊंटरवर त्याने आपल्या हातातले कामाचे कागद नीट व्यवस्थित रचून ठेवले. न जाणो, कुणी अचानक उपटलंच तर काम करण्याचा बहाणा करता यावा, म्हणून ही खबरदारी.

त्यानंतर तो भिंतीपाशी गेला. भिंतीपाशी अनेक जुनी पुराणी फायलिंग कॅबिनेट्स ओळीने मांडून ठेवली होती. त्याने खाली वाकून त्यातील एक विशिष्ट फाईल बाहेर काढली. एक एक करत नऊ महिन्यांनंतर तो 'पी' या आद्याक्षराने सुरू होणाऱ्या आडनावापाशी पोचला होता. अजूनही त्याला हवा तसा उमेदवार सापडतच नव्हता. गेल्या आठवड्यात किमान डझनभर तरी पटेल आडनावाच्या फाइल्स त्याने बारकाईने वाचल्या होत्या. पण त्याने मनात जे काही योजलं होतं, त्यासाठी त्यातील एकही माणूस उपयोगाचा नव्हता. पण ही झाली कालपर्यंतची गोष्ट. आज मात्र त्याला मनासारखी फाईल सापडली. त्यावर लिहिलं होतं– एच.एच. पटेल.

मलिकने ती जाडजूड फाईल बाहेर काढून काऊंटरवर ठेवली व तो ती काळजीपूर्वक वाचू लागला. त्याला खरोखरच जॅकपॉट लागला होता.

त्याने खिशातून एक कागदाचा तुकडा काढून त्यावर त्या फायलीतील नाव व टेलिफोन नंबर काळजी पूर्वक लिहिला व ती फाईल परत जागच्या जागी ठेवून दिली, तो गालातल्या गालात हसला. आज दुपारी चहाच्या सुट्टीत तो या एच.एच. पटेलला फोन करून त्याची भेटीची वेळ घेऊन ठेवणार होता.

कमिशनर नरेश कुमार यांच्या निवृत्तीची तारीख जवळ येत चालली होती. केवळ काही आठवडेच उरले होते. एव्हाना ते आपल्या सुपरबॉय मलिकला विसरूनही गेले होते. अचानक त्यांना शहरातील एका सुविख्यात बँकेच्या वरिष्ठ अधिकाऱ्याचा फोन आला. त्या अधिकाऱ्याचं नाव होतं. एच.एच. पटेल. श्रीयुत पटेल यांना कमिशनर साहेबांची तातडीने भेट घ्यायची होती. तीही खाजगी कामासाठी. ते काम फोनवर सांगण्यासारखं नव्हतं.

एच.एच. पटेल हे कमिशनर साहेबांचे जवळचे मित्र तर होतेच, पण ते अत्यंत प्रामाणिक, एकनिष्ठ व कर्तव्यदक्ष बँक अधिकारी होते. ज्या अर्थी त्यांनी तातडीची भेट मागितली होती, त्या अर्थी कारणही तसंच गंभीर असणार.

मि. पटेल केबिनमधे येताच कमिशनर साहेब त्यांच्या स्वागतासाठी उठून उभे राहिले. ते आपल्या मित्राला केबिनच्या कोपऱ्यात मांडलेल्या गोल टेबलापाशी घेऊन गेले व तिथे दोघेही आरामात खुर्च्यांवर रेलून बसले. कमिशनर साहेबांनी बेल वाजवून सेक्रेटरीला बोलावून चहा आणण्यास सांगितलं. थोड्याच वेळात सेक्रेटरी ट्रेमधे चहा बिस्किटं घेऊन आली. ती परत गेली आणि दार उघडून डेप्युटी कमिशनर अनिल खान आत आले.

''एच.एच.'' कमिशनर मि. पटेल यांना उद्देशून म्हणाले, ''मला वाटतं, डेप्युटी कमिशनर अनिल खानसुद्धा आपल्या या मीटिंगला उपस्थित असलेले बरे, कारण येत्या काही आठवड्यांत माझ्याकडून कामाची सूत्रं तेच घेणार आहेत.''

''मि. खान, मी तुमच्याविषयी खूप काही ऐकून आहे,'' श्री. पटेल अनिल खान यांच्याशी हस्तांदोलन करत म्हणाले, ''खरं तर तुम्ही या चर्चेत सहभागी होता आहात, हे एका परीनं बरंच आहे.''

अनिल खान बसल्यानंतर कमिशनर नरेश कुमार यांनी काही प्रस्तावना न करता थेट विषयालाच हात घातला, ''एच.एच. तुम्ही इतक्या तातडीनं माझी भेट घेण्यासाठी आलात, खाजगी काम आहे म्हणालात... ते का?''

''होय,'' मि. पटेल म्हणाले, ''मला एक गोष्ट तुमच्या कानावर घालायची होती. काल एक माणूस मला भेटायला आला होता. तो तुमच्यासाठी काम करतो, असं त्याचं म्हणणं होतं.''

कमिशनर साहेबांनी प्रश्नार्थक मुद्रा करून एक भुवई उंचावली.

''कोणीतरी मि. राज मलिक म्हणून होता.''

''तो तर ज्युनियर फायलिंग क्लार्क आहे. आमच्या तिकडच्या...''

''पण तो मला खाजगीरित्या भेटायला आला होता. हे त्याने पुन्हा पुन्हा सांगितलं.''

कमिशनर साहेबांनी आपल्या उजव्या हाताची बोटं खुर्चीच्या हातावर अस्वस्थपणे आपटण्यास सुरुवात केली. पटेल पुढे म्हणाले, ''मलिक म्हणत होता, तुमच्याकडे माझ्या संदर्भातील एक गुप्त फाईल आहे. पैशाची अफरातफर केल्याच्या प्रकरणी माझी गुप्तपणे चौकशी चालू असल्याविषयीची फाईल आहे.''

''एच.एच., तशी चौकशी तुमच्या संदर्भात खरोखरच चालू होती,'' कमिशनर साहेब नेहमीप्रमाणेच काहीही आडपडदा न ठेवता बोलत होते. ''नाईन-इलेव्हनची दुर्घटना घडल्यानंतर खुद्द इंटर्नल अफेअर्स खात्याच्या मंत्रीसाहेबांनी मला काही

संस्थांची यादी दिली होती. या सर्वच संस्था फार मोठ्या रकमांची देवाण घेवाण करणाऱ्या होत्या, त्यात काही कॅसिनो, रेसट्रॅक्स पण होते. तुमच्या बँक ऑफ मुंबईचं नावपण त्या यादीत समाविष्ट होतं. माझ्या टीमचा माणूस जाऊन तुमच्या चीफ कॅशियरला त्या संदर्भात भेटला होता व त्याने भविष्यात काय काय दक्षता बाळगली पाहिजे, हे त्याने त्याला नीट समजावूनही सांगितलं होतं. तुमच्या बँकेचं रेकॉर्ड अर्थातच वादातीत होतं. तसं प्रमाणपत्र मी स्वत:च स्वाक्षरी करून पुढे पाठवलं होतं.''

''हो, तुम्ही त्यावेळी ही गोष्ट माझ्याही कानावर घातलेलीच होती. पण तुमचा हा मलिक–''

''हे बघा एच.एच., तो माझा मलिक नाहीये.''

''कमिशनर साहेब, तो मलिक मला काय म्हणाला ठाऊक आहे? तो म्हणाला, ''माझ्या नावाची फाईल नष्ट करता येईल, अर्थात त्यासाठी थोडा खर्च येईल.''

''तो काय म्हणाला?'' कुमार आपल्या खुर्चीतून ताडकन उठून उभे राहत संतापाने म्हणाले.

''थोडा खर्च? म्हणजे नक्की किती?'' डेप्युटी कमिशनर अनिल खान शांतपणे म्हणाले.

''दहा लाख रुपये.'' पटेल म्हणाले.

''एच.एच. आता यावर मी काय बोलू तेच मला समजत नाहीये,'' कमिशनर म्हणाले.

''पण साहेब, तुम्ही काहीच म्हणण्यासारखं नाहीये,'' पटेल म्हणाले, ''हे असलं काहीतरी तुम्ही केलं असेल, असं क्षणभरासाठीसुद्धा माझ्या मनात आलं नाही. मी त्या मलिकला तसं तोंडावर सांगितलंसुद्धा.''

''मी तुमचे आभार कसे मानू तेच कळत नाहीये,'' कमिशनर म्हणाले.

''त्याची आवश्यकता नाहीये सर,'' पटेल म्हणाले, ''पण हा मलिक माझ्याकडे आला तसा आणखी कुणाकुणाकडे गेला असला तर? तुमच्या निवृत्तीला आता इतके कमी दिवस उरले आहेत. जर चुकून वृत्तपत्रवाल्यांच्या कानावर हे असलं वेडंवाकडं काहीतरी गेलं तर...''

पटेल उठले. डेप्युटी कमिशनर अनिल खान यांनी मान हलवून त्यांच्याशी आपण सहमत असल्याचं व्यक्त केलं.

''नरेश साहेब, खरं सांगू? मी त्या नालायक मलिकची भेटसुद्धा घेतली नसती. पण नुकतंच रोटरी क्लबमधे तुम्ही जे भाषण केलंत, त्यात तुम्ही त्याचं इतकं कौतुक केलंत. त्या शहाण्याने तुमच्या भाषणाचं पेपरातलं कात्रण मला दाखवायला आणलं होतं. त्यामुळे तो माणूस तुमच्याच आज्ञेवरून माझ्याकडे आला असावा, असं मी

गृहीत धरून त्याला घरात घेतलं.'' एवढं बोलून पटेल डेप्युटी कमिशनर अनिल खान यांच्याकडे वळले. ''आता तुम्ही लवकरच कमिशनरपदाची सूत्रं हाती घेणार आहात. विश यू ऑल द बेस्ट. या इतक्या कर्तव्यनिष्ठ आणि सत्शील माणसाची जागा तुम्ही घेणार आहात, म्हणजे तुमच्यावर मोठीच जबाबदारी आहे.'' त्यांच्या तोंडचे ते शब्द ऐकून सकाळपासून पहिल्यांदाच कमिशनर नरेश कुमार यांच्या चेहऱ्यावर स्मितहास्याची लकेर पसरली.

''मी यांना दारापर्यंत सोडून आलोच.'' असं म्हणून डेप्युटी कमिशनरना ऑफिसातच थांबायला सांगून कमिशनर एच.एच. पटेल यांना प्रवेश दारापर्यंत पोचवायला गेले. डेप्युटी कमिशनर खिडकीबाहेर बघत राहिले. त्यांनी समोरच्या बशीतलं एक बिस्किट उचलून तोंडात घातलं व या गोष्टीवर काय काय उपाययोजना करता येऊ शकेल, याच्या विविध पर्यायांचा ते विचार करून लागले. इतक्यात कमिशनर परत आले. त्या मलिकला कशा प्रकारे अद्दल घडवायची हे अनिल खान यांना सुचलं. पण बॉस या गोष्टीला मान्यता देतील का, हा ही प्रश्न होताच.

''मी आत्ताच्या आत्ता त्या मलिकला अटक करण्याचा हुकूम देतो.'' कमिशनर कुमार संतापून म्हणाले, ''एक तासाच्या आत तुरुंगातच पाठवतो.''

''सर, सद्य परिस्थितीत तसं करणं उचित होणार नाही, असं मला वाटतं.'' खान म्हणाले.

''मग दुसरा काय इलाज आहे?'' कमिशनर म्हणाले. त्यांनी समोरचा फोन पुढे ओढून एक नंबर लावायला सुरुवात केली.

''सर, तुमचं म्हणणं जरी खरं असलं, तरी हा असा निर्णय घेण्यापूर्वी तुम्ही जरा शांतपणे विचार करा. विशेषत: या सर्व गोष्टींचा वृत्तपत्रात जर गाजावाजा झालाच, तर...''

''तसं झालं तर पेपरवाल्यांचं उखळच पांढरं होईल,'' कमिशनर नरेश कुमार फोनचा रिसीव्हर जागेवर परत ठेवत म्हणाले. ''ते एकतर मला लाचखोर बदमाश तरी ठरवतील नाहीतर एक नंबरचा मूर्ख माणूस ठरवतील. हा असा माणूस कमिशनर कसा काय झाला, असंच लोकांना वाटेल.''

''आपल्याला या गोष्टीचा नीट विचार केला पाहिजे. कितीही चारित्र्यसंपन्न माणूस असला तरी त्याला हितशत्रू हे असतातच. असे लोक तुम्हाला लाचखोर म्हणून तुमच्या चारित्र्यावर शिंतोडे उडवण्यास मागे पुढे बघणार नाहीत आणि जे तुमचे खरे मित्र असतील, त्यांनाही तुम्ही इतके सहजासहजी कसे फसलात याबद्दल नवल वाटल्याशिवाय राहणार नाही,'' डेप्युटी कमिशनर अनिल खान म्हणाले.

''अरे, पण माझी चाळीस वर्षांची निष्कलंक कारकीर्द विचारात घेऊन लोकांना असंच वाटेल ना, की–''

"सर, लोकांचं जाऊ दे. लोकांना स्वत:च्या मनाची जी काही समजूत करून घ्यायची असते, ती ते करून घेतातच. ते तर काही आपण टाळू शकत नाही. पण त्या मलिकला नुसतं आपण अटक करून काय होणार आहे? त्याच्यावर खटला उभा करावा लागणार. त्याला कोर्टासमोर उभा करून त्याची साक्ष होणार. त्यात तो जे काही बरळेल, ते आपण थांबवू शकणार आहोत का?" डेप्युटी कमिशनर अनिल खान म्हणाले.

"पण त्या भामट्यावर कोण विश्वास ठेवणार?"

"कोर्टरूमच्या दाराबाहेर लोक घोळका करून उभे राहतील. आपापसात कुजबुजत सुटतील. 'यत्र यत्र धूम: तत्र तत्र वन्ही' असं म्हणत राहतील. तुमच्याविषयी नाही नाही ते पेपरात छापून येईल. त्या मलिकचा वकील... तो तर कोर्टासमोर त्या मलिकच्या तोंडून तुमच्याविषयी काय काय वदवून घेईल, याचा मला विचारसुद्धा करवत नाही. फुकटची सवंग प्रसिद्धी मिळवायला टपलेलेच असतात हे वकील."

कमिशनर कुमार खोलीत येरझाऱ्या घालतच होते. ते यावर काहीच बोलले नाहीत.

खान म्हणाले, "मी सांगू पेपरात काय काय मथळे छापून येतील ते? टाईम्समधे येईल– 'कमिशनर लाच खाऊन मित्रांच्या फायली नष्ट करण्यास तयार.' इतर जरा हलक्या पेपरांमधे याहूनही खतरनाक बातम्या छापून येतील. 'कमिशनर कुमार यांचा खास माणूस लाचखोरीत साथीदार' किंवा 'कमिशनर नरेश कुमार यांच्या कृष्णकृत्यात भामटा बदमाश सामील.' "

"मला वाटतं, सगळं चित्र माझ्या डोळ्यांसमोर अगदी स्पष्ट उभं राहिलं आहे," कमिशनर कुमार विमनस्कपणे आपल्या खुर्चीत बसत म्हणाले, "पण मग मी आता करू तरी काय?"

"तुम्ही आत्तापर्यंत जसं वागत आलात, तसंच वागायचं. नियम एकदाही मोडायचा नाही."

कमिशनर कुमार आपल्या सहकाऱ्याकडे बघतच राहिले; "काय मनात आहे तुझ्या, ते तर सांगशील?"

"मलिक!" आपापल्या हातातला फोन खाली ठेवत सुपरवायझर जोरात ओरडले. "कमिशनर कुमार साहेबांनी तुला तातडीनं भेटायला बोलावलंय."

"कशासाठी बोलावलंय हे त्यांनी सांगितलं?" मलिक चाचरत म्हणाला.

"नाही. ते त्यांच्या मनात काय आहे ते मला कशाला सांगतील? सुपरवायझर खेकसले. "पण हे बघ, एक मिनिटही वाया घालवू नको. लगेच नीघ. कमिशनर साहेबांना कोणी ताटकळत ठेवलेलं रुचत नाही."

"येस सर," मलिक म्हणाला. त्याने हातातली फाईल टेबलावर ठेवली. मग तो आपल्या लॉकरपाशी गेला. त्याने लॉकर उघडून पँटच्या पायांना सायकल चालवताना लावण्याच्या क्लिप्स काढल्या. आणि त्या पँटच्या दोन्ही पायांना व्यवस्थित बसवल्या. त्यानंतर एक शब्दही न बोलता तो ऑफिसच्या बाहेर पडला. बाहेर पडून फुटपाथवर आल्यावर मात्र त्याचा भीतीने थरकाप उडाला. आपलं नवीन लफडं कमिशनर साहेबांच्या कानावर तर गेलं नसेल? खरं तर त्याच्या प्रयत्नांना अजून काहीच फळ आलेलं नव्हतं. त्याने सायकलला बांधलेली साखळी सोडवली. एकीकडे मनात विचारांचं थैमान चालू होतं. काय करावं बरं? सरळ पळ काढावा का? का चक्क कानावर हात ठेवावे? त्याच्यापुढे फारसे पर्याय नव्हतेच. पळ काढायचा ठरवला, तरी जाणार कुठे? पळाल्याच्या क्षणापासून काही तासांत किंवा काही मिनिटांतच ते आपल्याला शोधून काढतील.

मलिकने आपल्या जुन्यापुराण्या सायकलवर टांग टाकली आणि शहराच्या मध्यभागी असलेल्या कमिशनरसाहेबांच्या ऑफिसकडे निघाला. रस्ते धुळीने भरलेले होते. इतर सायकलस्वारांची, गाड्यांची आणि पादचाऱ्यांची एकच गर्दी उसळली होती. सगळे घाईघाईने वेगवेगळ्या दिशांनी निघाले होते. भोंग्यांचे कर्णकटू आवाज, विविध प्रकारचे वास, डोक्यावर तळपता सूर्य आणि माणसांची नित्याची लगबग. मुंबईची ही स्वत:ची खासियत होती. जगातील दुसरं कोणतंच शहर या मुंबईसारखं नसेल. रस्त्यावरचे फेरीवाले येणाऱ्या जाणाऱ्यांना हटकत होते. आपल्या जवळच्या वस्तू विकत घेण्याची गळ घालत होते. ते मलिकच्याही मागे लागले. लुळेपांगळे भिकारीपण सारखे मधे येऊन त्याचा रस्ता अडवत होते. त्याला त्या गर्दीत सायकल चालवणं कठीण जात होतं. काय करावं बरं? सरळ कमिशनर साहेबांपाशी सगळं कबूल करून मोकळं व्हावं का?

तो सायकल हाणत आणखी थोडा पुढे गेला. नाही. मुळीच नाही. काय वाट्टेल ते झालं तरी स्वत:च्या तोंडाने गुन्हा कबूल करायचा नाही, हे तत्त्व तो तुरुंगातच शिकला होता. तो विचारात असा मग्न असताना रस्त्यात एक गाय त्याच्या सायकलला धडकली. तो पडता पडता वाचला.

पहिली गोष्ट अशी, की त्यांना काहीच माहीत नसणार हे गृहीत धरायचं. दुसरं असं, की त्यांनी कोणताही आरोप केला तरी तो अमान्य करायचा. सरळ कानांवर हात ठेवायचे. विचारांच्या तंद्रीत तो चौकातून डावीकडे वळला. समोरच पोलीस हेडक्वार्टरची भली मोठी इमारत होती. काय करावं? पळ काढावा का? पळ काढायचा असेल, तर हीच योग्य वेळ होती. एकतर आत्ता, या क्षणी, नाहीतर मग कधीच नाही. पण तो धीराने तसाच सायकल चालवत राहिला. मुख्य प्रवेशद्वारापाशी आल्यावर त्याने जीव खाऊन ब्रेक दाबला व सायकल थांबवली. त्याने खाली उतरून सायकल

स्टँडला लावली. कुलूप घातलं आणि पोलीस हेडक्वार्टर्सच्या पायऱ्या मोठ्या कष्टाने चढू लागला. पायऱ्या संपल्यावर एक झुलतं दार होतं. ते ढकलून तो थेट रिसेप्शन काऊंटरपाशी गेला. तेथील ड्यूटी ऑफिसरला त्याने आपलं नाव सांगितलं. कदाचित निरोपाचा काहीतरी घोटाळा झाला असेल, कमिशनर साहेबांनी आपल्याला बोलावलंच नसेल– मलिकच्या मनात आलं.

"हे पाहा, मला कमिशनर साहेबांनी भेटायला–" तो चाचरतं म्हणू लागला.

पण त्याचं वाक्य पुरं होण्या आधीच ड्यूटी ऑफिसर गंभीर चेहऱ्याने म्हणाला, "होय. कमिशनर साहेब तुमचीच वाट बघत आहेत. त्यांचं ऑफिस चौदाव्या मजल्यावर आहे."

मलिक पाठ फिरवून जड पायांनी लिफ्टकडे चालू लागला. ड्यूटी ऑफिसरचे डोळे आपल्यावर रोखलेले आहेत, हे त्याला पाठमोऱ्या स्थितीतही जाणवत होतं. लिफ्टमधे शिरण्यापूर्वी मलिकने वळून प्रवेशद्वाराकडे नजर टाकली. सुटकेची शेवटची संधी. तेवढ्यात लिफ्टची दारं उघडल्याचा आवाज झाला. मलिक लिफ्टमधे शिरला. लिफ्ट हळूहळू कष्टाने वर चढत होती. मधल्या मजल्यांवर थांबत होती. माणसांची ये-जा चालू होती. अखेर चौदावा मजला आला. मलिक बाहेर पडला तो घामाने निथळतच. पण त्या घामाचं कारण लिफ्टमधील माणसांची गर्दी किंवा एअरकंडिशनिंगचा अभाव हे खचितच नव्हतं.

मलिक कॉरीडॉरमधे उभा होता. त्याने आजूबाजूला पाहिलं. तो या आधी एकदा इथे आला होता. कमिशनर साहेबांचं ऑफिस एका टोकाला होतं. धडधडत्या हृदयाने तो तिकडे निघाला. ऑफिसच्या दारावर कमिशनर नरेश कुमार यांच्या नावाची ठळक पाटी झळकत होती.

मलिकने घाबरतच दारावर टकटक केलं. कदाचित काहीतरी तातडीचं काम निघालं असेल. कमिशनर साहेबांना घाईने कुठेतरी जावं लागलं असेल. आतून एक बायकी आवाज आला, "येस?" त्याने घाबरत घाबरत दार उघडलं. कमिशनर साहेबांची सेक्रेटरी आपल्या टेबलापाशी बसली होती. तिची बोटं विजेच्या वेगाने टाईप करत होती. मलिकला पाहताच तिने टायपिंग थांबवलं.

"कमिशनर तुमचीच वाट पाहतायत," एवढं बोलून ती परत कामाला लागली. तिच्या चेहऱ्यावर कोणतेही भाव नव्हते की हसू नव्हतं. कदाचित आपल्या पुढे काय वाढून ठेवलंय, याची तिला कल्पनाही नसेल– मलिकच्या मनात आलं.

एवढ्यात सेक्रेटरीने हातातील कागद बाजूला ठेवला आणि ती उठून आणखी एका दाराआड अदृश्य झाली. ती लगेच परत येऊन म्हणाली, "आत जा. कमिशनरसाहेब भेटतील." तिने मलिकसाठी हाताने दार उघडून धरलं होतं.

मलिक जड हृदयाने कमिशनरसाहेबांच्या ऑफिसात शिरला. कमिशनर साहेब

टेबलापाशी बसले होते. त्यांच्या पुढ्यात एक फाईल होती ती ते वाचत होते. त्यांनी मान वर उचलून मलिककडे पाहिलं. "मलिक, बस." राज नाही, मि. मलिक नाही, केवळ मलिक.

कमिशनरसाहेबांच्या समोरच्या खुर्चीत मलिक अवघडून बसला. समोरच्या भिंतीवरील घड्याळातला सेकंद काटा धावत होता. सेकंद काट्याने एक पूर्ण आवर्तन संपवलं. मलिक आपल्या चेहऱ्यावरचे घाबरलेले भाव लपवण्याचा आटोकाट प्रयत्न करत होता.

"मलिक," कमिशनर अखेर म्हणाले, "मी आत्ताच तुझ्या सुपरवायझरने तुझ्याविषयी पाठवलेला रिपोर्ट वाचत होतो."

मलिक काही न बोलता निश्चल बसून होता. पण घामाचा एक थेंब त्याच्या कपाळावरून त्याच्या नाकावर घरंगळला.

कमिशनरसाहेबांनी परत एकदा फायलीवर नजर टाकली. "सुपरवायझरने तुझ्या कामाची फार तारीफ केली आहे, मलिक. गेल्यावर्षी तू याच सुमाराला माझ्याकडे आला होतास ना? याच खुर्चीवर बसून तू नोकरी मागितली होतीस माझ्याकडे. तेव्हा वाटलं पण नव्हतं मला, तू इतका गुणी असशील असं!" असं म्हणून कमिशनर हसले. "खरं तर तुझ्या सुपरवायझरने तुला बढती द्यावी अशी शिफारस केली आहे."

"बढती?" मलिकने आश्चर्याने थक्क होऊन विचारलं.

"होय. अर्थात बढती देणं इतकं सोपं नाही. सध्या तुझ्यायोग्य फारशा जागा रिकाम्यापण नाहीत. पण नशिबाने तुला अगदी योग्य अशी जागा माझ्या नजरेत आली आहे. तुझ्या अंगच्या गुणांचं तिथे अगदी चीज होईल."

"ओऽ! थँक यू सर, थँक यू!" मलिक पहिल्यांदाच खुर्चीत मागे सरकून निवांत बसत म्हणाला.

कमिशनर साहेबांनी आणखी एक फाईल उघडली व त्यात नजर टाकत ते म्हणाले, "कॉर्पोरेशनच्या मुख्य प्रेतागारात साहाय्यकाची जागा रिकामी आहे." असं म्हणून त्यांनी फायलीतून एक कागद काढला व त्यातील मजकूर मोठ्यांदा वाचण्यास सुरुवात केली.

"मुडद्यांचं शवविच्छेदन करून झाल्यावर त्यांना ओट्यावरून हलवण्यात आलं, की ताबडतोब लादी पुसून साफ करणे, जमिनीवर सांडलेले रक्तामासांचे ओघळ साबणाने घासून जमीन स्वच्छ धुणे... आता त्या खोलीत जरा घाणेरडा वास येतो. पण काम करताना घालायला फेस मास्क पुरवण्यात येतो. शिवाय काही दिवसांतच त्या घाणीची आणि वासाची माणसाला सवय होऊन जाते." अजूनही कमिशनर साहेबांच्या चेहऱ्यावरचं हसू कायम होतं. "म्हणजे थोडक्यात काय मलिक, आता तुझं हे पद सबसुपरवायझरचं असेल. पगारवाढही बरीच आहे. आणखी महत्त्वाची

गोष्ट म्हणजे, आत्ता तुला वाय.एम.सी.ए.च्या होस्टेलवर राहावं लागतंय ना? पण आता मात्र तुला प्रेतागाराच्या वरच्या मजल्यावरच राहण्यासाठी जागा दिली जाईल.'' कमिशनर क्षणभर थांबून पुढे म्हणाले, ''वयाच्या साठाव्या वर्षी तू निवृत्त होशील. निवृत्तीनंतर तुला बऱ्यापैकी निवृत्तीवेतनाचासुद्धा लाभ मिळेल.'' एवढं बोलून कमिशनर साहेबांनी हातातील फाईल बंद केली. आणि म्हणाले, ''काही शंका असतील तर आत्ताच विचार.''

''एकच शंका आहे सर. या व्यतिरिक्त आणखी काही पर्याय आहे का?'' मलिक म्हणाला.

''हो आहे ना,'' कमिशनर करड्या आवाजात म्हणाले, ''उर्वरित आयुष्य तुरुंगात खडी फोडत घालवण्याचा पर्यायसुद्धा तुला उपलब्ध आहे.''

इन द आय ऑफ द बिहोल्डर

ते दोघं एकाच शाळेत, एकाच वर्गात होते; एवढी एक गोष्ट वगळली, तर दोघांमधे काहीही साम्य नव्हतं.

जिआन लोरेंझो व्हेनिसी अगदी वयाच्या पाचव्या वर्षापासून नेमाने, वेळच्यावेळी शाळेत जात असे. त्याऊलट पावलो कास्टेली मात्र कायम उशिरा, धावतपळत कसाबसा हजेरीच्या वेळेपर्यंत वर्गात पोचायचा.

जिआन लोरेंझोला शाळा आवडायची, वह्या-पुस्तकं, निबंध लेखन, परीक्षा या सगळ्यात तो रमून जायचा. वर्गात तर कायम नंबर वर असायचा त्याचा. पावलो चमकायचा तो मात्र खेळाच्या मैदानावर. फुटबॉल हा त्याचा आवडता खेळ होता. तो त्यांच्या संघातला सर्वोत्कृष्ट खेळाडू होता. तो खेळत असला की प्रतिस्पर्धी संघाचं धाबं चांगलंच दणाणलेलं असायचं. सेंट सिसीलिया हायस्कूलमधेच शिकून दोघे लहानाचे मोठे झाले. ही शाळा रोममधील एक विख्यात शाळा होती. अभ्यासाबरोबरच मुलांच्या अंगच्या इतर गुणांना आणि कर्तृत्वाला इथे पुरेपूर न्याय देण्यात येत असे. आपले गुण जगासमोर दाखवण्याची संधी येथील प्रत्येक विद्यार्थ्याला देण्यात येत असे.

शाळेचे दिवस संपले आणि दोघंही उच्चशिक्षणासाठी युनिव्हर्सिटीत येऊन दाखल झाले. जिआन लोरेंझोला स्कॉलरशिप मिळाली. पावलो देशातील सर्वांत जुन्या ख्यातनाम फुटबॉल क्लबमधे स्ट्रायकर म्हणून खेळू लागला. दोघंही आपापल्या

क्षेत्रात चमकत होते. दोघांनीही आपापल्या आवडीच्या विषयात नेत्रदीपक कामगिरी करून दाखवली होती.

युनिव्हर्सिटीचं शिक्षण पूर्ण केल्यानंतर जिआन लोरेंझो आपल्या वडिलांच्या मालकीच्या व्हेनिसी आर्ट गॅलरीत त्यांच्याच हाताखाली काम करू लागला. त्याने युनिव्हर्सिटीत जे ज्ञान संपादन केलं होतं, त्याचा आता प्रत्यक्ष व्यवहारात उपयोग करून घेण्याची चांगली संधी त्याला उपलब्ध झाली होती. त्या संधीचं तो सोनं करत होता. जिआनच्या वडिलांची आर्ट सर्कलमधे फार मोठी ख्याती होती. त्यांच्या हाताखाली काम करून तेवढंच यश आणि तशीच कीर्ती प्राप्त करण्याची जिआनची मनिषा होती.

इकडे जिआन लोरेंझोने आपल्या वडिलांच्या हाताखाली प्रशिक्षण घेण्यास सुरुवात केली, तर त्याचवेळी पावलोची नियुक्ती रोमा फुटबॉल संघाचा कर्णधार म्हणून झाली. दिवसेंदिवस त्याची लोकप्रियता वाढत होती. त्याच्या चाहत्यांची संख्या वाढत होती. प्रत्येक सामन्यात विजयश्री त्याच्याच संघाच्या गळ्यात माळ घालत होती. जिआन लोरेंझोला कधीही पावलोविषयी माहिती मिळवावीशी वाटली, की कोणत्याही वृत्तपत्राचं, मासिकाचं किंवा पाक्षिकाचं शेवटचं पान तो उघडत असे. त्यात पावलोची फोटोसहित साद्यंत माहिती मिळायची. कोणती ना कोणती तरी अद्वितीय लावण्यवती त्याच्या गळ्यात पडलेलीच त्या फोटोत दिसायची. हा एक मोठाच फरक त्या दोघांमधे होता.

जिआन लोरेंझोने जे करियर निवडलं होतं, त्यात एखादं बारीकसारीक ध्येय डोळ्यांसमोर ठेवून तात्पुरतं यश मिळवणं मुळीच महत्त्वाचं नव्हतं. आर्ट डीलरच्या व्यवसायात नाव मिळवणं आणि ते टिकवणं आवश्यक होतं. त्यासाठी संशोधन आणि रसिकता या दोन्हीची सांगड घालणं महत्त्वाचं होतं. जिआन लोरेंझोला हे पुरतं कळलं होतं. या व्यवसायासाठी लागणाऱ्या दोन महत्त्वाच्या गोष्टी त्याला त्याच्या वडिलांकडून वारसाहक्कानेच मिळाल्या होत्या– एक म्हणजे उत्तम दृष्टी व दुसरं म्हणजे उत्तम नाक. अंतोनिओ व्हेनिसीने आपल्या मुलाला एखाद्या कलाकृतीत काय पाहायचं हे तर शिकवलंच होतं, पण कुठे पाहायचं ह्याचंही ज्ञान दिलं होतं. एखाद्या एकमेवाद्वितीय कलाकृतीचा – मास्टरपीसचा – शोध घेताना ही दोन हत्यारं त्याला चांगली उपयोगी पडत. त्याच्या वडिलांचे सगळे खरेदी-विक्रीचे व्यवहार हे फक्त प्रबोधनकालीन कलाकृती, मुख्यत: तैलचित्रांचेच असत. मुळात या कलाकृती खुल्या बाजारात कधीही विक्रीला यायच्या नाहीत. एखादं फारच सुंदर आणि दुर्मिळ चित्र मिळतंय असा सुगावा लागल्याशिवाय जिआन आर्ट गॅलरीच्या बाहेर पाऊलही टाकत नसे. जिआन लोरेंझोनेपण आपल्या वडिलांच्या पावलावर पाऊल टाकून व्यवसाय करण्याचा निर्णय घेतला होता. त्यामुळेच त्यांच्या गॅलरीतून वर्षाकाठी तीन नाहीतर

चार तैलचित्रांची खरेदी-विक्री होत असे. पण ती चित्रं खरोखरच पावलोच्या खेळातील स्ट्रोक्सप्रमाणे अगदी मास्टरपीस असत. लोरेंझोच्या वडिलांनी या व्यवसायात उणीपुरी चाळीस वर्षं काढली होती. कोणत्या व्यक्तीकडे दुर्मिळ कलाकृतींचा संग्रह आहे, याची खडान्‌खडा माहिती तर त्यांना असायचीच; पण त्याचबरोबर त्यातील कोणकोणते मास्टरपीस विकायला कोण तयार आहे याचीही.

जिआन लोरेंझो आपल्या कामात इतका बुडून गेलेला असतानाच, इकडे इटली विरुद्ध स्पेन युरोपिअन चषक सामन्यात खेळत असताना पावलोला गंभीर दुखापत झाली. जिआन लोरेंझोच्या नजरेतून ही बातमी निसटली. बघता बघता पावलोमधला वृत्तपत्रांचा रस कमी कमी होत गेला, कारण तो यापुढील सामने खेळणार नव्हता.

इकडे पावलोचं महत्त्व कमी होत गेलं, तर जिआन लोरेंझोच्या प्रसिद्धी हात धुवून मागे लागली होती. पूर्ण युरोपभर त्याचे दौरे चालू होते. एकीकडे उत्तमोत्तम दुर्मिळ मास्टरपीस मिळवायचे आणि त्यानंतर त्यासाठी गुणग्राहक गिऱ्हाइकं शोधायची. लोरेंझोच्या कामाचा व्याप वाढत होता.

कधी तरी जिआन लोरेंझोला पावलोची आठवण यायची, आजकाल वृत्तपत्रांमधे त्याचं नाव नसायचं. त्याचं काय बरं झालं असेल? – जिआन लोरेंझोला कधीतरी प्रश्न पडायचा. त्याच्या या प्रश्नाचं उत्तर अगदी अनपेक्षितच त्याला मिळालं. एक दिवस पावलोने आपल्या वाङ्‌निश्चयाची घोषणा केली.

पावलोने आपली जीवनसाथी म्हणून ज्या व्यक्तीला निवडलं होतं, त्यामुळे वृत्तपत्रांच्या शेवटच्या पानाऐवजी आता त्याचे फोटो वारंवार चक्क पहिल्या पानावर झळकू लागले.

अँजेलिना पोर्सेली ही मासिमो पोर्सेलीची एकुलती एक मुलगी होती. इटलीतील सर्वांत मोठ्या फार्मास्युटिकल कंपनीचा चेअरमन मासिमो पोर्सेली हे एक बडं प्रस्थ होतं. शिवाय तो रोमा फुटबॉल क्लबचा प्रेसिडेंटसुद्धा होता. एका वृत्तपत्राने त्यांच्या वाङ्‌निश्चयाच्या बातमीला 'अ मॅरेज ऑफ टू हेवीवेट्स' असा ठळक मथळा दिला होता.

तो मथळा वाचून जिआन लोरेंझोची उत्सुकता चाळवली. त्याविषयीची सविस्तर बातमी तिसऱ्या पानावर होती. त्याने ती काढून वाचली. पावलोची वाग्दत्त वधू सहा फूट दोन इंच असल्याचं त्यात म्हटलं होतं. कोणत्याही फॅशन मॉडेलला हेवा वाटेल अशीच उंची... असं तुमच्या मनात नक्की आलं असेल! पण नाही... तिच्यात आणि कोणत्याही फॅशन मॉडेलमधे तुलना करण्यासारखं फक्त एवढंच होतं. कारण तिची बाकीची मापंपण बातमीदाराने मोठ्या चवीने बातमीत दिली होती. मुख्य म्हणजे त्याने लिहिलं होतं ते तिच्या वजनाबद्दल. या एवढ्याच एका वृत्तपत्रात नव्हे, तर सर्वच वृत्तपत्रांत तिच्या वजनाविषयी बातमीदारांनी वेगवेगळी माहिती पुरवली होती. कुणाच्या

मते तिचं वजन तीनशे पौंड होतं, तर कुणाच्या मते साडेतीनशे पौंड होतं.

पण खरं तर फोटोतून जे सत्य समोर येऊ शकतं, ते हजार शब्दांच्या निबंधातूनही येऊ शकत नाही. जिआन लोरेंझोने अँजेलिनाचे पुष्कळ फोटो पाहिले. प्रत्येक फोटोत तिच्या अंगात अत्यंत नाणावलेल्या ड्रेस डिझायनर्सनी खास तिच्यासाठी बनवलेले कपडे होते. अत्यंत कसबी फोटोग्राफर्सनी आपलं सर्व कौशल्य पणाला लावून सर्वांत उत्तम अँगलने ते फोटो काढलेले होते. लंडनमधल्या उत्तमोत्तम जवाहिऱ्यांकडचे दागिने तिच्या अंगावर होते. युरोपातील ख्यातनाम पर्सनल ट्रेनर्सनी तिच्याकडून नानाविध प्रकारचे व्यायाम करून घेतले असतील, आहारतज्ज्ञांनी तिच्यासाठी आहाराचं नियोजन केलं असेल... परंतु त्या सगळ्याचा काहीच उपयोग झालेला दिसत नव्हता. अँजेलिना अत्यंत गोड चेहऱ्याची आणि अवाढव्य देहाची एक सुंदर परी होती. रोमा फुटबॉल क्लबचा एकेकाळी हीरो असलेल्या आपल्या नियोजित पतीच्या शेजारी ती ज्या ज्या फोटोत उभी होती, तिथे तर त्या दोघांमधला फरक फारच उठून दिसत होता. इटालियन वृत्तपत्रांना अँजेलिनाच्या या बेढब, अवाढव्य देहातच तेवढा रस दिसत होता. तिच्या आवडी-निवडी, तिची रसिकता आणि चोखंदळ वृत्ती, तिची गुणग्राहकता या एकाही पैलूविषयी कोणीच बोलायला तयार नव्हतं.

जिआन लोरेंझोने त्या लग्नाचा विषय सोडून इतर बातम्यांकडे आपलं लक्ष वळवलं आणि चालता चालता तो आर्ट गॅलरीत शिरला. आपल्या ऑफिसचं दार उघडून आत शिरताच त्याच्या सेक्रेटरीने उठून त्याचं स्वागत केलं आणि एक चमकदार सोनेरी रंगाची भली मोठी निमंत्रणपत्रिका त्याच्या हातात ठेवली. जिआन लोरेंझोने ती उत्सुकतेने उघडली. वरच मोठ्या सोनेरी अक्षरांत त्याचं नाव छापलेलं होते. पावलो आणि अँजेलिनाच्या लग्नाचं ते निमंत्रण होतं.

सहा आठवड्यानंतर व्हिला बोर्गीझ या मासिमो पोर्सेली यांच्या निवासस्थानी एक हजार उपस्थितांमधे या लग्नसमारंभासाठी जिआन लोरेंझोनेसुद्धा आपली हजेरी लावली. मासिमो पोर्सेली यांची अँजेलिना ही एकुलती एक कन्या होती. साहजिकच तिच्या लग्नाचा हा सोहळा केवळ तिच्याच नव्हे, तर तिथे उपस्थित राहिलेल्या प्रत्येकाच्या आयुष्याभर स्मरणात राहील असाच होता.

बोर्गीझ व्हिला रोमच्या बाहेर असलेल्या सात टेकड्यांपैकी एका टेकडीवर होता. दुरून तो एखाद्या परिकथेतील राजवाड्यासारखा दिसत असे. त्या प्रासादाच्या भव्य प्रांगणात असलेल्या उद्यानात हा समारंभ संपन्न होणार होता. जिआन लोरेंझो थोडा आधीच पोचला असल्यामुळे तो सभोवार हिंडून उद्यानातील सुंदर शिल्पकृती न्याहाळत होता. मधेच कुणी जुने मित्र भेटत होते, ओळखीचे लोक भेटत होते. त्यांची विचारपूस करत होता. एवढ्यात समारंभ सुरू होण्याचं सूचक संगीत सुरू झालं. कुठून तरी निळेशार रुबाबदार सूट परिधान केलेले देखणे नवयुवक अवतरले आणि त्यांनी

प्रत्येक अतिथीला आदरपूर्वक त्यांच्यासाठी नेमलेल्या खास खुर्चीवर नेऊन बसवलं. लवकरच प्रत्यक्ष लग्नसमारंभ सुरू होणार होता.

व्यासपीठ वर्तुळाकार, अतिभव्य होतं. त्याच्या समोर अर्धवर्तुळात खुर्च्या मांडलेल्या होत्या. व्यासपीठाच्या मधोमध लग्नवेदी सजवलेली होती. मंडपात पाहुण्यांची गजबज होती. अतिशय सुंदर कपडे परिधान केलेल्या तितक्याच सुंदर स्त्रिया उपस्थित होत्या. युरोपातील विविध ड्रेसडिझायनर्सचं कौशल्य पणाला लागलेलं दिसत होतं. त्या स्त्रियांबरोबर त्यांना साजेसे देखणे तरुण होते. त्या तरुणांच्या मधोमध सर्वांत रुबाबदार व देखणा पावलो होता.

जिआन लोरेंझोने आपल्या अवतीभवती एक दृष्टिक्षेप टाकला. समाजातील उच्च वर्तुळातील बड्या असामी, राजकारणी नेत्यांनी कार्यक्रमाला उपस्थिती लावली होती. तिथे मोठमोठे व्यावसायिक होते, उद्योगपती होते, चित्रपट कलावंत होते आणि पावलोचे काही खेळाडू मित्रसुद्धा होते.

यानंतर पावलोचं व्यासपीठावर आगमन झालं. विवाहवेदीवर उजव्या बाजूला तो ठरलेल्या जागी जाऊन उभा राहिला. थोड्याच वेळात वधूचं आगमन त्या ठिकाणी होणार होतं.

थोड्याच वेळात मंद संगीताच्या सुरांनी सारं वातावरण भरून गेलं. आपल्या वडिलांचा हात हातात घेऊन, खुर्च्यांच्या रांगांमधून सोडलेल्या मोकळ्या जागेतून वधू सावकाश चालत येऊ लागली.

''काय सुंदर ड्रेस आहे तिचा,'' जिआन लोरेंझोच्या पुढची बाई उद्गारली. जिआनने अभावितपणे होकारार्थी मान हलवली. अँजेलिनाचा ड्रेस अत्यंत उंची पर्शियन सिल्कपासून बनवलेला होता. त्याचा मागचा भरजरी, रेशमी, लांबचलांब घोळदार भाग अँजेलिनाच्या मागोमाग हिरवळीवरून सरकत येत होता. इथे जमलेल्या या सर्व स्त्रियांच्या मनात आत्ता फक्त एकच विचार येत असेल, फक्त तो कुणीही बोलून दाखवणार नाही– असं जिआन लोरेंझोच्या मनात आलं. अँजेलिनाचा चेहरा मात्र तृप्तीने, सुखाने उजळून निघाला होता. आपल्या प्रियकराच्या दिशेने ती पावलं टाकत होती. आत्ता अनेक स्त्रियांना मनातून आपला हेवा वाटत असणार, या गोष्टीची पुरेपूर कल्पना तिला होती.

एव्हाना अँजेलिना व्यासपीठापाशी जाऊन पोचली होती. लाकडी पायऱ्या चढून ती वर जाऊ लागली, तसा लाकूड दबल्याचा विचित्र आवाज येऊ लागला. तिला पाहताच तिचा भावी पती पुढे झाला. दोघं विवाहवेदीवर जवळ जवळ उभे राहिले. नेपल्सचे आर्चबिशप कार्डिनल मोटाग्नी मुद्दाम त्या दोघांचं लग्न लावून देण्यासाठी आले होते. त्यांनी रिवाजाप्रमाणे पावलोकडे वळून त्याला प्रश्न केला : ''डू यू टेक धिस वुमन टू बी युवर लॉफुल वेडेड वाईफ?'' (या स्त्रीशी तुम्ही कायद्याने

विवाहबंधनात बद्ध होण्यास तयार आहात का?) त्यानंतर पावलोने कितीही प्रतिकूल परिस्थिती आली तरी अँजेलिनाला अंतर देणार नाही असं सर्वांच्या साक्षीनं वचन दिलं. 'गरिबी असो नाहीतर श्रीमंती...' असे शब्द जेव्हा त्याने शपथ घेताना उच्चारले, तेव्हा उपस्थितांपैकी अनेकांना हसू फुटलं.

अशा रीतीने लग्नविधी यथासांग पार पडल्यानंतर उपस्थित एक हजार पाहुण्यांसमवेत जिआन लोरेंझोसुद्धा शाही मेजवानीचा आस्वाद घेण्यासाठी लाँग गार्डनमधे गेला. शँपेनची कारंजी उसळली होती. विविध प्रकारच्या लज्जतदार खाद्यपदार्थांची रेलचेल होती. पावलोच्या बेस्ट मॅनने पावलो आणि अँजेलिना यांच्याबद्दल कौतुकाचे चार शब्द सांगितले. त्याला उत्तर देण्यासाठी पावलोनेही एक छोटंसं भाषण केलं. तेव्हापर्यंत जिआन लोरेंझोचं पोट अगदी तुडुंब भरलं होतं. इतकं, की त्याला सरळ चालणंही कठीण होऊन बसलं होतं.

"मी जगातील सर्वांत सुखी माणूस आहे," पावलो आपली वधू अँजेलिना हिच्याकडे प्रेमाने बघत म्हणाल, "मला अगदी आदर्श पत्नी मिळाली आहे. इथे उपस्थित असणाऱ्या प्रत्येक विवाहोत्सुक तरुणाला मनातून माझा हेवा वाटत असणार, अशी माझी अगदी खात्रीच आहे." अर्थात त्याच्या या विचारांशी जिआन लोरेंझो मात्र सहमत नव्हता. पण आपल्या मनात असले दुष्ट विचार आले, तशी त्याला मनोमन खंत वाटून त्याने ते घाईने झटकून टाकले. पावलो पुढे म्हणाला, "अँजेलिनाचं प्रेम जिंकण्यात यशस्वी झालेला मी पहिला भाग्यवान आहे. एका आदर्श पत्नीच्या मी शोधात होतो. पण अँजेलिना मला सापडताच माझा तो शोध संपला." एवढं बोलून त्याने हातातील शँपेनचा ग्लास उंचावला आणि सर्वांना उठून उभं राहण्याची खूण केली. सर्वांनी उठून कौतुकाने टाळ्यांचा कडकडाट केला. पावलो म्हणाला, "माझ्या छोट्याशा गोडशा परीसाठी!"

भाषणं संपून संगीताच्या तालावर पाय थिरकू लागले. तरुण तरुणी झुलू लागले. या साठी खास न्यू ऑर्लिअन्सहून वाद्यवृंदाला निमंत्रण देण्यात आलं होतं. लोकांमधे कुजबूज सुरू होती. अँजेलिनाला जाझ या संगीत प्रकारात विशेष रुची असल्यानेच तिच्या वडिलांनी आपल्या कन्येची ही आवडही पुरवली होती.

संगीत सुरू होऊन उपस्थित नृत्याचा आणि शँपेनचा आस्वाद घेऊ लागल्यावर पावलो आणि अँजेलिना व्यासपीठावरून खाली उतरले आणि एकेका पाहुण्यापाशी जाऊन त्याची विचारपूस करू लागले. या संधीचा फायदा घेऊन जिआन लोरेंझोने आपल्याला खास आठवण ठेवून बोलावल्याबद्दल पावलोचे आभार मानले आणि त्याला व अँजेलिनाला हार्दिक शुभेच्छापण दिल्या. अँजेलिना जिआन लोरेंझोकडे बघून गोडसं हसली, पण काही बोलली मात्र नाही.

दोघांचा निरोप घेऊन जिआन लोरेंझो जायला निघताच पावलो म्हणाला, "आता

आपण एकमेकांच्या संपर्कात राहू. अँजेलिना कलेची भोक्ती आहे. तैलचित्रांचा आणि शिल्पांचा एक संग्रह बनवावा, असं तिच्या मनात आहे.'' एवढं बोलून पावलो पुढच्या पाहुण्याची खुशाली विचारण्यासाठी निघून गेला.

बघता बघता रात्र सरली. सूर्योदय झाला आणि उपस्थितांसाठी ब्रेकफास्टची व्यवस्था करण्यात आली. इकडे नवविवाहित दांपत्य विमानतळाकडे रवाना झालं. हजारो जणांनी हात उंचावून त्यांना निरोप दिला. पावलोने आपल्या नव्या कोऱ्या फेरारी गाडीत अँजेलिनाला हात देऊन बसवलं आणि गाडी चालवायला स्वत:च बसला. विमानतळावर अँजेलिनाच्या वडिलांच्या मालकीचं टू सीटर विमान त्यांच्यासाठी थांबलं होतं. गाडी विमानतळावर पार्क करून दोघं आपल्या तीन महिन्यांच्या प्रदीर्घ हनिमूनसाठी रवाना झाले.

पावलोने जिआन लोरेंझोच्या संपर्कात राहण्याची इच्छा जरी व्यक्त केली असली, तरी हनिमूहून परत आल्यावर मात्र त्याने स्वत:हून तसा काहीही प्रयत्न केला नाही. परंतु प्रत्येक वृत्तपत्राच्या गॉसिप कॉलमधे ज्या काही गावगप्पा छापून येत, त्यावरून त्या दोघांविषयी माहिती त्याला कळत असे.

एक वर्षानंतर जिआन लोरेंझोच्या असं कानावर आलं की अँजेलिना आणि पावलो यांनी व्हेनिसला स्थायिक व्हायचं ठरवलं आहे. चकचकीत, गुळगुळीत कागदांच्या महागड्या मॅगेझिनच्या मुखपृष्ठावर शोभून दिसेल, असा एक प्रासादतुल्य व्हिलासुद्धा खरेदी केलेला आहे. आता मात्र आपली आणि आपल्या जुन्या शाळासोबत्याची कुठे ना कुठे तरी नक्की गाठ पडेल, असा विचार जिआन लोरेंझोच्या मनात आला.

काही महिन्यानंतर अंतोनिओ व्हेनिसीने स्वेच्छेने निवृत्ती स्वीकारली आणि आपला सर्व कारभार आपला मुलगा जिआन लोरेंझो याच्याकडे सोपवला. व्हेनिसी गॅलरीचा नवा मालक म्हणून जिआन लोरेंझो महिन्यातील पंधरा दिवस संपूर्ण युरोपचा दौरा करत असे. कुठे एखादी पुरातन दुर्मिळ कलाकृती मिळते का, याचा शोध घेत ती कलाकृती जमलं तर योग्य किंमतीला पदरात पाडून घ्यायची, पण त्याच वेळी तिच्या मालकाशी जोरात घासाघीस तर करून चालत नसे... असं मोठं नाजूक काम होतं हे.

असाच एकदा तो व्हेनिसला कामानिमित्त गेला होता. तेथील काँटेसा दी पाल्मा या महिलेला एक दुर्मिळ कलाकृती विकायची होती. काँटेसाने आपल्या तिसऱ्या पतीपासून नुकताच घटस्फोट घेतला होता. तारुण्याला व त्या जोडीने सौंदर्याला उतरती कळा लागल्याने परत नवीन मासा गळाला लागण्याची शक्यता नव्हती. त्यामुळे आपल्याकडची एकदोन दुर्मिळ तैलचित्रं विकून थोडी पुंजी गाठीला बांधावी असा तिचा बेत होता. पण काँटेसाची एकच अट होती. आपल्यावर ओढवलेल्या

कठीण परिस्थितीविषयी बाहेर कोणाला कळू नये, असं तिचं म्हणणं होतं. खरं तर तिच्या परिस्थितीची कल्पना इटलीतील प्रत्येक आर्ट डीलरला होतीच. काँटेसाने आपल्याला विश्वासात घेऊन आपल्यापाशी मन मोकळं केलं, याबद्दल जिआन लोरेंझोला मनातून आनंदच झाला.

काँटेसाच्या संग्रहातील प्रत्येक चित्र जिआन लोरेंझोने अगदी नीट निरखून, पारखी नजरेनं पाहिलं. काँटेसाची गुणग्राहकता केवळ पतीची निवड करण्यापुरती मर्यादित नसून, तिच्याकडे संग्रहकाची सौंदर्यदृष्टीपण होती, हे त्याला कळून चुकलं. अनेक भेटीगाठींनंतर काँटेसाने विक्रीस काढलेल्या चित्राच्या मूल्यावर दोघांचं एकमत झालं. बघता बघता त्यांचा दृढ परिचय झाला. आता ही मैत्री इथे संपवू नये असं दोघांनाही वाटू लागलं.

ठरलेल्या रकमेचा चेक ज्या दिवशी जिआन लोरेंझोने काँटेसाच्या हाती ठेवला, तेव्हा ती त्याला म्हणाली ''माय डार्लिंग, आपण हॅरीच्या बारमधे डिनरला जाऊन आपल्या या मैत्रीचा शुभारंभ करू या.''

ते दोघंही हॅरीच्या बारमधे मेन्यूकार्ड हातात घेऊन नक्की काय ऑर्डर करायचं याचा विचार करत बसले असतानाच पावलो आणि अँजेलिना यांचं तिथे आगमन झालं. सर्व नजरा ताबडतोब त्यांच्याकडे वळल्या. हेड वेटरने अदबीने त्यांना कोपऱ्यतील एकांतातील टेबलाकडे नेलं.

''माझा सगळाच्या सगळा संग्रह विकत घेण्याची ऐपत असणारी एक व्यक्ती इथे आहे,'' काँटेसा कुजबुजत्या स्वरात म्हणाली.

''ते खरं आहे,'' जिआन लोरेंझो म्हणाला, ''पण त्याचं काय आहे, पावलोला फक्त दुर्मिळ स्पोर्ट्स गाड्यांचा संग्रह करण्याचा नाद आहे.''

''हो.... आणि दुर्मिळ स्त्रियांचासुद्धा.''

''अँजेलाला कसला संग्रह करायचा नाद आहे, याची मात्र मला काहीही कल्पना नाही,'' जिआन लोरेंझो म्हणाला.

''दरवर्षी काही थोडं वजन आपल्या शरीरावर जमा करण्याचा नाद आहे ना तिला,'' काँटेसा उपहासाने हसत म्हणाली, ''एकदा माझ्या दुसऱ्या पतीने तिला आमच्या घरी चहाला बोलावलं होतं. तिनं चहाफराळाचा फन्ना तर उडवलाच, पण त्यानंतर घरादारासकट आम्हालाही खाऊन टाकते का काय, अशी भीती मला वाटू लागली.''

''चल, मग त्याचं उट्टं आज आपण काढू,'' जिआन लोरेंझो म्हणाला, ''आज जेवणावर मनसोक्त ताव मारू.''

पण काँटेसाला खरं म्हणजे जेवणात काहीच रस नव्हता. तिची पाचकळ बडबड सुरूच होती. ''काय रे... ते दोघे बिछान्यात नक्की काय करत असतील... कसं काय

सगळं जमवत असतील?'' काँटेसा म्हणाली.

खरं तर हा प्रश्न खुद्द जिआन लोरेंझोच्या मनात अनेकदा उमटून गेला होता. पण असा जाहीररित्या उच्चारण्याचा विचारसुद्धा त्याने कधी केला नव्हता. काँटेसाला मात्र कशाचाच विधिनिषेध नव्हता. ती हा चविष्ट विषय चघळत राहिली होती. सोडायला तयार नव्हती.

''काय रे बिछान्यात वर कोण असेल... आणि खाली कोण असेल?''

जिआनला त्यावर काही उत्तर द्यावंसं वाटेना. पण काँटेसाला त्याच्याकडून उत्तराची अपेक्षाच नव्हती. ती म्हणाली, ''मला तर वाटतं, ती खाली आणि तो वर असंच असेल. नाहीतर ती त्याला गुदमरूनच टाकेल स्वत:च्या वजनाने.''

जिआन लोरेंझोला ही असली काहीतरी कल्पनाचित्रं डोळ्यापुढे आणणं प्रशस्त वाटेना. त्याने मुद्दाम विषय बदलायचा प्रयत्न केला. ''मी आणि पावलो एकाच शाळेत होतो. काय उत्कृष्ट खेळाडू होता तो तेव्हासुद्धा.''

''असायलाच पाहिजे, त्या बयेचं समाधान करायचं म्हणजे...''

''मी त्यांच्या लग्नालासुद्धा गेलो होतो.'' तो म्हणाला, ''काय सोहळा होता तो. खरोखर लक्षात राहण्यासारखा. अर्थात याला बरेच दिवस लोटले. कदाचित ही गोष्ट त्याच्या लक्षातसुद्धा नसेल.''

''काय रे... पण तुला कितीही पैसा मिळणार असला, तरी त्या बदल्यात तू असल्या व्यक्तीशी लग्न करायला कधी तरी तयार होशील का?'' काँटेसा म्हणाली. जिआन लॉरेंझोच्या बोलण्याकडे तिचे काही लक्ष नव्हतं.

''पण त्याचं तिच्यावर खूप प्रेम आहे, असा दावा तो करतो,'' जिआन लोरेंझो म्हणाला, ''पावलो तिचा उल्लेख 'माझी छोटीशी गोडशी परी' असा करतो.''

''खरं की काय? ही... आणि 'छोटीशी परी'... मग त्याच्या कल्पनेतली 'मोठीशी परी' कशी असेल?''

''पण त्याचं जर तिच्यावर खरं प्रेम नसलं, तर तो तिला घटस्फोट देऊ शकतोच ना?''

''शक्यच नाही ते. लग्नापूर्वी त्या दोघांमधे कायदेशीर करार झालेला आहे. त्या विषयी तुला काहीच कसं माहीत नाही?''

''नाही. मी काही ऐकलं नाही त्याविषयी.'' जिआन लॉरेंझो म्हणाला. आपल्या मनातली उत्सुकता आवाजात वा चेहऱ्यावर उमटू नये म्हणून त्याने आटोकाट प्रयत्न केला.

''तिच्या वडिलांचं तुझ्या या खेळाडू मित्राविषयी फार काही चांगलं मत नसणार. त्यांनीच त्याच्याकडून लग्नापूर्वी ह्या करारावर स्वाक्षरी घेतली होती. त्यानुसार पावलोने जर कधीही अँजेलाला घटस्फोट दिलाच, तर त्याला मालमत्तेतली एक

कवडीही मिळणार नाही. याशिवाय आणखीही एक अट होती. पावलोने या करारपत्राविषयी कमालीची गुप्तता बाळगायची, त्याविषयी कोणालाही सांगायचं नाही, मुख्य म्हणजे अँजेलिनाला तर मुळीच नाही.''

''मग हे तुला कसं कळलं?'' जिआन लॉरेंझोने काँटेसाला विचारलं.

''मी आत्तापर्यंत जेवढ्या करारपत्रांवर सह्या केल्या आहेत, जेवढा अनुभव गाठीशी जमा केला आहे, तेवढा तुझ्याकडे असता; तर तुलाही हे कळलंच असतं.'' काँटेसा म्हणाली.

जिआन लोरेंझो हसला आणि त्याने वेटरला बिल घेऊन येण्याची खूण केली.

वेटर हसून म्हणाला, ''तुमचं बिल आधीच भरण्यात आलंय.'' त्याने पावलोकडे बोट दाखवलं. ''तुमचा जुना मित्र आहे ना, त्याने.''

''अरे वा, मग त्याचे आभार मानलेच पाहिजेत.'' जिआने लोरेंझो म्हणाला. तो आपल्या जागेवरून उठला आणि माणसांच्या गर्दीतून वाट काढत पावलो आणि अँजेलिनाकडे गेला. ''त्याचे नको, तिचे आभार मान,'' काँटेसा उपहासाने तेवढ्यात म्हणाली.

जिआन लोरेंझोला बघताच पावलो उठून उभा राहिला आणि त्याचे दोन्ही हात आपल्या हातात घेत म्हणाला, ''कसा आहेस तू? ही माझी छोटीशी, गोडशी परी, अँजेलिना. अर्थात तुला माहीत आहेच म्हणा.'' मग तो अँजेलिनाकडे बघून हसला आणि म्हणाला, ''तू तिला विसरला असणं शक्यच नाही.''

जिआन लोरेंझोने अँजेलाचा हात हातात घेऊन आदरपूर्वक तिच्या हाताच्या पालथ्या पंज्यावर आपले ओठ टेकले आणि म्हणाला, ''तुमच्या लग्नाचा तो सुंदर सोहळासुद्धा मी कधीही विसरणार नाही.''

अँजेला मृदूपणे म्हणाली, ''मी तुम्हाला ओळखलं.''

जिआन लोरेंझोने गुडघ्यात वाकून तिला अभिवादन केलं.

''तुला काँटेसा दी पाल्मा बरोबर पाहिलं. त्याच आहेत ना?'' पावलोने विचारलं, ''कारण माझ्या या परीला पाहिजे असलेली एक गोष्ट काँटेसाकडे आहे.'' ते ऐकून जिआन लोरेंझो गप्प बसला. काहीच बोलला नाही, ''जिआन, ती काँटेसा तुझी फक्त क्लाएंटच आहे, जवळची मैत्रीण वगैरे नाही ना? कारण हे बघ, एकदा माझ्या या परीला एखादी गोष्ट हवीशी वाटली, की ती मिळवण्यासाठी मी अगदी आकाशपाताळसुद्धा एक करतो.'' अजूनही जिआन लोरेंझो गप्पच राहिला. त्याच्या वडिलांनी फार पूर्वी त्याला एक सल्ला दिला होता– 'कोणत्याही रेस्टॉरंटमधे धंद्याचं कधी बोलायचं नसतं. तिथे फक्त रेस्टॉरंटच्या मालकाचाच धंदा यशस्वी होतो. तो जेव्हा तुमच्या हातात जेवणाचं बिल ठेवतो, तेव्हा.' पावलो मात्र अजूनही बोलतच होता. ''दोस्ता, त्या क्षेत्रातलं मला फारसं काही कळत नाही बघ. कला आणि दुर्मिळ कलाकृती या

क्षेत्रातला तू उस्ताद आहेस. तू असं कर... अँजेलिनाचा प्रतिनिधी म्हणून त्या काँटेसाशी तूच बोलणी कर ना.''

''तो मी माझा बहुमान समजेन.'' जिआन लोरेंझो म्हणाला. तेवढ्यात वेटरने भली मोठी स्वीटडिश अँजेलिनाच्या समोर आणून ठेवली.

''एक्सलंट,'' पावलो म्हणाला, ''मग आपण एकमेकांशी संपर्क ठेवू.''

जिआन लोरेंझोने हसून पावलोचा निरोप घेतला. पण बरेचदा अचानक भेट झाल्यावर औपचारिक गप्पा होतात. त्यात बोललेलं अनेकदा तितकंसं खरंही नसतं. अँजेलिनाला परत एकदा अभिवादन करून तो काँटेसाच्या समोर आपल्या खुर्चीवर जाऊन बसला.

त्याने आपल्या मनगटी घड्याळाकडे नजर टाकली. ''चला, बराच उशीर झाला. निघायला हवं. उद्या सकाळी पहिली फ्लाईट घेऊन मला रोमला जायला लागणार आहे.''

''काय रे... पण मी विकायला काढलेलं ते दुर्मिळ पेंटिंग खरेदी करायला तयार झाली का ती अँजेलिना?'' काँटेसा आपल्या जागेवरून उठत म्हणाली.

''नाही.'' त्याने एकीकडे पावलो आणि अँजेलिनाकडे बघत हात उंचावून हलवला आणि काँटेसाला म्हणाला, ''अजून नाही, पण आमचं भेटायचं ठरलंय.''

''मग कधी भेटणार आहेस?'' ती अधिरतेने म्हणाली.

''अग, त्याने स्वत:चा फोन नंबर दिलाच नाही मला. आणि इतक्या बड्या लोकांचे नंबर कधीच फोन डिरेक्टरीत नसतात.'' जिआन लोरेंझोने तिला सांगितलं.

दुसऱ्या दिवशी सकाळी पहिली फ्लाईट पकडून जिआन लोरेंझो रोमला परतला. काँटेसाचं ते दुर्मिळ चित्र सावकाश त्याच्या गॅलरीत येऊन पोचणार होतं. त्याने आपल्या आर्ट गॅलरीत नुसता पाय ठेवायचाच अवकाश, त्याची सेक्रेटरी पळत पुढे आली. ''सर, आज सकाळपासून दोन वेळा पावलो कास्टेली यांचा फोन येऊन गेला,'' ती म्हणाली, ''तुम्ही इथे पोचल्यावर लगेच त्यांना फोन करावा, असा त्यांनी निरोप ठेवला आहे.''

जिआन लोरेंझो आपल्या ऑफिसात शिरून टेबलामगच्या खुर्चीवर जाऊन क्षणभर शांत बसला. त्याच्या सेक्रेटरीने एका कागदाच्या चिठ्ठीवर पावलोचा नंबर लिहून ठेवला होता. तो त्याने फिरवला. आधी घरच्या बटलरने फोन उचलला, त्याने तो सेक्रेटरीकडे दिला. अखेर एकदाचा पावलो फोनवर आला.

''अरे काल तुझी माझी भेट झाली ना, त्या नंतर माझ्या परीच्या तोंडात दुसरा विषयच नव्हता. आम्ही एकदा काँटेसाच्या घरी तिचा संग्रह बघायला मुद्दाम गेलो होतो. इतकी सुंदर सुंदर दुर्मिळ चित्रं आहेत त्यात. तू काल काँटेसाला जे भेटायला

आला होतास, ते त्याच संदर्भात तर नाही? असं आमच्या आपलं मनात आलं.''

"हे बघ पावलो, या अशा नाजूक गोष्टी आपण फोनवर न बोललेल्या बऱ्या,'' जिआन लोरेंझो म्हणाला. कोणतीही धंद्याची गोष्ट कधीच फोनवर करू नये, नेहमी कोणताही सौदा प्रत्यक्ष भेटीतच करावा– हा गुरुमंत्र त्याच्या वडिलांनी त्याला दिला होता. जे तैलचित्र विकायचं असेल ते आधी गिऱ्हाइकाला बघू द्यावं, किंवा त्याला ते आपल्या घरी नेऊन इच्छित जागी भिंतीवर टांगू द्यावं. त्या चित्राची त्याला सवय होऊ द्यावी, त्याविषयी आपुलकी उत्पन्न होऊ द्यावी. त्यानंतर किमतीविषयीच्या चर्चेला सुरुवात करावी.

"तसं असेल तर तुला परत व्हेनिसला यावं लागेल. मी तुझ्यासाठी माझं खाजगी विमान पाठवतो.'' पावलो म्हणाला.

पुढच्या शुक्रवारी जिआन लोरेंझो व्हेनिसला गेला. एक भव्य रोल्सरॉईस गाडी थेट रन वेवर आणूनच उभी करण्यात आली होती. त्यात बसून तो व्हिला रोझाकडे निघाला.

पोचल्यावर बटलरने दार उघडून जिआन लोरेंझोचं स्वागत केलं. त्याने त्याला एका भव्य संगमरवरी जिन्याने चढून वरच्या मजल्यावर नेलं. इथे अनेक मोठमोठे कक्ष होते. त्यापैकी प्रत्येकाच्या भिंती अजून ओक्याबोक्याच होत्या. कोणत्याही आर्ट डीलरच्या स्वप्नातलीच ती जागा होती. अशाच प्रकारे तीस वर्षांपूर्वी त्याच्या वडिलांनी ऑग्नेली यांच्या व्हिलासाठी एक अतीव सुंदर, दुर्मिळ चित्रांचं खाजगी प्रदर्शन खास तयार करून दिलं होतं. आज आर्ट सर्कलमधे ख्यातनाम खाजगी संग्रहांमधे त्याची गणना होत होती.

त्याने शनिवारचा जवळपास संपूर्ण दिवस– केवळ दुपारच्या जेवणाची वेळ वगळता अँजेलाबरोबर घालवला. दोघांनी मिळून व्हिला रोझमधील एकूण एकशे चाळीस कक्ष पालथे घातले. अँजेलिनाच्या अंगी एवढी गुणग्राहकता असेल, कला या विषयात तिला इतकी गती असेल याची जिआन लोरेंझोला कल्पनाच नव्हती.

अँजेलिनाला खरोखरच अगदी मनापासून स्वतःच्या खाजगी मालकीचा दुर्मिळ चित्रांचा संग्रह करायचा होता. जगभरातील सर्वच्या सर्व आर्ट गॅलरीज ती जातीने पाहून आली होती. तिच्या सहवासात इतका वेळ घालवल्यावर त्याला एक गोष्ट कळून चुकली. असा संग्रह करण्यासाठी लागणारी रसिकता तिच्या अंगी निश्चित होती. पुरेसं ज्ञानही होतं. अभाव होता तो केवळ आत्मविश्वासाचा. श्रीमंत वडिलांची एकुलती एक मुलगी असल्याचा परिणाम असेल कदाचित. आपण वृत्तपत्रांमधील रकाने वाचून तिच्याबद्दल मत बनवून घेतलं होतं, याबद्दल त्याला मनापासून खंत वाटली. जिआन लोरेंझोला अँजेलिनाचा सहवास आवडला. या अशा लाजाळू, विचारी मुलीने पावलोत नक्की काय पाहिलं, असा प्रश्न त्याला पडला.

रात्री सर्वजण जेव्हा एकत्र जेवायला बसले होते, तेव्हा अँजेलिना शांतच बसून होती. मधूनच ती आपल्या पतीकडे प्रेमाने दृष्टिक्षेप टाकत होती. तिच्या डोळ्यांमधून त्याच्याविषयीचं प्रेम आणि अभिमान स्पष्ट दिसून येत होता.

दुसऱ्या दिवशी सकाळी नाश्त्याच्या वेळीसुद्धा अगदी असंच घडलं. अँजेलिना संपूर्ण वेळ जवळपास एक शब्दसुद्धा बोलली नाही. नाश्ता झाल्यावर अँजेलिनाने जिआन लोरेंझोला व्हिलाभोवतीचा संपूर्ण परिसर दाखवावा अशी सूचना पावलोने करताच मात्र अँजेलिनाची कळी खुलली. तिची बडबड सुरू झाली.

सुमारे साठ एकरांच्या विस्तीर्ण परिसरात पसरलेल्या उद्यानात अँजेलिना त्याला फिरायला घेऊन गेली. त्या बगीच्यात कुठेही टेकून सावलीत विश्रांती घ्यायला जागा नव्हती. त्या ठिकाणी काय सुधारणा करता येईल या विषयी जिआन लोरेंझोने अगदी किरकोळ जरी सूचना केली, तरी ती आनंदाने हरखून जात होती. त्याच्या मागे सावलीसारखी हिंडत होती. फक्त त्याचं बोट पकडायचं तेवढं बाकी होतं.

त्या रात्री जेवणाच्या वेळी पावलोने घोषणा केली. आपल्या वडिलांच्या स्मरणार्थ एक अत्यंत सुंदर असा दुर्मिळ कलाकृतींचा संग्रह तयार करण्याची त्याच्या छोट्याशा परीची इच्छा होती.

"पण याची सुरुवात कुठून करायची?" पावलो खुर्चीत रेलून बसला आणि आपल्या पत्नीचा हात प्रेमभरे दाबत म्हणाला.

"कॉंटेसाच्या संग्रहालयातील एका दुर्मिळ चित्रापासून," जिआन लोरेंझोकडे उत्तर तयारच होतं.

त्यानंतरची पाच वर्षं जिआन लोरेंझोच्या रोम ते व्हेनिस आणि परत अशा वाऱ्या सुरू होत्या. कॉंटेसाच्या संग्रहातील एक एक तैलचित्र येऊन व्हिला रोझाच्या भिंती सुशोभित करत होतं. एकेक दुर्मिळ रत्न हाती आलं की अँजेलिनाची भूक अधिकच वाढत जाई. त्यापायी जिआन लोरेंझोला अमेरिका, रशिया, कोलंबिया अशा दूरदूरच्या देशांचे दौरेसुद्धा करावे लागत. पावलोच्या छोट्याशा परीला खूष ठेवण्यासाठी ते गरजेचं होतं. तिची बहुदा कॅथरीन-द-ग्रेटशी स्पर्धा चालली होती.

जिआन लोरेंझोने एकेक मास्टरपीस तिच्यासाठी मिळवून आणले होते – कॅनालेटा, कॅराव्हाजिओ, टिनोरेटो, बेलिनी, दा विंची अशा अनेक चित्रकारांच्या कलाकृतींना व्हिला रोझामधे आश्रय मिळाला होता. या तैलचित्रांबरोबर जिआन लोरेंझोने देशोदेशी हिंडून नामवंत शिल्पकारांच्या अद्वितीय शिल्पकृतींचे नमुने गोळा केले होते. त्यात मूर, ब्रान्कूसी, एपस्टाईन, मिरो, जिआकोमेटी आणि अँजेलिनाचा खास आवडता बोटेरो, असे सर्वजण होते.

अँजेलिनाने कोणतीही नवी खरेदी केली, की जिआन लोरेंझो त्यासोबत तिला त्या

कलाकाराविषयीची समग्र माहिती देणारं पुस्तक भेट देत असे. अँजेलिना त्या पुस्तकाचा अक्षरश: बसल्या बैठकीला फडशा पाडे आणि लगेच पुढच्या पुस्तकाची मागणी करे. जिआन लोरेंझोला एक गोष्ट मनोमन पटली होती. अँजेलिना केवळ त्याची अतिमहत्त्वपूर्ण क्लाएंटच नव्हती, तर ती एक मेहनती शिष्यापण होती. सुरुवातीला ती काँटेसाच्या संग्रहातील त्या दुर्मिळ चित्राच्या प्रेमात पडली आणि नंतर युरोपातील प्रत्येक कलावंताच्या कलाकृतीशी तिचं प्रेमप्रकरण सुरू झालं. या प्रेमाचा वर्षाव करण्यासाठी जिआन लोरेंझो रोज नित्यनूतन कलाकृती तिच्या पुढे नेऊन हजर करत होता. या बाबतीत अँजलिनाची बरोबरी कॅथरीन-द-ग्रेटशी नक्कीच झाली असती.

ती बातमी कानावर पडली तेव्हा जिआन लोरेंझो बार्सेलोनामधील एका क्लाएंटच्या घरी होता. या क्लाएंटने 'द बर्थ ऑफ ख्राईस्ट' नामक एक दुर्मिळ चित्र विक्रीला काढलं होतं. त्याच संदर्भात तो त्याच्या घरी गेला होता. त्या क्लाएंटने सुरुवातीला सांगितलेली किंमत लोरेंझोला फार जास्त वाटली होती. ती किंमत चुकती करण्याची अँजेलिनाची जरी ऐपत असली, तरीही तिचा प्रतिनिधी या नात्याने तो घासाघीस करत होता. त्यांच्या वाटाघाटी ऐन भरात आल्या असतानाच, जिआन लोरेंझोच्या सेक्रेटरीचा फोन आला. तो तडकाफडकी तिथून निघाला आणि मिळेल ती फ्लाईट पकडून रोमला परतला.

प्रत्येक वृत्तपत्रात अँजेलिना कास्टेलीच्या निधनाचं सविस्तर वृत्त छापून आलं होतं. आपल्या बगीच्यातील एक पुतळा हलवण्याचा प्रयत्न करत असतानाच हृदयविकाराच्या तीव्र धक्क्याने तिचं निधन झाल होतं.

वृत्तपत्रांना तिच्या अकाली मृत्यूबद्दल शोक करत बसायला सवड नव्हती. त्याच वृत्तपत्रांनी दुसऱ्या पानावर घाईघाईने आणखी एक बातमी छापून टाकली होती– अँजेलिनाने मृत्युपत्राद्वारे आपली संपूर्ण मालमत्ता आपल्या पतीच्या नावे केलेली होती. मृत्यूपूर्वीचा अँजेलिनाचा एक गोड हसणारा फोटो त्या शेजारी छापलेला होता.

चार दिवसांनी अँजेलिनाच्या पार्थिवावर अंतिम संस्कार होणार होते. जिआन लोरेंझो त्यासाठी रोमहून विमानाने व्हेनिसला गेला.

व्हिला रोझाच्या परिसरातील छोट्याशा चॅपेलमधे आप्तेष्टांची आणि हितचिंतकांची गर्दी लोटली होती. त्यातील काही लोक तर अँजेलिना आणि पावलोच्या विवाहाच्या सोहळ्यानंतर आजच तिथे येत होते.

अँजेलिनाचं कॉफीन जेव्हा जमिनीत पुरण्यात आलं, तेव्हा मात्र पावलोचा बांध फुटला आणि तो एखाद्या लहान मुलासारखा हमसाहमशी रडू लागला. थोड्या वेळाने उपस्थितांपैकी प्रत्येकाने पावलोची भेट घेतली आणि त्याचं सांत्वन केलं. जिआन

लोरेंझोपण त्याला जाऊन भेटला. जिआन लोरेंझोने आपल्या अथक प्रयत्नांनी अँजेलिनाचं आयुष्य किती समृद्ध, किती आनंदी बनवलं होतं, ते पावलोने त्याला पुन:पुन्हा बोलून दाखवलं. "तिच्या स्मरणार्थ आपण तिचं हे अपुरं राहिलेलं काम पूर्ण करायचं, तिचा संग्रह पूर्ण करायचा," असा आपला मनोदयसुद्धा त्याने बोलून दाखवला. "माझ्या परीची तीच इच्छा असणार, त्यामुळे आपण हे केलंच पाहिजे." पावलो म्हणाला.

परंतु त्यानंतर पावलोने जिआन लोरेंझोशी काहीही संपर्क ठेवला नाही.

त्या दिवशी जिआन लोरेंझो नाश्ता घेत होता. आपल्या वडिलांप्रमाणेच ब्रेडच्या स्लाईसला सुरीने भरपूर जॅम चोपडत असताना त्याचं लक्ष वृत्तपत्राच्या मथळ्याकडे गेलं. हातातील स्लाईस तसाच राहिला. ती बातमी त्याने परत परत वाचली. आपली समजण्यात काही चूक तर होत नाही, याची त्याने खात्री करून घेतली. पहिल्याच पानावर पावलोचा फोटो झळकत होता. 'प्रथम भेटीतच आमचं प्रेम जुळलं,' असे त्याच्या तोंडचे शब्द फोटोखाली छापले होते. सविस्तर वृत्त पृष्ठ क्रमांक बावीसवर होतं.

लोरेंझोने घाईघाईने गॉसिप कॉलम उघडला. खरं तर त्या तसल्या बातम्यांकडे तो एरवी कधी लक्षही देत नसे. 'आम्ही आज आपल्यासाठी खास आतल्या गोटातून बातमी आणली आहे,' अशी त्या बातमीची सुरुवात होती. 'पावलो कास्टेली, रोमाचा पूर्वाश्रमीचा कर्णधार आणि इटलीतील नवव्या क्रमांकाचा धनाढ्य, लवकरच विवाहबद्ध होत आहे. आपल्या छोट्याशा परीच्या निधनानंतर केवळ चारच वर्षांत!' असं उपहासात्मक भाष्य त्यात करण्यात आलं होतं. पावलोची प्रथम पत्नी अँजेलिना आणि ही आताची गर्लफ्रेंड यांच्यात सर्वच बाबतीत जमीन अस्मानाचा फरक आहे, असं प्रतिपादन त्यात करण्यात आलं होतं. अँजेलिना ही एक कोट्यधीशाची एकुलती एक मुलगी होती, तर चोवीस वर्षीय जीना ही नेपल्समधील एक य:कश्चित वेट्रेस होती, एका टॅक्स इन्स्पेक्टरची मुलगी.

वृत्तपत्रात छापलेला जीनाचा फोटो पाहून जिआन लोरेंझो गालातल्या गालात हसला. पावलोचे दोस्त त्याची नक्कीच भरपूर चेष्टा करणार होते हे निश्चित.

त्यानंतरचे काही दिवस रोजच वृत्तपत्र हातात आलं, की जिआन लोरेंझोची नजर आपोआप गॉसिप कॉलमकडे वळत असे. पावलो आणि जीनाच्या विवाहाबद्दलची काही बातमी आली असेल, या उत्सुकतेपोटी तो आजकाल गॉसिप कॉलमही वाचू लागला होता.

विवाहाचा सोहळा व्हिला रोझाच्या परिसरात असलेल्या छोट्याशा चॅपेलमधे संपन्न होणार होता. अर्थातच या खेपेला केवळ दोनशे आप्तेष्ट व निकटवर्तीयांनाच

निमंत्रण जाणार होतं. पावलोच्या भावी वधूला आपलं छोटंसं घर सोडून बाहेर कुठे हिंडणं फिरणं मुष्कील होऊन बसलं होतं. वृत्तपत्रं आणि प्रसारमाध्यमांचा ससेमिरा चुकवताना तिचा जीव मेटाकुटीला आला होता. पावलोने आता नियमित जिममधे जाऊन व्यायाम करण्यास सुरुवात केली होती. गेल्या काही वर्षांत जमा केलेले पौंड लग्न सोहळ्यापूर्वी घटवण्याची त्याची इच्छा होती, असंही वृत्तपत्रातून लोरेंझोला कळलं. त्यानंतर आणखी एक बातमी एक दिवस वृत्तपत्रात झळकली आणि जिआन लोरेंझोला ती वाचून आश्चर्याचा धक्का बसला. इटलीचे विख्यात आर्ट डीलर आणि पावलोचे लहानपणचे मित्र जिआन लोरेंझो यांचं नाव भाग्यवान निमंत्रितांच्या यादीत असल्याचं वृत्त छापून आलं होतं.

दुसऱ्या दिवशी सकाळी पोस्टाने निमंत्रण पत्रिका आली.

विवाहसोहळ्याच्या आदल्या दिवशी सायंकाळीच जिआन लोरेंझो व्हेनिसला जाऊन पोचला. हॉटेल सिप्रियानी येथे त्याने मुक्काम ठोकला. या आधीच्या लग्न-सोहळ्याच्या आठवणी अजून मनात ताज्या होत्या. त्यामुळे आपण फार पोटभर जेवायचं नाही आणि रात्री लवकर झोपायचं, असा त्याने निर्णय घेतला.

दुसऱ्या दिवशी, म्हणजे प्रत्यक्ष सोहळ्याच्या दिवशी तो सकाळी लवकरच उठला आणि भरपूर वेळ लावून तयार झाला. तो जेव्हा व्हिला रोझामधे पोचला तेव्हा समारंभ सुरू होण्यास थोडा अवधी होता. मग त्याने भोवतालच्या परिसरात फेरफटका मारायचं ठरवलं. तेथे जागोजागी उभे असलेले पुतळे पाहून त्याला जुनी मित्रमंडळी भेटल्याचा आंद झाला. दोनातेलो आपल्याकडे पाहून मंदस्मित करत असल्याचा त्याला भास झाला, मूर आपल्याच तोऱ्यात उभा होता, मूरकडे पाहून त्याला हसू फुटलं, जिआकोमेटी आपल्या सडपातळ शरीरयष्टीनिशी ताठ मानेने उभा होता. उद्यानातील हिरवळीच्या मधोमध जिआन लोरेंझोचं आवडतं कारंजं होतं. या उद्यानातील प्रत्येक पुतळा, अगदी ते कारंजंसुद्धा जिआन लोरेंझोने स्वत: मिळवून आणलं होतं. जातीने देखरेख करून सर्व शिल्पं या उद्यानात उभी केली होती. उद्यानात इतरही बरेच पाहुणे फेरफटका मारून त्या सुंदर शिल्पांचा आस्वाद घेत होते. ते पाहून जिआन लोरेंझो मनातून कुठेतरी सुखावला.

एवढ्यात काळ्या सुटातील एक हसतमुख रुबाबदार तरुण तिथे आला आणि त्याने जमलेल्या सर्व उपस्थितांना चॅपेलमधे जाऊन स्थानापन्न होण्याची विनंती केली. लग्नाचा विधी लवकरच सुरू होणार होता. जिआन तातडीने जाऊन पुढच्या रांगेत बसला. त्याला संपूर्ण विवाहसोहळा अगदी नीट निरखून बघायचा होता. वाद्यवृंदाने मंद संगीत वाजवण्यास सुरुवातही केली होती.

ठरलेल्या वेळेच्या पाच मिनिटं आधी पावलो व त्याचा बेस्ट मॅन असे दोघं

चॅपेलमधे आले आणि दुतर्फा खुर्च्यांच्या रांगांमधून सावकाश चालत विवाह वेदीपाशी गेले. अजून वधूचं आगमन झालेलं नव्हतं. पावलो देखणा, सडपातळ दिसत होता. जिममधे जाऊन त्याने शरीर चांगलं कमावलेलं होतं. उपस्थितांपैकी सर्वच्या सर्व स्त्रियांचे डोळे मंत्रमुग्ध झाल्यासारखे त्याच्यावर खिळले होते. पण पावलोचं मात्र त्याकडे मुळीच लक्ष नव्हतं. त्याच्या चेहऱ्यावर तृप्तीचं, समाधानाचं हसू पसरलं होतं.

एवढ्यात वाद्यवृंदाने विवाहाचा क्षण जवळ आल्याचं सूचित करणारं खास संगीत वाजवण्यास सुरुवात केली. वधूच्या आगमनाची घोषणा करणारं ते संगीत होतं. आपल्या वडिलांच्या हातात हात देऊन पावलोची वधू एकेक पाऊल उचलत विनम्रपणे चालत येत होती. तिचं आगमन होताच प्रेक्षागृहात शांतता पसरली. सर्वांच्या श्वासोच्छ्वासाचा आवाजही ऐकू येईल इतकी शांतता.

ती जेव्हा चालता चालता जिआन लोरेंझोच्या जवळून गेली तेव्हा त्याने पहिल्यांदा मान उचलून वर जीनाच्या चेहऱ्याकडे पाहिलं. आपल्याला जर कुणी विचारलं– 'कशी आहे पावलोची पत्नी?' तर आपण नक्की काय बरं उत्तर देऊ?– जिआन लोरेंझोच्या मनात आलं, तिच्या काळेभोर, सुंदर, रेशमी, घनदाट केसांचं आधी वर्णन करू, की तिच्या नितळ, मुलायम, चमकदार त्वचेचं? आणि तिच्या अंगातील तो सुंदर पार्शियन सिल्कचा पेहराव? तो तर त्याच्या चांगलाच ओळखीचा होता. पावलो प्रथमदर्शनी या तरुणीच्या नक्की प्रेमात कशामुळे पडला असावा, या गोष्टीचा त्या क्षणी जिआन लोरेंझोच्या डोक्यात एकदम प्रकाश पडला. तिच्या चेहऱ्यावर विलसणारं ते लाजरंबुजरं मंदस्मित अँजेलिनाचं होतं. तिच्या डोळ्यांतील उत्साहाची चमकही अगदी तीच होती. संपूर्ण व्यक्तिमत्त्वाची ती माधुरीसुद्धा अगदी अँजेलिनाचीच होती. पण हे उपस्थितांपैकी कुणाला जाणवलं असेल का? अँजेलिनानं लग्नाच्या वेळी परिधान केलेला पोषाखच आज हिच्या अंगात होता. मुलायम सिल्क तिच्यामागे वाहत असल्यासारखं चाललं होतं. अँजेलिनाचा पोषाख पावलोच्या नव्या, सडपातळ, सुंदर पत्नीच्या अंगात कसा 'फिट्ट' बसला होता, याची औपचारिक वर्णनं वृत्तपत्रांचे रकाने भरवून टाकणार याची लोरेंझोला खात्रीच पटली.

Contact : © 020-24476924 / 24460313
Website : www.mehtapublishinghouse.com
info@mehtapublishinghouse.com
production@mehtapublishinghouse.com
sales@mehtapublishinghouse.com